அப்துல் கலாம்

கனவு நாயகன்

அப்துல் கலாம்

கனவு நாயகன்

ச.ந. கண்ணன்

கிழக்கு

அப்துல் கலாம்: கனவு நாயகன்
Abdul Kalam: Kanavu Nayagan
by Sa.Na. Kannan
Tamilselvi ©

First Edition: August 2009
248 Pages
Printed in India.

ISBN: 978-81-8493-237-9
Title No: Kizhakku 411

Kizhakku Pathippagam
177/103, First Floor,
Ambal's Building, Lloyds Road
Royapettah, Chennai 600 014.
Ph: +91-44-4200-9601

Email : support@nhm.in
Website : www.nhm.in

Author's Email: kannanthamizh@gmail.com

Website : www.sanakannan.com

Cover Image Courtesy : © Reuters

Kizhakku Pathippagam is an imprint of New Horizon Media Private Limited

“

என் ரோல்மாடல் என் ஆசிரியர்கள்தான். அவர்கள் இன்றி இந்தக் கலாம் இல்லை. எல்லா மாணவர்களுக்கும் ஆசிரியர்கள்தான் அவர்கள் ரோல்மாடல்களாக இருக்கவேண்டும். மாணவர்கள் தங்கள் வாழ்க்கையில் முதல் 17 வருடங்களை அதாவது 25,000 மணி நேரங்களை ஆசிரியரிடம்தான் செலவழிக்கிறார்கள். பிறகு ஆசிரியர் அன்றி வேறு யார் ரோல்மாடலாக இருக்கமுடியும்?

”

உள்ளே

1. சக்தி 1, 2, 3, 4, 5

ராஜஸ்தான் மாநிலம் போக்ரன் பாலைவனம். பகல் நேரத்தில் திகுதிகுவென்று காதுகளுக்குள் சூடு தகிக்கும் பூமி. கொஞ்சம் இழுத்து சுவாசித்தால் மூக்கும் எரியும். கண்ணுக்கு எட்டிய தொலைவு வரை அலை அலையாகப் பரந்து விரிந்த மணல் வெளிப் பிரதேசம். வெப்பம் சுமந்த வெளிர் மஞ்சள் மணல். சுழன்றடிக்கும் அசகாய வெப்பக் காற்று. வெறும் கால் தரையில் படுவதற்கில்லை. புதையும் மணல் வெளியெங்கும் நெருப்பு ஒளித்துவைக்கப் பட்டிருக்கிறது.

அன்றைய தினம், அடர்ந்த இருள் நேரத்தில் அந்தப் பாலைவனப் பகுதியில் சிலர் பரபரப்பாக இயங்கிக் கொண்டிருந்தார்கள். வெப்பத்துக்கு பயந்தல்ல: வேவு பார்க்கும் சில கழுகுப் பார்வைகளின் கண் களில் சிக்காமலிருக்க! ஒரு குழு படுத்தவாக் கிலேயே ஏதோ சில வயர்களை மண்ணுக்குள் புதைத்தபடி உருண்டு கொண்டே செல்ல, பின்னா லேயே மற்றொரு குழு உருண்டு வந்தபடி மேலே மணலை மூடி மறைத்துக்கொண்டே போனது. எல்லாமே ரகசியமாக பரம ரகசியமாக ஒரு ராமேஸ் வர மனிதரின் தலைமையில் நடந்து கொண்டிருந் தது. விதியைத் திருத்தியாக வேண்டும். முன்ன தாகப் பெற்றிருந்த ஒரு தோல்வியை வெற்றியாக மாற்றிக் காட்டவேண்டும். மனத்தில் கொழுந்து

விட்டெரியும் தீயுடன் செயல்பட்டுக் கொண்டிருந்தார் அந்த மனிதர்.

ஆச்சரியம்தான்! பொக்ரானுக்கும், ராமேஸ்வரத்துக்கும் ஆதி காலம் முதலே ஒரு பிணைப்பு இருந்து கொண்டுதான் இருக்கிறது! ஒரு காலத்தில் அங்கே குளுமையான சரஸ்வதி என்னும் நதி பாய்ந்துகொண்டிருந்ததாகச் சொல்கிறது புராணம். பின்னாளில் அது அந்தர்வாகினியாக கண்ணுக்குத் தெரியாமல் பூமிக்குள் மறைந்து போனது. அதற்குக் காரணமான சம்பவம் நடந்தது ராமேஸ்வரத்தில்.

இலங்கைக்குக் கடத்திப் போகப்பட்டிருந்த தன் மனைவியை மீட்பதன்பொருட்டு. ஒரு பாலம் கட்டும் உத்தேசத்துடன் கடலரசனிடம் அனுமதி கேட்டிருக்கிறான் ராமன். அலட்சியமும், புறக்கணிப்புமே பதிலாகக் கிடைத்த கோபத்தில் இறுதியில் அஸ்திரத்தையும் எடுத்துவிட்டான்.

எரித்துவிடும் அஸ்திரம். நவீன யுகம் அம்மாதிரியான அஸ்திரங்களை ஏவுகணை என்று சொல்லும். இலக்கைப் பார்த்துச் செலுத்தினால் பஸ்பமாக்கிவிடும். பொட்டல் காடாகப் பொசுக்கிவிடும்.

இந்து மகா சமுத்திரம் ஒரு பாலைவனமாகிவிட்டால் என்ன ஆவது? அலறியடித்துக் கொண்டு கடலரசன் ஸ்ரீராமனிடம் சரணாகதி அடைந்து விட, அதன்பின் ராமன் கட்டிய பாலம் நமக்கு இங்கு அவசியமில்லை. அவன் எடுத்த அஸ்திரம் முக்கியம். ராமன் தொடுத்த அஸ்திரம் வீணாவதற்கில்லை. எனவே கடல் மேல் தொடுத்த அஸ்திரத்தைத் திருப்பி, ராமன் வட மேற்கு திசையில் அதைச் செலுத்தினான்.

அஸ்திரம் வீசப்பட்ட இடத்தில்தான் அப்போது சரஸ்வதி பாய்ந்துகொண்டிருந்தது. அஸ்திரம் பட்டதும் அடியில் ஓடி விட்டது. பூமி பாலையாகிப் போனது. அந்த இடத்துக்குப் பின்னாளில் போக்ரன் என்று பெயரிட்டார்கள்.

ராமேஸ்வரத்திலிருந்து புறப்பட்டு ராமன் இலங்கைக்குப் போனான். அதே ராமேஸ்வரத்திலிருந்து புறப்பட்ட அப்துல் கலாம் அணு ஆயுத ஏற்பாட்டோடு போக்ரனுக்கு வந்திருந்தார். வருஷம் 1998. மே மாதம் 13ம் தேதி. அன்பையே உலகுக்கு போதித்த புத்தர் பிறந்த முழு நிலவு நாள்.

திகுதிகுதிகுவென்று காதுகளுக்குள் சூடு இறங்கிக்கொண்டிருந்தது. கொஞ்சம் இழுத்து சுவாசித்தால் மூக்கும் எரியும். அசகாயக் காற்று ஆனாலும் வெப்பம் சுமந்த காற்று.

•

யாரும் அதனை எதிர்பார்க்கவில்லை. முழங்கால் வலியும் மூலிகை சிகிச்சையும் கூட்டணி இம்சைகளுமாகத்தான் அப்போது பிரதமர் வாஜ்பாயின் தினங்கள் கழிந்துகொண்டிருந்தன. அதிரடி முடிவுகள் எடுக்கக்கூடியவர்தான் என்றாலும் அபாயங்களை எண்ணிப்பாராமல் காரியத்தில் இறங்குகிறவர் இல்லை. அதுவும் சாதாரண அபாயம் இல்லை. வெற்றி பெற்றாலும் உண்டு. தோல்வியானாலும் உண்டு. கட்டுப்பாடுகளும் கண்டனங்களும். அதிருப்திகளும் ஆவேசக் குற்றச்சாட்டுகளும். சாபங்களும் சரமாரிப் பிரச்னைகளும்.

ஆனாலும் முக்கியம் என்று நினைத்தார். அணு ஆயுத பலம் பெறுவதென்பது ஆடம்பரமல்ல. அத்தியாவசியமும் அல்ல. ஆனாலும் அது நிராகரிக்க முடியாத ஒரு தேவை. நேற்றைக்கு நாலடி; இன்றைக்கு நான் ஆறடி என்று அளந்து காட்டியாக வேண்டும். எதற்கும் யாரையும் சார்ந்து இருக்கவேண்டிய அவசியம் என் தேசத்துக்கு இல்லை என்று அக்கம்பக்கத்து வீட்டுக்காரர்களுக்கு உணர்த்துகிற காரியம்.

யாரையும் மிரட்டும் உத்தேசம் கிடையாது. நிச்சயம் கிடையாது. ஆனால் யார் மிரட்டலுக்கும் மிரளுகிற ஜாதியும் நானில்லை என்பதை நிரூபிக்கிற லாகவம். ஆமாம், நான் அணு ஆயுதம் தயாரிக்கிறேன். தாக்குவதற்கல்ல. தற்காப்புக்கு.

ஆயுதங்களுடன் சேர்த்து நல்லுறவுகளையும் வளர்ப்பது ஜனநாயகத்தில் அத்தனை பெரிய கெட்ட காரியமில்லை. அமெரிக்கா வளர்க்காத ஜனநாயகமா? பிரிட்டன் வளர்க்காததா? பிரான்ஸ் வளர்க்கவில்லையா? அதைத்தான் இந்தியாவும் இப்போது செய்கிறது.

1942 தொடக்கத்திலிருந்துதான் அணுகுண்டு தயாரிப்பில் முழு முனைப்பு காட்டப்பட்டது. பெர்ல் ஹார்பர் தாக்குதலுக்குப் பிறகு அணுகுண்டு விஷயத்தில் அமெரிக்கா வரிந்துகட்டிக் கொண்டு தீவிரமாக இயங்கியது.

நிச்சயம் இது பேரழிவை ஏற்படுத்தப்போகும் திட்டம். அணு குண்டு தயாரிப்புத் திட்டம் பற்றிய ரகசியம் உண்மையில் கடைசிவரை மிக நன்றாகவே காப்பாற்றப்பட்டது. அமெரிக்க துணை அதிபருக்கே நிலவரம் தெரியாமல் இருந்தது.

அணுகுண்டு தயாரிக்கும் திட்டத்தில் ஒரு லட்சம் பேர் ஈடு பட்டனர். ஆனால் அத்தனை பேருக்கும் தான் செய்கிற வேலை யின் ஜாதகம் தெரியாது. சில விஞ்ஞானிகள், உயர் ராணுவ அதிகாரிகள் உட்பட வெகுசிலருக்கே அணுகுண்டு தயாரிக்கப் படுவது பற்றித் தெரிந்திருந்தது. ஆனால் அவர்களும் அணு குண்டு என்ற சொல்லைப் பயன்படுத்தி திட்டம் குறித்துப் பேசியதில்லை. அணுகுண்டை 'கருவி' என்றும் 'அது' என்றும் தான் சங்கேத மொழியில் குறிப்பிட்டனர்.

சிகாகோவில் *1942*ல் பரீட்சார்த்த அணு உலை வெற்றிகரமாகச் செயல்பட ஆரம்பித்ததும் ஒரு விஞ்ஞானி வாஷிங்டனில் உள்ள இன்னொரு விஞ்ஞானிக்குத் தொலைபேசியில் அது பற்றி என்ன சொன்னார் தெரியுமா? 'இத்தாலிக்காரர் அமெரிக்காவில் வந்து இறங்கிவிட்டார்' வாஷிங்டனில் இருந்த விஞ்ஞானி மறுமுனை யில் சொன்னதைக் கற்பூரமாகப் புரிந்துகொண்டு விட்டார்.

போக்ரனிலும் இதே உத்திதான். மிகக் கவனமாக திட்டம் தீட்டப்பட்டது. யாருக்கும் தெரியக்கூடாது. யாருக்கும் என்றால் யாருக்குமே. அப்துல் கலாமுக்குத் தெரிந்த இந்த விஷயம் அவர் நிழலுக்குத் தெரியக்கூடாது. பிரதமருக்குத் தெரியும். பிரஜேஷ் மிஸ்ராவுக்குத் தெரியும். அவர் தேசிய பாதுகாப்பு ஆலோசகர். எனவே தெரிந்தாகவேண்டும். அத்வானிக்குத் தெரியும்.

கலாம் ஒரு யோசனை சொல்லியிருந்தார். திட்டத்தில் பங்கு பெறுகிற மிகச் சிலருக்குக் கூட அவரவர் பங்குக்கான நேரம் வரும்போது விஷயத்தைத் தெரிவித்தால் போதும். மொத்தமாகக் கூப்பிட்டுவைத்துப் பேசவேண்டாம். சம்பந்தப்பட்ட அனைவரும் புரிந்துகொள்ளவேண்டிய விஷயம் ஒன்று இருந்தது. கட்சி, அரசியல் வட்டாரங்கள் எல்லாமும்கூட சோதனை முடிந்த மறுநாள் செய்தித்தாள் பார்த்துத்தான் தெரிந்துகொள்ளவேண்டும். பிரதமரின் அமைச்சரவை சகாக்கள் உள்பட.

'கலாம், நான் உங்கள் திறமையை நம்புகிறேன். இது சிறப்பான வெற்றி காணவேண்டும். வேறு எது குறித்தும் கவலைப்பட வேண்டாம்' வாஜ்பாயி திடமாகக் கை குலுக்கினார்.

ஆரம்பித்தார்கள்.

திட்டத்தின் தலைமை ஒருங்கிணைப்பாளர்களாக அப்துல் கலாமும் (அப்போது DRDO என்கிற Defence Research Development Organisation தலைவராகவும் பிரதமரின் அறிவியல் ஆலோசகராகவும் இருந்தார்.) இந்திய அணு சக்தித்துறை சேர்மனாக இருந்த ஆர். சிதம்பரமும் பொறுப்பேற்றார்கள். அணு ஆயுதத் தயாரிப்பு மற்றும் பரிசோதனைக் குழுவில் எட்டு பேரை மட்டும் சேர்த்தார்கள். பாபா அணு ஆராய்ச்சி மையத்திலிருந்து (BARC) ஆறுபேர். டி.ஆர்.டி.ஓவிலிருந்து இரண்டு பேர்.

பெயர்களைத் தெரிந்துகொண்டுவிடுவோம்.

1. டாக்டர் அனில் ககோட்கர் (பாபா அணு ஆய்வு மையத்தின் இயக்குநர்)
2. டாக்டர் சதீந்தர் குமார் சிக்கா (தெர்மோ-நியூக்ளியர் ஆயுதப் பரிசோதனைக்கூட இயக்குநர்)
3. டாக்டர் எம்.எஸ். ராம்குமார் (அணு எரிபொருள் ஆராய்ச்சியாளர்)
4. டாக்டர் டி.டி. சூட் (ரேடியோ கெமிஸ்டிரி மற்றும் ஐசோடோப் குழு இயக்குநர்)
5. டாக்டர் எஸ்.கே. குப்தா (இயற்பியல் விஞ்ஞானி)
6. டாக்டர் ஜி. கோவிந்தராஜ் (மின்னணுவியல் நிபுணர்)
7. டாக்டர் கே. சந்தானம் (ஆய்வுத் தள நிர்வாக இயக்குநர்)
8. டாக்டர் எம். வாசுதேவ் (பாதுகாப்பு அதிகாரி)

கலாமுக்கு ஆரம்பத்திலிருந்தே ஒரு விஷயம்தான் மிகப்பெரிய சவாலாக இருந்தது. ரகசியக் காப்பு. யாருக்கும் தெரியக்கூடாது என்று ஒருவரியில் உத்தரவிடலாம். திட்டத்தில் தொடர்புடையவர்கள் வாய் திறக்காமல் இருக்கலாம். ஆனால் அணு ஆயுதப் பரிசோதனை என்பது மூடிய அறைக்குள் விளக்கை அணைத்து விட்டுச் செய்கிற காரியமில்லை. பரந்த வெளி வேண்டும். பள்ளம் தோண்டிப் புதைக்கவேண்டும். பதுங்கி நின்று வெடிக்கச் செய்யவேண்டும். ஷூட்டிங் நடக்கிறது என்று கூட்டம் கூடிவிட்டால் மாபெரும் அபத்தம். விஷயத்தை விளக்கி

ஒதுங்கிப் போகச் சொல்லிக் கேட்டுக்கொண்டிருக்கமுடியாது. அத்தனையும் வீணாகிப் போகும்.

அதையெல்லாம் கூடச் சமாளிக்கலாம். ஆனால் வட்டமிட்டுக் கொண்டிருக்கும் உளவு சாட்டிலைட்களின் வல்லூறுப் பார்வைகளிலிருந்து எப்படித் தப்பிப்பது?

பெரிய பிரச்னை. மிகப்பெரிய பிரச்னை. 1995ம் ஆண்டு அப்படித்தான் ஒரு சம்பவம் நடந்தது. இதே போக்ரன். வேறு ஆராய்ச்சி. வேறு பரிசோதனை. அணு ஆயுதப் பரிசோதனைதானா என்று யாரும் உறுதி செய்யவில்லை. இறுதியில் அது நடக்கவுமில்லை. ஆனால் தொடங்கும்போதே விஷயம் அமெரிக்காவுக்குத் தெரிந்துவிட்டது. ஈரேழு பதினான்கு உலகங்களையும் கண்காணிக்கும் அமெரிக்க சாட்டிலைட்டுகள் அழகாகப் படமெடுத்து அனுப்பிவிட்டன. கேள்வி மேல் கேள்வி கேட்டார்கள்.

அது நரசிம்மராவ் காலம். எதற்கும் வாய் திறக்காத ராவ் அப்போதும் அப்படியேதான் இருந்தார். பேசவில்லை. செயலும் இல்லை. ஏதோ ஒன்று உத்தேசிக்கப்பட்டு, வேர் விடும்போதே வெட்டப்பட்டுவிட்டதை மட்டும் உலகம் புரிந்துகொண்டது. விஞ்ஞானிகள்தான் துவண்டுபோனார்கள். அப்படியொரு பிரச்னையை அவர்கள் நினைத்துப் பார்த்திருக்கவில்லை.

ஆனால் உள்ளுக்குள் அந்தக் கனல் அப்படியே இருந்தது. ஒரு சந்தர்ப்பத்துக்காக இந்திய விஞ்ஞானிகள் காத்திருந்தார்கள். மனத்துக்குள் வேகம் இருந்தது. தீர்மானம் இருந்தது. தெளிவு அபரிமிதமாக இருந்தது. நம்மால் முடியும். கண்டிப்பாக முடியும். செய்துபார்க்க ஒரு சந்தர்ப்பம் தேவை. ஒரு சாதகமான சந்தர்ப்பத்துக்காகத்தான் அவர்கள் காத்திருந்தார்கள். அப்போதுதான் வாஜ்பாயி வந்தார்.

பாரதிய ஜனதா கட்சி, ஜன சங்கத்துக்குள் கர்ப்பமாக இருந்த காலத்திலேயே அவர்களுக்கு இதில் தீவிரம் இருந்தது. வெளிப்படையான மதச்சார்பும் தீவிர வலதுசாரி மனோபாவமும் தேசப்பற்றை வெளிப்படுத்தக் கிடைக்கும் எந்த வாய்ப்பையும் நழுவவிடக்கூடாது என்கிற ஜாக்கிரதை உணர்வும் உருவாக்கிய தீவிரம் அது. ஜவஹர்லால் நேரு அமைதிப்புறாக்களைப் பறக்கவிட்டுக்கொண்டிருந்த காலத்தில் நாடாளுமன்றத்தின் குளிர்கால, கோடைகாலக் கூட்டத்தொடர்களில் எச்சரித்துக் கொண்டிருந்த வம்சத்திலிருந்து வந்தவர்கள் அவர்கள்.

கலாமுக்கு இதெல்லாம் தெரியும். அவரும் வலதுசாரிதான். கொஞ்சம் தீவிரமான வலதுசாரியும்கூட. தன் துறை தொழில் நுட்பம் என்றால் அதில் தன்னிறைவு என்பதுதான் அவரது இலக்கு. வேறெதுவாகவும் இருந்துவிட முடியாது. அவர் படித்த இடம் அப்படி. பழகிய ஆள்கள் அப்படி. வளர்த்துக் கொண்ட சுபாவம் அப்படி.

தேசப்பற்றைச் சட்டைப் பையிலும் குடும்பப் பற்றை உள் சட்டைப் பையிலும் கொடியாகக் குத்திக்கொள்ளுகிறவர்கள் நிறைந்த இடத்தில் தேசத்தைக் குடும்பமாக நினைத்துக்கொண்டு பத்துக்குப் பத்து அறைக்குள் தன் தேவைகளைச் சுருக்கிக் கொண்டுவிடக்கூடிய கலாமுடைய மனோபாவம், ஆர்.எஸ்.எஸ். இயக்கத்தில் படித்துவிட்டு ஆட்சிக்கு வந்த வாஜ்பாயியுடன் மிகச் சுலபத்தில் இந்த விஷயத்தில் ஒத்துப்போனது வியப்புக் குரியதல்ல.

ஒரு சாதகமான ஆட்சிக்காகத்தான் அவரும் அவரது விஞ்ஞானி கள் குழுவும் வெகுகாலமாகக் காத்திருந்தார்கள். வாஜ்பாயி வந்ததும் அது ஆரம்பித்துவிட்டது.

போக்ரன். இந்தியாவின் வடமேற்கு மாநிலமான ராஜஸ்தானில் உள்ள ஜெய்சால்மீர் மாவட்டத்தில் இருக்கும் ஓர் ஊர். ஜோத்பூரிலிருந்து ஜெய்சால்மீர் போகும் பாதையில் உள்ளது. அந்த நகராட்சியில் 20,000 பேர்தான் வசிக்கிறார்கள். பாதிக்குப் பாதிப் பேர் படிப்பறிவில்லாதவர்கள்.

முந்தைய அனுபவம் ஒரு நல்ல பாடமாக இருந்தது. இதே போக்ரனில்தான் காரியம் சொதப்பியிருக்கிறது. இம்முறை கவனம் தேவை. எச்சரிக்கை மிகவும் அவசியம். யாருக்கும் தெரியாமல் செய்தாகவேண்டும். என்ன செய்யலாம்? எப்படிச் செய்யலாம்?

முன்னதாக, பிரதமர் வாஜ்பாயி ராஜதந்திர ரீதியில் சில காரியங் களைச் செய்யத் தொடங்கியிருந்தார். பா.ஜ.க. அரசுக்கு அணு ஆயுதத் தயாரிப்பு விஷயத்தில் தற்சமயம் பெரிய நாட்டமில்லை. தேர்தல் அறிக்கையில் ஆயிரம் சொல்லியிருப்போம். அதெல் லாமா இப்போது முக்கியம்?

நேரடியாக அவர் இதனைச் சொல்லவில்லை. ஆனால் மறைமுக மாக நிறைய சந்தர்ப்பங்களில் உணர்த்திக்கொண்டிருந்தார்.

யாருக்கும் புரியாது. ஏனென்று தெரியாது. புரிய வேண்டியவர் களுக்குப் புரிந்தால் போதாதா?

இடையே பெரிய நகைச்சுவை நாடகம் ஒன்றும் அரங்கேறியது. பாதுகாப்புத் துறை அமைச்சர் ஜார்ஜ் ஃபெர்னாண்டஸும் வெளியுறவுத்துறைச் செயலாளர் கே. ரகுநாத்தும் சில அமெரிக்க அதிகாரிகளுடன் பேச்சுவார்த்தை நடத்தும் சந்தர்ப்பம் வந்தது. எல்லாம் பொதுவான விஷயங்கள்தாம். நல்லெண்ணப் பேச்சு வார்த்தைகள். ஜார்ஜ் ஃபெர்னாண்டஸ் அந்தப் பேச்சுவார்த்தை யில் மிகத் தீவிரமாகச் சொன்னார். அணு ஆயுதத் தயாரிப்பு விஷயத்தில் இந்தியா இன்னும் உறுதியாக எந்த முடிவும் எடுக்கவில்லை. விரைவில் தேசிய பாதுகாப்பு கவுன்சில் கூட்டம் நடைபெறவிருக்கிறது. அப்போதுதான் இது குறித்து விவாதிக்கவே ஆரம்பிக்கப்போகிறோம்.

அவர்மீது குற்றமில்லை. இரண்டு கட்டமாக (மே 11 மற்றும் 13ம் தேதிகள்) நடந்த அணு ஆயுதப் பரிசோதனைகள் நிகழ்வதற்கு இரண்டு நாள் முன்னதாகத்தான் அவருக்கே விஷயம் சொல்லப் பட்டது. ஆடிப்போய்விட்டார்.

நம்புவது சற்று சிரமம்தான். போக்ரனில் அணு ஆயுதப் பரி சோதனை நடப்பதற்குச் சரியாக நாற்பத்தெட்டு மணி நேரத் துக்கு முன்புதான் அப்போதைய நிதியமைச்சர் யஷ்வந்த் சின்ஹா வுக்கும் பாதுகாப்புத்துறை அமைச்சர் ஜார்ஜ் ஃபெர் னாண்டஸுக்குமே விஷயம் சொல்லப்பட்டது. மூச்சு விடக் கூடாது என்கிற எச்சரிக்கையுடன்.

இந்திய ராணுவத்தின் ஐம்பத்து எட்டாவது ரெஜிமெண்டைச் சேர்ந்த ராணுவப் பொறியியல் பிரிவிலிருந்து சிலரைத் தேர்ந் தெடுத்து போக்ரனில் பரிசோதனை நடத்தவிருந்த இடத்தை ரகசியமாக ஆராயச் சொல்லி அனுப்பினார்கள். எல்லாம் திருப்தி என்றால் பரிசோதனைகளுக்கான ஏற்பாடுகளையும் அவர்கள் செய்யவேண்டும். சுற்றுவட்டாரத்தைக் கண்காணிப்பது, குறிப் பிட்ட தினத்துக்கு ஒருவாரம் முன்னதாக யாருக்கும் சந்தேகம் எழாதபடி பிராந்தியத்தில் நடமாட்டத்தைக் கட்டுப்படுத்துவது, பாதுகாப்பு வளையம் உருவாக்குவது, அதிமுக்கியம் - தேவைப் படும் ஆழத்துக்குக் குழி தோண்டுவது!

பாபா அணு ஆராய்ச்சி நிலையத்திலிருந்தும் டி.ஆர்.டி.ஓ-வில் இருந்தும் தேர்ந்தெடுக்கப்பட்டிருந்த எட்டு பேர் கொண்ட

குழுவுக்கு, ஆயுதங்களை ரகசியமாக, பத்திரமாக போக்ரனுக்கு எடுத்துச் செல்கிற வேலை.

வழியில் ஆபத்துக்கு இடம் கொடுக்காமல் பகுதி பகுதியாக எடுத்துச் சென்று ஒரு குறிப்பிட்ட இடத்தை அடைந்ததும் அசெம்ப்ளிங் பணியை மேற்கொள்ளவேண்டும். முன்பு பார்த்த அதே ஐம்பத்து எட்டாவது ரெஜிமெண்ட் அதற்குப் பாதுகாப் பளிக்கும். பிறகு மேலும் பத்திரமாக அவற்றை பரிசோதனைத் தளத்துக்கு எடுத்துச் சென்று, அதிக அசைவில்லாமல் பத்திரமாக கீழ்ப்புறமும் பக்கவாட்டுப் பகுதிகளிலும் கட்டைகள் கொடுத்து நிற்கவைத்து, அலேக்காகத் தூக்கிப் பள்ளத்தில் இறக்க வேண்டும்.

மண்ணைப் போட்டு மூடுவதற்கு முன்னால் சென்சார் நெட் ஒர்க்குகளைச் சரிபார்க்கவேண்டும். வெடிக்கிற கணத்தில் புள்ளிவிவரங்கள் பிசகாமல் கம்ப்யூட்டரில் பதிவாகவேண்டும். ரிமோட் சிஸ்டத்தைப் பரிசோதிக்கவேண்டும். இதற்கெல்லாம் சர்வேயர் மாதிரி வெட்டவெளியில் குடைபிடித்துக்கொண்டு ஒரு நாற்காலி மேசை போட்டுக்கொண்டு உட்கார முடியாது. எல்லாம் ரகசியம். எல்லாமே பரமரகசியம். விஞ்ஞானிகள் எங்கே இருக்கிறார்கள் என்று யாருக்கும் தெரியாது. அவர்களைச் செலுத்திக்கொண்டிருந்த சிதம்பரம் இருக்குமிடம்கூடத் தெரிய வில்லை. அவருக்கும் மேலே கலாம்?

வாய்ப்பே இல்லை.

கலாம் மிகத் தெளிவாகச் சொல்லியிருந்தார். யாரும் போக்ர னுக்கு குண்டு வெடிக்கப்போகிறேன் என்று பெண்டாட்டி பிள்ளைகளிடம் விடைபெற்று வரவேண்டாம். போக்ரன் என்கிற வார்த்தையை யாரும் பயன்படுத்துவதே தடைசெய்யப் படுகிறது. பக்கத்து டவுன் ஜெய்சால்மர் இருக்கிறது. அங்கே அலுவலக வேலையாக அவசரமாகப் போய்வருகிறேன் என்று சொல்லிவிட்டு வந்து சேர். கான்ஃபரன்ஸ் என்று வேண்டு மானால் சொல்லிக்கொள். புறப்பட்ட பிறகு வீட்டாருடனோ, வெளியாருடனோ யாருக்கும் எந்தத் தொடர்பும் கூடாது. பத்து நாள்கள் ஆகும், நாம் திரும்புவதற்கு. அந்த நாள்களில் உனக்கும் உலகத்துக்கும் தொடர்பு கிடையாது.

அந்த ஐம்பத்து எட்டாவது ரெஜிமெண்டைப் பற்றிச் சொல்ல வேண்டும். விஞ்ஞானிகள் தம் தயாரிப்பைப் பரிசோதித்துப்

பார்க்க எத்தனை ஆர்வம் கொண்டிருந்தார்களோ, அதே அளவு - சொல்லப்போனால் ஒரு படி அதிகம் - அவர்களுக்கு இருந்தது.

காரணம் உண்டு. பாதியில் கழுத்தறுபட்ட அந்த 1995 பரிசோதனை முயற்சி. அப்போதும் பாதுகாப்பு ஏற்பாடுகளை இதே ரெஜிமெண்ட் தான் மேற்கொண்டது. திட்டம் தோல்வியடைந்ததில் அவர்களுக்கு நெஞ்சு கொள்ளாத வருத்தம். அதனை ஒரு அவமானமாகவே அவர்கள் கருதினார்கள். என்னவாவது செய்து விதியைத் திருத்தி எழுதத் துடித்துக் கொண்டிருந்தார்கள்.

இம்முறை அப்துல் கலாம் அவர்களைக் கூப்பிட்டுப் பேசிய போது ஒரு தீர்மானமான திட்டத்துடன் தான் அவர்கள் போக்ரனில் கால் வைத்தார்கள்.

கனரக வாகனங்கள். கனரக ஆயுதங்கள். ஏராளமான கருவிகள். என்னென்னவோ உபகரணங்கள். கம்ப்யூட்டர்கள். எலக்ட்ரானிக் சர்க்யூட்டுகள். வயர்லெஸ் சாதனங்கள். கிட்டத்தில் வந்து பார்த்தால் ஒவ்வொன்றும் தனியே தெரியும். சாட்டிலைட்களின் கேமராக் கண்களுக்கு மொத்தமாகப் பெரிய பெரிய ஜிலேபி பிழிந்துவைத்திருப்பதுபோலத்தான் தெரியும். பொதுவாகவே சாட்டிலைட் படங்களை வைத்துக்கொண்டு இடங்களையும் இடப்பெயர்ச்சிகளையும் பொருள்களையும் அவற்றை வேறிடம் எடுத்துச் செல்வதையும் அடையாளம் காண்பது ஒரு பெரிய வித்தை. அது ஒரு கலை. ஒரு தொழில்நுட்பமும் கூட. அமெரிக்கர்கள் அதில் கில்லாடிகள்.

அதனால் என்ன? ஓரிடத்தில் குவித்துவைத்திருக்கும் பொருள்களை இன்னோரிடத்துக்கு எடுத்துச் சென்று சேர்ப்பது கேமராவில் பதிவானால்தானே பிரச்னை?

'ஆமாம்' என்றார்கள் விஞ்ஞானிகள்.

'கவலையை விடுங்கள். பதிவாகாது' என்றது ஐம்பத்து எட்டாவது ரெஜிமெண்ட்.

'என்ன செய்யப்போகிறீர்கள்' என்று கலாம் கேட்டார்.

'நள்ளிரவில் சுத்தமாக வெளிச்சமே இல்லாதபோதுதான் கருவிகளும் ஆயுதங்களும் பரிசோதனைத் தளத்துக்குப் போகும்.

நாங்கள் ஒரு டார்ச் லைட்டைக்கூட உபயோகிக்கப்போவ தில்லை. எடுத்துச் செல்லும் வாகனங்களின் ஹெட் லைட்டைக் கூடக் கழற்றிவிட்டோம். பரிசோதனை இடத்துக்குப் பக்கத்தில் நாம் கொண்டு செல்லும் வாகனங்களும் பிற பொருள்களும் இருந்தால்தானே பிரச்னை? அவை அனைத்தையும் சுத்தமாகத் துடைத்து, இரவோடு இரவாகத் திரும்பக் கொண்டுவந்து புறப்பட்ட இடத்திலேயே சேர்த்துவிடுவோம்.'

'ஆபத்து இல்லையா? முடியுமா? வெளிச்சமில்லாமல்..?'

'முடியும். முடித்துக் காட்டுகிறோம். சாட்டிலைட் படங்களை வரிசைப்படுத்திப் பார்த்தாலும் ஓரிடத்தில் குவிக்கப்பட்ட பொருள்கள் அங்கேயே இருப்பது மட்டும்தான் அனைத்து ஃப்ரேம்களிலும் தெரியும். இடையில் இரவில் நாம் எடுத்துச் சென்று புதைத்துவிட்டு வரும் வஸ்து தென்படாது.'

'சரி, ஜாக்கிரதையாகச் செய்யுங்கள்.'

அப்படித்தான் செய்தார்கள். மிகக் கவனமாக. பாலைவனத் திலேயே வாழும் எலிகளுக்கும் பல்லிகளுக்கும் எறும்புகளுக் கும் கூடத் தெரியாமல். யாருக்குமே தெரியாமல் ஒரு காரியம் நடக்கப்போகிறது. முக்கியமாக அமெரிக்காவுக்கு. அதுவும் உலகெங்கிலும் வேவுபார்க்கும் அமெரிக்காவின் செயற்கைக் கோள்களுக்குத் தெரியாமல்.

'ஆயுதங்களைப் புதைத்து, மேலே மண்ணைப் போட்டு மூடப் போகிறோமே? அது கேமராக்கண்களுக்குத் தட்டுப்பட்டு விடுமே?' எட்டில் ஒரு விஞ்ஞானி நியாயமான சந்தேகத்தை எழுப்பினார்.

'நிச்சயம் தெரியாது. அதற்கும் ஏற்பாடு செய்திருக்கிறோம். பாலைவன மணல் குன்றுகளில் காற்று எழுதிச்செல்லும் கவிதையைக் கையால் எழுதக்கூடிய வித்தை தெரிந்த சிலர் எங்களுடன் வந்திருக்கிறார்கள். சென்றமுறை அனுபவம் சொல்லிக்கொடுத்த பாடம் இதெல்லாம்.'

பார்த்துப் பார்த்துச் செய்தார்கள். ரகசியம் கெடாமல் செய்தார் கள். அந்த இரவில் பாலைவன மணல் பரப்பில் அணு ஆயுதங் களைப் புதைத்த இடத்திலிருந்து விஞ்ஞானிகள் பதுங்கியிருந்த இடத்தில் இருந்த கட்டளை கம்ப்யூட்டர் வரைக்கும் நீண்ட

சென்சார் கேபிள் வயர்களை மணலுக்குள் படுத்த வாக்கில் புதைத்துக்கொண்டே உருண்டு வந்தது ஒரு குழு. இன்னொரு குழு பின்னாலேயே உருண்டு வந்தபடி மேலே மணலை மூடி மறைத்துக்கொண்டே போனது. வேறொரு குழு, மணல் மூடிய பாதையின் தடம் சாட்டிலைட் கண்ணில் படாதிருப்பதற்காக பாலைவனத்தில் இயல்பாக விளையக்கூடிய சிறு சிறு வெளிர் மஞ்சள் புல் வகைகளையும் முட்செடிகளையும் அங்கே விதைத்தபடிச் சென்றது.

●

எல்லாம் தயார். எல்லோரும் தயார்.

வாஜ்பாயி டெல்லியில் இருந்தார். அத்வானியும் ப்ரிஜேஷ் மிஸ்ராவும் உடனிருந்தார்கள். பதற்றமும் பரவசமும் கலந்த தருணம். எதுவும் பேசிக்கொள்ள முடியாது. என்ன நடக்கிறது என்று போன் செய்து விசாரிக்க முடியாது. திட்டமிட்ட நேரத்தில் பரிசோதனை தொடங்கவேண்டும். முடிந்தபிறகுதான் தகவல் வரும். பிரச்னை ஏதும் நேராதிருக்கவேண்டும். விஷயம் விளையாட்டல்ல. ஒரு தேசத்தின் நிகழ்காலம், எதிர்காலம் இரண்டையுமே தீர்மானிக்கப்போகிற செயல். தேர்தல்களை அரசியல்வாதிகள் தீர்மானித்தாலும் தேசப் பாதுகாப்பை விஞ்ஞானிகள் தீர்மானிக்கிற காலம்.

திட்டம் தொடங்கியதிலிருந்து கவலை உடன் வந்தது. ஆயுதங் களை எப்படி போக்ரனுக்கு ரகசியமாக எடுத்துச் செல்லப் போகிறார்கள் என்பதில் தொடங்கிய கவலை அது. பிரச்னை என்று வந்துவிட்டால் ஒரு பிரதமர் யார் யாருக்கெல்லாம் பதில் சொல்லவேண்டிவரும் என்பதற்கு விவஸ்தையே கிடையாது. எப்போதும் கேள்விகளால் வேள்வி செய்யும் கம்யூனிஸ்டுகள் ஒருபுறம். ஆட்சியை இழந்த வெறுப்பில், எந்தப் பாயைப் பிடித்துப் பிறாண்டலாம் என்று காத்திருக்கும் காங்கிரஸ் மறுபுறம். கூட்டணி கூஜாவில் கும்மியடித்துக்கொண்டிருக்கும் அரசியல் ஐசோடோப்புகள் எல்லாபுறங்களிலும்.

உள்நாட்டில் இப்படியென்றால் சர்வதேச அளவில் எழக்கூடிய அபாயங்களும் அதிகாரங்களும் அத்துமீறல்களும் கண்டிப்பாக கற்பனை செய்யமுடியாதவையாகவே கண்டிப்பாக இருக்கும். அமெரிக்கா ஒருபுறம். அதன் அடிப்பொடிகள் இன்னொரு புறம்.

பக்கத்து வீட்டு பாகிஸ்தான்! அப்புறம் சீனா. கூட்டிக் கழித்துப் பார்த்தால் - திட்டத்தில் ஒரு சிறு சறுக்கல் நேர்ந்துவிட்டாலும் ஆட்சி ஆடத்தொடங்கிவிடும்.

ஆனால் கலாம் அமைதியாகவே இருந்தார். கவலைப்படாதீர்கள். எல்லாம் சரியாக நடக்கும். எல்லா அம்சங்களையும் நான் கவனித்துக்கொண்டிருக்கிறேன். எங்கும் பிசகாது.

அவர் ஒரு பிறவி பிராஜக்ட் மேனேஜர். வாஜ்பாயிக்கு அது தெரியும். ஆனால் பாராளுமன்றத்தை அவர் ஆண்டாலும் பாழும் மனத்தைக் கவலைகள் அல்லவா ஆள்கின்றன?

டி.ஆர்.டி.ஓவின் மூன்று வேறு வேறு ஆய்வுக்கூடங்களில் இருந்து டெட்டனேட்டர்களும் ஹை வோல்டேஜ் ட்ரிகர் சிஸ்டமும் இன்னபிற பாதுகாப்புக் கருவிகளும் எடுத்துவரப் பட்டன. அணு ஆயுதங்கள் பாபா அணு ஆராய்ச்சி நிலையத்திலிருந்து மே முதல் தேதி அதிகாலை மூன்று மணிக்குப் புறப்பட்டன. இந்திய ராணுவத்துக்கு சொந்தமான நான்கு டிரக்குகளில் அவை ஏற்றப்பட்டு, கர்னல் உமாங் கபூரின் மேற்பார்வையில் மும்பை விமான நிலையத்துக்குக் கொண்டு செல்லப்பட்டன.

அங்கே இந்திய விமானப்படைக்குச் சொந்தமான ஏ.என்.32 தயாராக இருந்தது. ஏற்றி உட்காரவைத்த ஒரு மணி நேரத்தில் ஜெய்சால்மர் ராணுவத் தளம். அங்கிருந்து நான்கு டிரக்குகளில் அடுத்த ஒரு மணியில் போக்ரன்.

ஆயுதங்கள் தவிர திட்டத்துக்குத் தேவைப்பட்ட அத்தனை கருவிகள், கம்ப்யூட்டர்கள், சர்க்யூட்கள், நாற்காலி,மேசைகள் வரை அனைத்தையும் போக்ரனுக்குக் கொண்டு செல்ல அந்த நான்கு டிரக்குகளும் பொழுது விடிவதற்குள் மூன்று முறை ஜெய்சால்மர் போய்வரவேண்டி வந்தது.

முன்னதாக ராணுவம் அங்கே ஒரு தாற்காலிக அலுவலகத்தை அமைத்துத் தந்திருந்தது. வெளிப்பார்வைக்கு அது ஒரு பிரார்த்தனைக் கூடம். அப்படித்தான் போர்டு கூடப் போட்டிருந்தார்கள். உள்ளே இணைப்புப்பணிகள் நடக்கத் தொடங்கின.

மொத்தம் ஐந்து ஆயுதங்களைப் பரிசோதிக்கத் திட்டமிட்டிருந்தார்கள். கலாம்தான் அவற்றுக்குப் பெயரிட்டிருந்தார். சக்தி.

சக்தி1

சக்தி2

சக்தி3

சக்தி4

சக்தி5

ஒவ்வொன்றும் ஒவ்வொரு விதமானவை. ஒவ்வொன்றுக்கும் ஒரு சங்கேதப் பெயரும் அளிக்கப்பட்டிருந்தது. உதாரணமாக சக்தி-1 என்கிற தெர்மோ-நியூக்ளியர் குண்டுக்கு கலாம் கொடுத்த சங்கேதப் பெயர், 'வெள்ளை மாளிகை' White House). எதற்காக இந்தப் பெயர் என்று தெரியாது. பூமிக்கு அடியில் இருநூறு அடி ஆழத்தில் இது புதைக்கப்பட்டது.

இரண்டாவது சக்திக்கு 'தாஜ் மஹால்' என்று பெயரிட்டு நூற்றைம்பது அடி ஆழத்தில் புதைத்தார்கள். மூன்றாவதற்கு 'கும்பகர்ணன்' என்று பெயர்.

பகலில் பெயரிடப்பட்டு இரவில் புதைக்கப்பட்ட இந்த குண்டு கள் மூன்றும் பதினோராம் தேதி வெடிக்கும் என்று கலாம் தீர் மானித்தார். அடுத்த இரு குண்டுகளையும் ஒருநாள் இடைவெளி விட்டு பதிமூன்றாம் தேதி வெடிக்கச் செய்யத் திட்டம்.

ஒருநாள் இடைவெளி எதற்கு?

அவற்றைப் புதைப்பதற்குத்தான். முதல் மூன்று குண்டுகளும் பத்தாம் தேதி இரவு புதைக்கப்பட்டன. புதைத்து, பாதுகாப்பாக மூடி எல்லாம் தயார் செய்து முடிப்பதற்குள் விடிந்தே விட்டது.

பாதகமில்லை. முழுக்க நனைந்தபிறகு முக்காடு அவசியமும் இல்லை.

போக்ரனில் விஞ்ஞானிகளுக்கு இருந்த மிகப்பெரிய பிரச்னை, கால நிலை. அந்த நாற்பத்தி மூன்று டிகிரி செண்டிகிரேட் வெப்பம். தவிரவும் வீசியடித்த மணல் காற்று. வெகு ஆழத்தில் புதைக்கப்பட்டிருந்த குண்டுகள்தான் என்றாலும் நம்பமுடியாது. எந்தக் கணமும் சீல் பிரிந்துவிடலாம். உடைந்தேகூட விடலாம். புறச்சூழலின் வெப்பம் அப்படிப்பட்டது. அடிக்கும் காற்று பாதாளலோகம் வரை உலுக்கியெடுக்கக்கூடியது.

முதலில் விடியற்காலையிலேயே வெடித்துவிடலாம் என்றுதான் கலாமும் சிதம்பரமும் முடிவு செய்திருந்தார்கள். ஆனால் சூழல் சாதகமாக இல்லை. வீசும் காற்றின் திசையே புரியவில்லை. புயல் மாதிரி சுழன்று சுழன்று அடித்தது.

எனவே காத்திருந்தார்கள். மதியத்துக்குப் பிறகு காற்றின் வேகம் சற்று மட்டுப்படத் தொடங்கியது.

சரி, தொடங்கிவிடலாம் என்று முடிவு செய்தார்கள். பரிசோதனைத் தளத்தின் பொறுப்பாளரான டி.ஆர்.டி.ஓவைச் சேர்ந்த டாக்டர் சந்தானம், கவுண்ட் டவுன் தொடங்கலாம் என்று சமிக்ஞை அளித்தார். பாதுகாப்புப் பணிகளை கவனித்துக்கொண்டிருந்த டாக்டர் வாசுதேவ் கடகடவென்று பரிசோதனையின் அனைத்துக் கட்டங்களையும் இறுதி மேற்பார்வை இட்டார். திருப்தியாகத் தலையாட்டினார். BARC, DRDO இருதரப்பு அதிகாரிகள் வசமும் தலா ஒரு கவுண்ட் டவுன் சாவி அளிக்கப்பட்டது.

ஒன்பது. எட்டு. ஏழு. ஆறு. ஐந்து. நான்கு. மூன்று. இரண்டு. ஒன்று. பூஜ்ஜியம்.

வெடித்தது. வெடித்தன.

நேரம் அப்போது சரியாக பிற்பகல் 3.45.

கொண்டாட அவகாசமில்லை. உடனடியாக விஞ்ஞானிகளைச் சுற்றி ராணுவத்தின் பாதுகாப்பு வளையம் பலப்படுத்தப்பட்டது. அவர்கள் ரகசிய இடம் கொண்டுசெல்லப்பட்டார்கள். பிரதமருக்கு மட்டும் விஷயத்தைத் தெரியப்படுத்த ஆள் அனுப்பினார்கள்.

மறுநாள் பரபரவென்று அடுத்தக்கட்ட சோதனைகளுக்கான ஏற்பாடுகள் நடக்கத் தொடங்கின. அதே இரவோடு இரவு. அதே போல் ஆழக்குழி தோண்டி அதிலே இரு முட்டை.

பதிமூன்றாம் தேதி மதியம் 12.21க்கு அந்த இரு குண்டுகளும் வெற்றிகரமாக வெடித்தன.

போக்ரனின் புயல் காற்றும் புழுதிப் பெருமழையும் மிகவும் சௌகரியமாக இருந்தது. குண்டுகள் வெடித்த சத்தம் ஒன்றுதான் புதிய சேர்க்கை. வெடித்த வேகத்தில் குமுறிப் பிளந்து எழுந்த பூமி, மணல் மணலாக உதிர்ந்து, காற்றின் துணையுடன் மீண்டும்

சமமாகிப் போனது. 43 கிலோ டன்கள் கொண்ட குண்டுகள். 1945ல் ஹிரோஷிமாவைத் தின்ற குண்டுகளை விடவும் இரண்டு மடங்கு அதிக சக்தி கொண்டது.

•

அத்தனை நாள் அஞ்ஞாத வாசத்துக்குப் பிறகு விஞ்ஞானிகள் முதல் முறையாக வெளியே வந்தார்கள்.

ராணுவ உடையும் வினோதமான கோமாளிக் குல்லாயுமாக அப்துல் கலாம் போட்டோக்களில் லாங் ஷாட்டில் தென் பட்டார். ஒருவரை ஒருவர் கை குலுக்கியும் தோளோடு தோள் அணைத்தும் வாழ்த்துச் சொன்னார்கள்.

வாஜ்பாயி முகத்தில் பெருமிதம் தாண்டவமாடியது. தேசமே உரத்துச் சொன்னது: நீங்கள் சாதித்துவிட்டீர்கள்!

கலாம் அமைதியாகச் சொன்னார்: இல்லை. நாம் சாதித்திருக் கிறோம். நம் தேசம் சாதித்திருக்கிறது.

2. சாதனையும் வேதனையும்

கலாம் அப்போது எம்.ஐ.டி. கல்லூரியில் இரண்டாம் வருடம் படித்துக் கொண்டிருந்தார். ராமேஸ்வரம் பெரும் புயலில் சிக்கிய செய்தி அவரை எட்டியது. கலாமின் வீடு வெள்ளத்தில் மாட்டிக் கொண்டு மிகவும் சிதிலமடைந்து போனதாகத் தந்தி வந்தது.

ராமேஸ்வரத்தில் கலாமின் தந்தை ஜைனுல்லாபுதீன் துவண்டு போயிருந்தார். அவருடைய கப்பலைக் கடல்நீர் புரட்டிக்கொண்டு போய்விட்டது. வீட்டுக்குள் ஒரே வெள்ளம். பல வீட்டுச் சாமான்கள் தண்ணீரில் வீணாகப் போய்விட்டன. 'வேறு வழியேயில்லை. யாரிடமாவது பணம் புரட்டிக்கொண்டு வீடு வந்து சேர். கல்லூரி படிப்பைத் தொடர்வது பற்றி அப்புறம் பார்த்துக்கொள்ளலாம்.' கலாமுக்குக் கடிதாசி அனுப்பினார்.

கலாம் தன் தைரியத்தை இழந்து கலங்கி நின்ற கணங்கள் அவை. பாக்கெட்டில் நயாபைசா இல்லை. கையிலுள்ள புத்தகங்கள் மட்டும்தான் அவரிடமிருந்த ஒரே சொத்து.இதை விற்றால் கணிசமாகக் காசு கிடைக்கும். ஊர் போய் சேர்ந்துவிடலாம். எல்லாவற்றையும் சகித்துக் கொள்வோம், எலும்பும்

தோலும் உயிரோடு எஞ்சியிருந்தால் போதும். முதலில் குடும்பத்தை மீட்கவேண்டும். படிப்புக் கிடக்கட்டும்.

ஒரு முடிவோடு தன் கல்லூரி புத்தகங்களைத் தூக்கிக்கொண்டு பழைய பேப்பர் கடைக்குச் சென்றார்.

அத்தனையும் எஞ்சினியரிங் புத்தகங்கள். கடைக்காரருக்கு அபார குஷி. அதுவரைப் பலபேர் அவரிடம் வந்து பொறியியல் புத்தகங்களைக் கேட்டுக் கேட்டு ஏமாற்றத்துடன் திரும்பிப் போயிருக்கிறார்கள்.

எடை போடும்போது புத்தகங்களைப் புரட்டிப் பார்த்தார் கடைக்காரர். ஒரு புத்தகத்தின் முதல் பக்கத்தில்...

'Awarded to A P J Abdul Kalam for excellence in academics in the first year of engineering at the Madras Institute of Technology by the Vice-Chancellor.'

கடைக்காரருக்குள் இருந்த மனிதாபிமானம் எட்டிப் பார்த்தது. பார்வைக்கு ஒடிசலாக மெலிந்தவராக இருந்த கலாமைப் பார்த்துக் கேட்டார்.

'யாருப்பா இந்த அப்துல் கலாம்?'

'நான்தாங்க...'

கலாமையும் புத்தகங்களையும் மாறி மாறிப் பார்த்தார் அவர். 'என்ன தம்பி, உனக்குப் பரிசா கொடுத்ததைப் போய் எடைக்குப் போடறியே, இதைக் காலம் முழுதும் வைச்சுக் காப்பாத்த வேணாமா? எவ்வளவு பெரிய மதிப்பு இது!'

கலாமின் நா தழுதழுத்தது. இந்த ஊரில், தான் அரைக்காசு அற்ற அனாதை என்கிற உண்மையை இவரிடம் சொல்லிவிடலாமா?

'அப்படி என்ன தம்பி கஷ்டம்?'

விசால இதயமுள்ள அந்தக் கடைக்காரரிடம் தன் மனபாரம் முழுவதையும் இறக்கினார் கலாம். கலாமின் துன்பங்களைக் கேட்டுக் கடைக்காரர் மனமிரங்கினார்.

'தம்பி இந்தப் புக்கை நீ விலைக்கு விக்க வேணாம். உனக்கு வேண்டிய காசை நான் தரேன். நீ ஊருக்குப் போய்ட்டு வா.'

தந்தையின் கடிதத்தால் சீர்குலைந்த கலாமின் உடலும் மனமும் அந்த நொடியில் சற்றே மலர்ந்தன.

●

இந்தியாவின் எல்லை நகரங்களில் ஒன்று ராமேஸ்வரம். கூப்பிடு தூரத்தில் இலங்கை. புராண முக்கியத்துவம் கொண்ட ஆன்மிக நகரம். ராமேஸ்வரத் தீவு முழுவதுமே ஏராளமான திருக்கோயில்கள். இந்தக் கோயில் தீவு குறித்துத் திருஞான சம்பந்தர், திருநாவுக்கரசர், அருணகிரிநாதர், தாயுமானசுவாமிகள் ஆகிய நான்கு ஞானிகளும் போற்றிப் பாடியிருக்கிறார்கள். காசிக்கு நிகரான புண்ணியஸ்தலம். பக்தர்கள், காசியில் தொடங்கும் யாத்திரையை ராமேஸ்வரத்தில் முடிப்பார்கள்.

தந்தை - ஜைனுல்லாபுதீன், தாய் - ஆஷியம்மா. ஐந்து அண்ணன்கள், ஐந்து அக்காக்கள். இவர்களை மரக்காயர் குடும்பம் என்பார்கள். கலாமின் தந்தைக்குப் படகுகட்டும் தொழில். வீட்டில் எல்லா நாள்களிலும் மாதக்கடைசி நெருக்கடிதான். தப்பித் தவறிக்கூடப் பெரிய கனவு கண்டுவிடமுடியாது. இந்திய சராசரிக் குடும்பங்களுக்கே உரித்தான கஷ்ட ஜீவனம்தான். இதுதான் நம் வட்டம். இதற்குள்தான் வாழவேண்டும். அப்படித்தான் ஜைனுல்லாபுதீன் தன் குழந்தைகளை வளர்த்தார்.

1931-ம் ஆண்டு அக்டோபர் 15ம் தேதி பிறந்த கலாம்தான் அந்த வீட்டின் கடைக்குட்டி. ஆவுல் பக்கீர் ஜைனுல்லாபுதீன் அப்துல் கலாம் என்று அவருக்குப் பெயரிடப்பட்டது. ஆவுல் என்பது கலாமின் கொள்ளுத் தாத்தா பெயர். பக்கீர் என்பது தாத்தாவின் பெயர். அவர் குடும்பத்தின் பரிதாப நிலைக்குச் சாட்சியாக 19-ம் நூற்றாண்டில் கட்டப்பட்ட மூதாதையர் வீட்டில்தான் கலாமின் குடும்பம் வசித்தது. அவர்கள் வசித்த தெருவின் பெயர், மசூதி தெரு. மசூதி உள்ள தெருவில் வளர்ந்ததாலேயே கலாமுக்கு இறைபக்தி அதிகம். தினமும் பள்ளிக்கூடத்துக்குச் செல்கிறாரோ இல்லையோ பள்ளிவாசலுக்குச் சென்று தொழுகையில் ஈடுபட்டே ஆகவேண்டும்.

ராமேஸ்வரத்தில் ஹிந்து, முஸ்லிம், கிறித்துவர்கள் என்று மூன்று மதத்தினரும் இருந்தார்கள். ஆனாலும் அங்கு மத ரீதியிலான பிரச்னைகள் தலைதூக்கியது கிடையாது. மத நல்லிணக்கத்துக்கு அங்கு தலைவாழை இலையில் விருந்து வைக்கப்படும். செயிண்ட் ராயப்பா சர்ச்சில் விழாக்கள் நடக்கும்போது மத

பாகுபாடு பாராமல் எல்லோரும் அந்த விழாவில் கலந்து கொள்வார்கள். சிவன் கோயிலுக்குள் நிறைய முஸ்லிம்களைக் காணமுடியும். யாதும் மதமே யாவரும் கேளிர் என்கிற தத்து வத்தைக் கொண்டாடுகிற கடற்கரை பூமி, ராமேஸ்வரம்.

சிவன் கோயில் குருக்கள் பக்ஷி லஷ்மண சாஸ்திரிகளும் ஜைனுல்லாபுதீனும் உத்தம சிநேகிதர்கள். ஒருவருக்கொருவர் அடுத்தவருடைய கருத்துகளுக்கு மதிப்புக் கொடுப்பவர்கள். இருவரும் சேர்ந்தால் அங்கு அழகான பிரசங்கமே நடக்கும். ஆன்மிகம் என்பதற்கு இவர் ஒரு விளக்கம் சொல்வார். அவர் ஒரு விளக்கம் சொல்வார். அருகே அமர்ந்து மாறி மாறி இருவரையும் வேடிக்கை பார்க்கும் கலாம், இரண்டில் எது சுலபமாகப் புரிகிறதோ அதை ஏற்றுக்கொள்வார்.

வருடம் தோறும் நடக்கும் ஸ்ரீ சீதாராம கல்யாண வைபவத்தின் போது தெய்வ விக்கிரகங்களைக் கொண்டு செல்வதற்கான விசேஷப் படகுகளை ஜைனுல்லாபுதீன் தயாரித்துக் கொடுப்பது வழக்கம். தினமும் இரவில் ராமாயணக் கதைகளையும் நபிகள் நாயகத்தின் வாழ்க்கைச் சம்பவங்களையும் சொல்லி கலாமைத் தூங்க வைப்பார் ஆஷியம்மா.

கலாம் தொழுகை முடிந்து வெளியே வருகிறபோது தினமும் அவர் விதவிதமான காட்சிகளைப் பார்ப்பார். பல நோய்களால் அவதிப்படும் நோயாளிகளின் உறவினர்கள் ஜைனுல்லா புதீனிடம் ஆசி பெற வெளியே காத்திருப்பார்கள். அவர்கள் கையில் நீர் நிரம்பிய ஒரு பாத்திரம் இருக்கும். அதில் தன் விரல்நுனியை நனைத்துப் பிரார்த்தனை செய்வார் ஜைனுல்லா புதீன். நம்பிக்கையோடு அந்தப் பாத்திரத்தை வீட்டுக்கு எடுத்துச் சென்று நோயாளிகளுக்குக் கொடுப்பார்கள். இந்தத் தெய்வீக மருத்துவமுறை உண்மையிலேயே பலன் கொடுத்ததால் அக்கம் பக்கத்தில் இயற்கை மருத்துவர் என்கிற பெயர் ஜைனுல்லா புதீனுக்குக் கிடைத்தது.

ஆனால் அதே தண்ணீரால் அவருடைய வாழ்க்கை அடிக்கடி கரை ஒதுங்கியதும் நடந்தது. படகுகட்டும் தொழிலில் ஈடுபட்ட ஜைனுல்லாபுதீன் தனியாகப் படகு ஒன்றும் வைத்திருந்தார். ராமேஸ்வரத்திலிருந்து தனுஷ்கோடி வரை செல்லும் பயணிகள் படகாக அதை இயக்கி வந்தார். இந்த வருமானம் நீண்டநாள் நீடிக்கவில்லை. எப்போது புயல் உருவானாலும் அது தனுஷ்

கோடியைத் தொடாமல் கரையைக் கடக்காது. அப்படியொரு பேய்ப்புயலில் தன் படகை இழந்தார் ஜைனுல்லாபுதீன். அந்த நெருக்கடியில் அவருக்கென்று இருந்த சிறு தென்னந்தோப்பு தான் கை கொடுத்தது. அது மசூதி தெருவிலிருந்து நான்கு கிலோ மீட்டர் தள்ளி இருந்தது.

ராமேஸ்வரத்தில் நடந்த பஞ்சாயத்துத் தேர்தலில் கலாமின் தந்தை வெற்றி பெற்று பஞ்சாயத்து வாரியத் தலைவர் ஆனார். அதாவது 20,000 ராமேஸ்வர மக்களின் ஒரே தலைவன். நல்ல மனிதர், எல்லா மக்களுக்கும் நெருக்கமானவர் என்பதால் மிகச் சுலபமாக அத்தேர்தலில் வெற்றி பெற்று ஊரின் பெரிய மனிதர் ஆகமுடிந்தது. இதனால் நாலு சுவற்றுக்குள் பஞ்சப்பாட்டில் வாழ்க்கை ஓடினாலும் வீட்டுக்கு வெளியே கௌரவத்துடன் வாழ முடிந்தது.

கலாமின் மூத்த சகோதரி ஜொகராவுக்கும் ஜலாலுதீன் என்கிற ஒரு நல்ல மனிதருக்கும் திருமணம் நடந்தது. அறியாச் சிறுவனாக இருந்த கலாமை வழி நடத்தியவர் இவர். வாழ்க்கையில் என்னென்ன செய்யவேண்டும் என்னென்ன செய்யக்கூடாது என்று அனைத்து நெளிவு சுளுவுகளையும் கலாமுக்குக் கற்றுத் தந்தார் ஜலாலுதீன். இருவருக்கும் இடையே 15 வயது வித்தியாசம். ஆனால் இருவரின் பழக்கத்திலும் உரையாடல்களிலும் அதை உணரமுடியாது. தினமும் மாலை வேளையில் கலாமும் ஜலாலுதீனும் மசூதி தெருவில் ஆரம்பித்து கடற்கரைப் பகுதியில் நீண்டநேரம் நடந்து கடைசியாக சிவன் கோயிலில் வந்து நிற்பார்கள். கோயில் மணியோசையின் பின்னணியில் இருவரும் நீண்டநேரம் ஆன்மிகம் பேசிக்கொண்டிருப்பார்கள்.

தமக்குச் சரியான பள்ளிவாழ்க்கை அமையாததால் கலாமை எந்நேரமும் ஊக்கப்படுத்திக்கொண்டே இருப்பார் ஜலாலுதீன். ஏட்டுக் கல்வி ஞானம் இல்லையே தவிர ஜலாலுதீன் அறிவுக் கொழுந்து. எதைப் பற்றி வேண்டுமானாலும் அவரால் மூன்று மணிக்கணக்கில் பேசமுடியும். அவருடைய இந்த விசால அறிவு கலாமுக்குப் பலவகையில் உதவியது. பாடப்புத்தங்களுக்கு அப்பால் உள்ள உலகத்தைக் கலாமுக்குக் காண்பித்துக் கொண்டு இருந்தார் ஜலாலுதீன். நூலகப் பயன்பாடு பற்றிப் போதித்து புத்தகங்களே பழியெனக் கிடக்குமளவுக்கு கலாமை தீர்க்கமான திசையில் திருப்பிய பெருமையும் ஜலாலுதீனையே சேரும்.

குடும்ப பாரத்தைச் சுமப்பதிலும் கலாம் பின்வாங்கியதில்லை. ஒருசமயம் புளியங்கொட்டைக்கு ராமேஸ்வரத்தில் கடும் கிராக்கி. உடனே கலாமை இந்த வியாபாரத்தில் ஈடுபடவைத்தார் ஜைனுல்லாபுதீன். நேரம் கிடைக்கும்போதெல்லாம் கலாம், மசூதி தெருவில் உள்ள மளிகைக் கடையில் புளியங்கொட்டை விற்று வந்தார். நாள் முழுக்க விற்றால் ஒரு அணா கிடைக்கும்.

மின்சார வசதி இல்லாத ஊர் ராமேஸ்வரம். கலாம் தன் பள்ளிப் படிப்பு முழுக்க மண்ணெண்ணெய் விளக்கு வெளிச்சத்தில்தான் படித்தார். இரவு ஏழு மணி முதல் 9 மணிவரை மட்டுமே விளக்கு வெளிச்சம் வீட்டில் இருக்கும். அதற்கு மேல் விளக்கை எரிக்க மண்ணெண்ணெய் கைவசம் இருக்காது. பார்த்துப் பார்த்து செலவு செய்வார் ஜைனுல்லாபுதீன்.

அப்போது கலாம் பஞ்சாயத்துப் பள்ளிக்கூடத்தில் படித்து வந்தார். 1936ம் ஆண்டு. மாணவன் கலாமின் புத்திக்கூர்மையும், திறனும் கண்டு மிக மகிழ்ந்து போனார் கலாம் ஆசிரியரான முத்து ஐயர். அவர் ஒருநாள் கலாமின் தந்தை ஜைனுல்லாபுதீனிடம், 'உங்கள் மகனைப் பத்திரமாகப் பார்த்துக்கொள்ளுங்கள். எங்கள் பள்ளியின் மிகச்சிறந்த மாணவன் அவன்' என்று வீடு தேடி வந்து சொல்லிவிட்டுப் போனார். ஒருமுறை கலாம் பள்ளிக்குச் செல்லாதபோது முத்து ஐயர் நேராகக் கலாமின் வீட்டுக்கே வந்து விசாரித்துவிட்டுப் போனார்.

கலாமின் தாயாருக்கு உள்ளமெல்லாம் மகிழ்ச்சி. அன்றைக்கு எல்லோருக்கும் கமகமக்கும் கேசரி அல்வா செய்து கொடுத்தார். மகனின் படிப்புக்குப் பங்கம் வரக்கூடாது என்று இரவு பதினோரு மணிவரை விளக்கு எரிய தன் கணவரிடம் அனுமதி வாங்கினார் ஆஷியம்மா. இதனால் வீட்டில் எல்லோரும் சீக்கிரம் தூங்கினாலும் கலாம் மட்டும் விளக்கொளியில் படித்துக்கொண்டு இருப்பார்.

கலாமின் படிப்பறிவு மெச்சத்தகுந்ததாக இருந்தபோதும் அவர் கையெழுத்துப் பார்க்கக் கண்ணில் ஒற்றிக்கொள்ளும்படி இருக்காது. சிறுவன் என்றாலும் இந்த வயதில் கையெழுத்தில் அசட்டையாக இருந்துவிட்டால் காலம் முழுக்கக் கோழிக் கிறுக்குதான் கிறுக்கவேண்டும் என்று கலாமுக்குக் கையெழுத்தில் தனிப்பயிற்சி கொடுத்தார் முத்து ஐயர்.

ஒருநாள் வீட்டில் மண்ணெண்ணெய் வெளிச்சத்தில் சத்தமாகப் பாடம் படித்துக்கொண்டிருந்தார் கலாம். இப்படித்தான் அவர் படிப்பார். அப்போதுதான் பாடம் மனனம் ஆகும். திருட்டுப் பயம் இல்லாத ஊர் என்பதால் கலாம் வீட்டுக் கதவு திறந்து வைக்கப்பட்டிருந்தது. வீட்டில் அப்பா இல்லை. அம்மா தொழுகையில் இருந்தார்.

ஒருவர் வீட்டுக்குள் நுழைந்தார். கலாமிடம் விசாரித்தார். அம்மாவைக் கூப்பிட்டார். அவரோ தொழுகையிலிருந்து பாதியில் எழ வழியில்லாத அளவுக்கு இறைவனிடம் தன்னை ஒப்படைத்திருந்தார். வந்தவர் ஜைனுல்லாபுதீனைக் காண வந்திருந்தார். அவர் கையில் ஒரு தாம்பூலத்தட்டு இருந்தது.

'தம்பி, வா இங்கே. இந்தத் தாம்பூலத் தட்டை நீ வாங்கிக்கொள்' என்றார். கலாம் திரும்பி தன் தாயைப் பார்த்தார். எந்த அசைவும் இல்லாமல் அவர் தொடர்ந்து தொழுகையில் இருந்தார். கலாம் அந்தப் பரிசுப்பொருளை வாங்கிக் கட்டிலில் வைத்தார். வந்தவர் மகிழ்ச்சியோடு திரும்பிச் சென்றார்.

ஜைனுல்லாபுதீன் வீட்டுக்குள் வந்தபோது கலாம் நடந்ததைச் சொன்னார். தாம்பூலத் தட்டில் விலையுயர்ந்த வேட்டி, அங்க வஸ்திரம், பழங்கள், இனிப்பு பாக்கெட் எல்லாம் இருந்தன. கூடவே துண்டு காகிதமும் இருந்தது. அதாவது வந்தவர் தனது காரியம் ஒன்று நடைபெறுவதற்காக ஜைனுல்லாபுதீனுக்கு லஞ்சம் கொடுத்திருக்கிறார்.

ஜைனுல்லாபுதீனுக்குத் தறிகெட்டுக் கோபம் வந்தது. தாறுமாறாகக் கலாமைத் திட்ட ஆரம்பித்தார். யாரைக் கேட்டு வாங்கினாய் என்கிற ஆத்திரக் கேள்விக்கு கலாமால் அழுகையையே பதிலாகத் தரமுடிந்தது. முதுகில் ஓர் அடியும் விழுந்தது.

கோபம் தணிந்தபின்பு கலாமை அருகில் அழைத்தார் ஜைனுல்லாபுதீன்.

இதுபோன்ற பரிசுப்பொருள்களைத் தருபவர்கள் ஒரு குறுகிய நோக்கத்தோடு செயல்படுகிறவர்கள். நம்மைப் போன்றவர்கள் இப்படிப்பட்ட நோக்கங்களுக்கு அடிமையாகிவிடக்கூடாது. உள்நோக்கத்துடன் பரிசுகளைப் பெறுவது நாம் செய்யக்கூடிய மிகப் பெரிய தவறு. வெகுமதிகள் பிரதிபலன் எதிர்பார்த்து

நமக்குக் கொடுக்கப்படுகின்றன. இதுவே நீ வாங்கும் கடைசிப் பரிசுப் பொருளாக இருக்கட்டும்.'

இரண்டாம் உலகப் போரின்போது ராமேஸ்வரத்தில் நெருக்கடி நிலை பிரகடனப்படுத்தப்பட்டது. இதனால் ராமேஸ்வரத்தில் ரயில் நிற்பது தடை செய்யப்பட்டது. கலாமின் ஒன்றுவிட்ட சகோதரர் சம்சுதீன் செய்தித்தாள் விற்கும் முகவர். சுதேசமித்திரன், தினமணி ஆகிய நாளிதழ்களின் முகவர். ராமேஸ்வரத்தில் ஆயிரம் பேர் (மட்டுமே) பேப்பர் படிப்பார்கள். ராமேஸ்வர ரயில் நிலையத்தில் ரயில் செல்லச் செல்லச் செய்தித்தாள்களை வீசும் வேலையில் கலாமை ஈடுபடுத்தினார். அதற்கு அவருக்குச் சம்பளமும் வழங்கப்பட்டது. மீண்டும் ஓர் அணா வருமானம்.

அது ஒரு கடினமான காலம். வேலைக்காகச் சகோதரர் இலங்கை சென்றதால், ராமேஸ்வரத்தில் இவ்விரு பத்திரிகைகளையும் விநியோகிக்கும் பொறுப்பைக் கலாம் ஏற்க நேர்ந்தது. அதிகாலையில் எழவேண்டும். சோம்பல் முறிக்க நேரம் கிடையாது.

கலாமின் குடும்பம் பெரியது. அப்போதே கலாமின் மூன்று சகோதரர்களுக்குத் திருமணம் ஆகியிருந்தது. கலாம் வீட்டில் எப்போதும் மூன்று தொட்டில்களில் குழந்தைகள் தூங்குவதைப் பார்க்கலாம். காலை நான்கு மணிக்கு எழுந்து உடனே குளித்துவிடுவார் கலாம். அடுத்த நிமிடம் வீட்டில் இருக்க மாட்டார். கணித வகுப்புக்குச் சென்றுவிடுவார். குளிக்காத எந்த மாணவனையும் அனுமதிக்க மாட்டார் அவருடைய கணித ஆசிரியர். படிப்பில் ஆர்வம் உள்ள ஐந்து மாணவர்களுக்கு மட்டும் அந்த அதிகாலையில் டியூஷன் எடுப்பார். அதில் ஒருவர் கலாம்.

காலை 5.30 மணிக்கு வீடு திரும்புவார் கலாம். உடனே அவர் தந்தை மசூதிக்கு அழைத்துச் சென்றுவிடுவார். ஆறு மணி ஆனதும் ரயில் நிலையத்துக்கு ஓடுவார். ரயிலுக்கு செய்தித்தாள் வழங்கிய கையோடு குறிப்பிட்ட சில வீடுகளுக்கும் தவறாமல் செய்தித்தாள் விநியோகம் செய்யவேண்டும். நேரம் சரியாக இருக்கும். வீட்டுக்குத் திரும்பியவுடன் பள்ளிக்கு ஓடவேண்டும். அங்கிருந்து நேராக மைதானத்துக்கெல்லாம் விளையாடப் போகமுடியாது. காலையில் போட்ட பேப்பருக்கு மாலையில்

பணம் வசூலித்தாகவேண்டும். ஆனாலும் கலாம் அலுத்துக் கொண்டதோ, சலித்துக் கொண்டதோ கிடையாது. தரப்பட்ட வேலையை கரெக்டாக முடிக்கவேண்டும் என்பதில்தான் கவனமாக இருப்பார்.

இயல்பிலேயே அறிவைப் பெருக்கிக்கொள்ள வேண்டும் என்கிற எண்ணம் கலாமிடம் உண்டு. இதற்காகக் கண்ணையும் காதையும் தீட்டி வைத்திருப்பார். தமக்குத் தெரியாத எந்த ஒரு விஷயமாக இருந்தாலும் சிறிது நேரம் செலவழித்து அதைப் பற்றித் தெரிந்துகொள்வார்.

அப்போது (1944) இரண்டாவது உலகப் போர் நடந்து கொண்டிருந்தது. மாணவனாக இருந்த கலாம், தினமும் செய்தித்தாள்களைப் பிரித்து வைத்துக்கொண்டு உலகப் போர் குறித்த செய்திகளைக் கவனமாகப் படிப்பார். முதலில் தினமணி நாளிதழை எடுத்து ஸ்பிட்ஃபயர் ஃபைட்டர் விமானம், லுஃப்ட்வாஃப் விமானத்துக்கு எதிராக எப்படி சண்டை போட்டது என்பதை வரி விடாமல் வாசிப்பார்.

அப்போது உலகமே ஸ்பிட்ஃபயர் விமானம் பற்றிப் பரபரப்பாகப் பேசிக்கொண்டிருந்தது. முதல் உலகப் போருக்குப் பின்னால் உலகில் பல நாடுகளில் விமானப்படை நிரந்தர அம்சமாகியது. போட்டிப் போட்டுக்கொண்டு ரகம்ரகமான போர் விமானங்கள் உருவாக்கப்பட்டன. அவற்றில் ஒன்று, ஸ்பிட்ஃபயர். அப்போது மேலும் மேலும் சக்தி கொண்ட போர் விமானங்கள் உருவாக்கப்பட்டு வந்தன. இன்றைக்கும் உலகின் மிகச்சிறந்த போர் விமானம் என்று பேசப்படும் அந்த விமானத்தின் இந்திய விசிறியாக இருந்தார் கலாம். தினம்தினம் தினமணியில் எழுதப்படும் அதன் வீரபராக்கிரமங்களை மனத்தில் பதிய வைத்துப் பள்ளியில் நண்பர்களிடம் அதைப் பற்றிப் பேசுவார் கலாம். விமானவியலில் மோகம் கொண்டு கலாம் அலைந்ததற்கு ஸ்பிட்ஃபயர் விமானம் முழுமுதற் காரணம்.

போர் விமானங்களுக்கு இணையாகச் செய்தித்தாள்களில் இடம் பிடித்த உலகத் தலைவர்கள் புகைப்படங்களும் அவர்களைப் பிரதானப்படுத்தி வரும் செய்திகளும்வேறு கலாமை உசுப்பேற்றியது. நண்பர்களிடம் சொன்னார், 'பார், என் பெயரும் புகைப்படமும் இதேபோல செய்தித்தாள்களில் இடம்பெறும் நாள் நிச்சயம் வரும்.' பத்து வயதில்தான் இத்தனைப் பேச்சு.

பள்ளியில் ராமநாத சாஸ்திரிகள், அரவிந்தன், சிவபிரகாசன் என்பவர்கள் கலாமின் உற்ற நண்பர்கள். சுத்தமான முஸ்லிமான கலாம் வகுப்புக்குத் தொப்பி அணிந்து செல்வார். பூணூல், குடுமியோடு ராமநாத சாஸ்திரி அவர் அருகே அமர்ந்திருப்பார்.

கலாமின் வகுப்பு ஆசிரியருக்கு இவர்கள் இருவரும் ஒட்டி உறவாடிக்கொண்டு அமர்ந்திருப்பது கடும்கோபத்தை உண்டு பண்ணியது. கடுமையாகக் கண்டித்து கலாமை கடைசி பெஞ்சுக்கு அனுப்பினார். கலாமை தன்னருகில் இருந்து பிரித்ததைக் கண்டு நாள் முழுக்க அழுதுகொண்டிருந்தான் ராமநாதன்.

ஆனால் இந்தப் பிரச்னையை இருவரின் தந்தைகளும் லேசில் விடவில்லை. ராமேஸ்வர மண்ணில் இதுபோன்ற பிரிவினை களுக்கு இடம் கிடையாது. அடுத்தநாளே இருவரும் பள்ளிக்குச் சென்று அந்த ஆசிரியரை லெஃப்ட் அண்ட் ரைட் வாங்கினார் கள். 'பிஞ்சுகளின் மனத்தில் விஷத்தை விதைக்காதீர்கள். மதம், ஜாதி பார்க்காமல் பழகும் பூமி இது. இங்கு இப்படியொரு அவலம் வேண்டாம். நடந்ததற்கு மன்னிப்புக் கேளுங்கள். அல்லது வேறு ஊருக்கு மாற்றிப் போங்கள்'.

பிற்காலத்தில் கலாம் எந்த மேடையேறினாலும் ஓர் ஆசிரியரைப் பற்றிக் குறிப்பிடாமல் இருந்தது கிடையாது. அந்த அளவுக்குச் சிறிய வயதில் கலாமின் மிகப்பெரிய ரோல்மாடலாக இருந்த ஆசிரியர், சிவசுப்ரமணி ஐயர்.

இவர் ஒரு சமஸ்கிருத அறிஞர். கலாமின் அறிவியல் மற்றும் கணித அறிவுக்கு இவர்தான் குரு. கலாமின் கற்பூரப் புத்தி அறிந்து கலாமிடம் எப்போதும் சினேகமாகப் பேசுவார். 'நீ உன் வாழ்க்கையை ராமேஸ்வரத்தோடு முடித்துக்கொள்ளக்கூடாது. பெரிய நகரங்களில் உள்ள கல்வி நிலையங்களில் படிக்கும் அளவுக்கு மதிப்பெண்கள் பெறவேண்டும். ராமேஸ்வரத்துக்கு அப்பால் யோசிக்கப் பழகு.' என்பார்.

ஒவ்வொருவாரமும் திங்கள்கிழமை காலை முதல் வகுப்பில் மகாத்மா காந்தி, ஆதிசங்கரர், இயேசு கிறிஸ்து, ஐன்ஸ்டீன், சர்.சி.வி.ராமன் ஆகியோரைப் பற்றியும் திருக்குரான், பகவத் கீதை பற்றியும் சொல்லிக் கொடுப்பார் ஐயர். கலாமுக்குக் கீதையில் அளப்பரிய ஆர்வம் ஏற்பட ஐயரின் போதனைகள் பெரிய தூண்டுதல்.

கலாம் வகுப்பில் மாணவர்கள் எல்லோரும், கணிதத்தில் 40 மதிப்பெண்களுக்கு மேல் அதிகமாக எடுக்கத் தட்டுத்தடுமாறி னார்கள். 'மற்ற பாடங்களில் சர்வசாதாரணமாக 80 சதவிகித மதிப்பெண்கள் எடுக்கிறீர்கள். கணிதம் மட்டும் ஏன் வேப்பங் காயாக கசக்கிறது' என்று கேட்டார் ஐயர். அடுத்தநாளிலிருந்து கணிதத்தை வேறு விதமாக, இன்னும் எளிமையாக நடத்த ஆரம்பித்தார். தினமும் தவறாமல் வீட்டுப் பாடம் கொடுத்தார். கலாம் உள்பட நிறைய மாணவர்கள் 90 சதவிகித மதிப்பெண்கள் பெற்றனர்.

ஒருமுறை பள்ளியில் பறவைகள் பறத்தலின் அறிவியல் பற்றிப் பாடம் நடத்திக்கொண்டிருந்தார் சிவசுப்ரமணிய ஐயர். மற்ற மாணவர்களுக்கு எப்போது அந்தப் பாடம் முடியும் என்று இருந்தது. ஆனால் கலாமுக்கு நிறைய ஆர்வமும் கேள்விகளும் குழப்பங்களும் இருந்தன. ஆசிரியரின் அருகில் சென்று, 'எனக்குப் புரியவில்லை ஐயா' என்றார்.

உடனே கலாமை கடற்கரைக்கு அழைத்துச் சென்றார் ஐயர். ராமேஸ்வரத்திலிருந்து 80 கி.மீ தொலைவில் காஞ்சிரங்குளம் என்றொரு பறவைகள் சரணாலயம் உள்ளது. எனவே கடற்கரை யில் எப்போதும் நூற்றுக்கணக்கான பறவைகள் சிறகுகளை அழகாக விரித்தபடிப் பறந்து திரிந்துகொண்டிருக்கும். அதைக் காண்பித்து அறிவியல் சொல்லிக்கொடுத்தார்.

'கலாம், ஒரு பறவை எப்படி மேலே பறக்கிறது தெரியுமா? காற்றுப் படலத்தை மேல் நோக்கித் தள்ளும் விசைக்கு, ஏற்றவிசை (Lift) என்று பெயர். பறவைகளின் இறக்கை வடிவம் காரணமாக அவற்றால் ஏற்றவிசையை அதிகரிக்கச் செய்ய முடிகிறது. இறக்கைகளாலும் முன்னோக்கி உந்துவதாலும் உருவாவதே ஏற்றவிசை. இந்த ஏற்றவிசை புவி ஈர்ப்பு விசையை ஈடுகட்டுவதால் பறவை மேலே அந்தரத்தில் அப்படியே நிற்கிறது. கீழே விழுவதில்லை. இதன்மூலமாக உனக்கு என்ன தெரிய வருகிறது?'

'காற்று இல்லாத இடத்தில் பறவையால் பறக்கமுடியாது.'

'மிகச்சரி. இங்கே இன்னொரு கேள்வி உன்னிடத்தில் இருக்கும். பறவையால் எப்படி கீழிலிருந்து மேலே செல்ல முடிகிறது? சொல்கிறேன் கேள். பறவை தன் இறக்கைகளை மேலும் கீழும்

அசைப்பதால் அதனால் பறக்க முடிகிறது. அதாவது பறவை தன் இறக்கைகளைக் கீழ்நோக்கி அசைக்கும்போது அதற்குள்ளே மாட்டிக்கொண்ட காற்றின் அழுத்தம் அதிகரிக்கிறது. இதுவே பறவையை மேல்நோக்கித் தள்ளுகிறது. சரி, நான் சொன்னதை வைத்து பறவை எப்படி முன்னோக்கிச் செல்கிறது என்று சொல் பார்ப்போம்.'

'ஏற்ற விசையினால்.'

'சரிதான். அதை விளக்கமாகச் சொல்லவேண்டுமென்றால் ஒரு பறவை பறக்கும்போது தன் கால்களைப் பின்னுக்குத் தள்ளி வயிற்றை உந்துகிறது. கூடவே இறக்கைகளையும் படபடவென அடித்துக்கொள்ளும்போது மேலே நகர்கிறது. அப்போது புவி ஈர்ப்பை எதிர்கொள்ள ஏற்றவிசை உதவி செய்கிறது.'

முதலில் பறவை பறத்தலின் அறிவியலைச் சொல்லிவிட்டு விமானத்துச் செல்வார் ஐயர். பாடப்புத்தகங்களைத் தாண்டிய அறிவை ஒவ்வொரு நாளும் ஐயரிடம் அமர்ந்து பேசுவதால் நிறையப் பெற்றார் கலாம். இரண்டு பேரும் ஆசிரியர்-மாணவன் என்கிற பாகுபாடு இல்லாமல் நண்பர்கள்போலச் சரளமாகப் பேசிக்கொள்வார்கள். பெரும்பாலும் ஐயர் பேசிக்கொண்டிருப் பார். அதேசமயம் கலாமிடம் நிறைய துணைக்கேள்விகள் கேட்பார். கலாமை யோசிக்க விடுவார். இதுதான் அறிவியல், இதை இப்படிப் புரிந்துகொள்ளவேண்டும் என்று நுணுக்கமாகச் சொல்லிக்கொடுப்பார்.

கலாம் வயது கொண்ட சிறுவர்கள் பள்ளி விட்டவுடன் மைதானத்துக்கு ஓடும் நேரத்தில் கலாம் இரண்டு வேலைகள் செய்வார். செய்தித்தாள் பண வசூல் செய்வது. அதுவும் இல்லா விட்டால் ஐயரைத் தேடிப் போவது.

ஒவ்வொரு நாளும் சிவசுப்ரமணிய ஐயர் மூன்று முறை சந்தியாவந்தனம் செய்வார். பாகவதம் படிப்பார். ஆனாலும் அவர் கலாம் விஷயத்தில் மத, இன வேறுபாடு எதையும் காண்பித்தது கிடையாது.

ஒருமுறை சிவசுப்ரமணிய ஐயர் வீட்டுக்குக் கலாம் சென்றபோது அவரை உணவு உண்ண அழைத்தார் ஆசிரியர். ஆனால் தலையில் தொப்பி மாட்டிக்கொண்டு வீட்டுக்கு வந்த வேற்று மதத்துப் பையனுக்கு உணவு பரிமாறமுடியாது என்று மறுத்துவிட்டார்

ஐயரின் மனைவி. கலாம் மனம் நோகக்கூடாது என்று அவர் முன்னிலையில் ஐயர் தன் மனைவியைக் கடிந்துகொள்ள வில்லை. கலாமை அமரவைத்துத் தானே பரிமாறிச் சாப்பிட வைத்து அனுப்பினார்.

அடுத்தவாரம் கலாமை மீண்டும் வீட்டுக்கு அழைத்தார் சிவசுப்ர மணிய ஐயர். கடந்த முறை பட்ட காயம் கலாமுக்கு இன்னும் ஆறியிருக்கவில்லை.முகத்திலேயே தயக்கத்தைக் காட்டிய கலாமிடம், 'நீ கட்டாயம் வருகிறாய்' கண்டிப்பாகச் சொல்லி விட்டுப் போய்விட்டார் ஐயர். ஆசிரியரின் அழைப்பைத் தட்ட முடியாமல் பயந்துகொண்டே சென்றார் கலாம். அங்கே கலாமுக்கு உணவு பரிமாறத் தயாராக இருந்தார் ஐயரின் மனைவி. ஆசாரமான மனைவியின் மனத்தையும் அன்பு மாணவனுக்காக மாற்றியிருந்தார் ஆசிரியர்.

பறவைகளின் பறத்தல் அறிவியல் அறிந்தபிறகு கலாமுக்கு விமானவியல்மீது அதிகப் பிடிப்பு ஏற்பட்டது. இதுகுறித்து ஒருநாள் ஐயரிடம் ஆலோசனை கேட்டார்.

ஐயர் தெளிவாகக் கலாமுக்கு ரூட் போட்டுக் கொடுத்தார்.

'பெரிய கல்வி நிறுவனங்களில் படிக்கவேண்டும் என்றால் அதற்கேற்ற தயாரிப்புகள் இருக்கவேண்டும். ராமேஸ்வரத்தில் இப்போது உயர்நிலைப் பள்ளி எதுவும் கிடையாது. ராமநாத புரம் ஸ்வார்ட்ஜ் உயர்நிலைப் பள்ளியில் படிக்கும் மாணவர்கள் அதிகத் தேர்ச்சி பெறுகிறார்கள், நல்ல நிலைமைக்கு உயர் கிறார்கள். அங்கே செல். அங்கிருந்து படிப்படியாக உன் லட்சியத்தை எட்டலாம்.'

பொக்கிஷத்துக்கு மதிப்பான ஓர் அறிவுரை. அதுவரைக் கலாம் ராமேஸ்வரத்தைத் தாண்டிச் சிந்தித்துக்கூடக் கிடையாது. அனு மதிக்காகத் தந்தையிடம் போய் நின்றார் கலாம்.

ஜைனுல்லாபுதீனைப் பொறுத்தவரை உலகம் என்றால் அது ராமேஸ்வரம் மட்டும்தான் என்று நினைத்துக்கொண்டிருந்தார். ராமேஸ்வரத்தைத் தாண்டி இத்தனைநாளும் தாம் சிந்திக்க வில்லையே. ஆனால் என் மகன் இத்தனை இளவயதில் பெரிய கனவுகளோடு கல்வியே பிரதானம் என்று என் முன்வந்து நிற்கிறானே என்று கலாமை நினைத்துப் பெருமைப்பட்டார். கலாமை அருகே அமரவைத்துத் தலையைக் கோதிவிட்டார்.

எங்கே அப்பா தன் ஆசைக்குக் குறுக்கே நின்றுவிடுவாரோ என்று எண்ணிப் பயந்துகொண்டிருந்த கலாமை சகஜநிலைமைக்குக் கொண்டுவந்து பிறகு தன் முடிவைச் சொன்னார்.

'கலாம், ராமேஸ்வரத்தில் இருக்கும் நாங்கள் யாரும் அங்கு உன்னுடன் வந்து இருக்கமுடியாது. ராமநாதபுரத்தில் நீயேதான் தனியே சமாளித்துக்கொள்ளவேண்டும். மற்றபடி உன் ஆசைகள் நிறைவேறுவதற்காக என்னால் முடிந்த எல்லாவற்றையும் செய்கிறேன்.'

கலாம், ராமநாதபுரப் பள்ளியில் படிக்கவேண்டிய அவசியத்தை சிவசுப்ரமணிய ஐயர் கலாமின் தந்தையிடம் வலியுறுத்திச் சொல்லியிருந்ததால் அனுமதி சுலபமாகக் கிடைத்துவிட்டது. கலாம், அவர் நண்பர்களான சம்சுதீன், அஹமத் ஜலாலுதீன் ஆகிய மூவரும் ஒன்றாக ராமநாதபுரம் சென்று ஸ்வார்ட்ஜ் பள்ளியில் இணைந்தார்கள்.

ராமநாதபுரம் மேல்நிலைப்பள்ளியில் கலாமுக்கு நிறையவே தாழ்வு மனப்பான்மை உண்டானது. ராமேஸ்வரம் பள்ளியைப் போலில்லாமல் ராமநாதபுரம் பள்ளியின் சூழலே வேறுமாதிரி இருந்தது. ஸ்வார்ட்ஜ் பள்ளி மாணவர்கள் பளிச் உடையில் இருந்தார்கள். எல்லோருக்கும் திறமையாக ஆங்கிலத்தில் உரையாடத் தெரிந்தது. இதனால் தன் நண்பர்கள் தவிர வேறு யாரிடமும் பழகாமல் தனித்து இருந்தார் கலாம்.

அடுத்த கவலை, மதிப்பெண். என்ஜினியரிங் கல்லூரியில் தனக்கு இடம் கிடைக்கவேண்டுமென்றால் அதற்குரிய மதிப்பெண்கள் தேவை. ஆனால் ஸ்வார்ட்ஜ் பள்ளியில் பல மாணவர்கள் கலாமைவிட அதிபுத்திசாலிகளாக இருந்தார்கள்.

கலாமுக்கு ராமேஸ்வரத்தில் ஒரு சிவசுப்ரமணிய ஐயர் கிடைத்ததுபோல ராமநாதபுரத்தில் ஒரு அய்யாதுரை சாலமன் கிடைத்தார். வாய்ப்புக் கிடைக்கும்போதெல்லாம் கலாமுக்கு போதனைகள் சொல்லிக்கொடுப்பார் அவர். கலாமைத் தன் மாணவனாகக் கருதாமல் மகனாகவே கருதி நேசித்து வந்தார்.

பள்ளி விடுமுறை நாள்களில் ஊருக்கு வரும்போது அண்ணன் முஸ்தஃபாவின் மளிகைக்கடையைப் பார்த்துக்கொள்ளவேண்டி யது கலாமின் பொறுப்பு. அரிசி, பருப்பைவிடவும் அங்கு அதிக மாக பீடி, சிகரெட்தான் விற்பனை ஆகும். பிறகு தம்பி காசி

முகமதுவுடன் சேர்ந்து கடற் சங்கினால் செய்யப்பட்ட விதவித மானப் பொருள்களை விற்பார் கலாம். கலாமின் சிறிய வயதில் மற்ற பிள்ளைகளைப் போல அவர் ஒருபோதும் சாவகாசமாக மைதானத்தில் விளையாடியது கிடையாது. பள்ளி முடிந்தவுடன் புத்தக மூட்டையை இறக்கிவிட்டுக் குடும்பப் பாரத்தைச் சுமப்பது வாடிக்கையாகவே ஆகிப்போனது.

அந்தச் சமயத்தில் இந்தியா ஆங்கிலேயர்களிடமிருந்து விடு பட்டது. ஆசிரியர் அய்யாதுரை சாலமன், கலாமைத் தன் வீட்டுக்கு அழைத்துச் சென்றார். இரவு நேரு நாட்டு மக்களுக்கு ஆற்றிய சுதந்தர உரையைக் கேட்டார் கலாம். அவருக்குச் சிலிர்த்துப் போனது. அதைவிடப் பெரிய செய்தியாக இருந்தது அடுத்தநாள் செய்தித்தாளில் அவர் கண்ட செய்தியும் கண்ட புகைப்படங்களும்.

ஒரு புகைப்படத்தில் நேரு மூவர்ணக் கொடியைப் புன்னகை யுடன் ஏற்றுகிறார். சரி. காந்தி எங்கே? அதே தினத்தில் வங்காளத் தில் உள்ள நோவாக்கலி கிராமத்தில் நடந்த கலவரப் பகுதி களைப் பார்வையிட காந்தி சென்ற புகைப்படம் வெளியாகி யிருந்தது. வெறுங்காலுடன் இருந்த காந்தியின் புகைப் படத்தைப் பார்த்துப் பார்த்து ஆச்சரியப்பட்டார் கலாம். சுதந்தர நாளன்று கொடியேற்றும் நிகழ்ச்சியில் பங்குபெறாமல் மக்கள் பிரச்னையைக் காணச் சென்ற காந்தியின் மனிதநேயமும், கருணையும், ஆளுமையும் கலாமின் உணர்வுக்குள் கலந்தன.

அப்போது அறிஞர் அண்ணாவின் அலை தமிழகம் முழுக்க அடித்துக்கொண்டிருந்தது. 1949-ல் பெரியாரை விட்டு விலகிய பிறகு அண்ணா தமிழகம் முழுக்கச் சுற்றுப்பயணம் செய்து தமிழக மக்களிடையே திராவிடக் கொள்கைகளைப் பரப்பினார். தினமும் செய்தித்தாள்களில் அண்ணாவின் பேச்சைப் பற்றி அறிந்த கலாமுக்கு அண்ணாவின் பேச்சை நேரில் கேட்கவேண்டும் என்கிற பேராவல் உண்டானது. தன் நண்பர்களிடம் இதுபற்றி விவாதித் தார். நாம் எங்கே தனியாக அவர் பேச்சைப் போய்க் கேட்பது? அவரை நம் பள்ளி விழாவுக்கு அழைப்போம். நிச்சயம் வருவார் என்று கலாமுக்கு யோசனை தெரிவிக்கப்பட்டது.

அப்போது இதைப் பற்றி நினைக்க மிகப்பெரிய தைரியம் வேண்டும். ஆனாலும் அந்த வயதில் இது ஒரு வீரத்தீரச் செய லாக இருந்தது கலாமுக்கு. யோசனை உண்டான அடுத்தநாள்

கலாமும் அவர் நண்பர்கள் சிலரும் சென்னைக்கு ரயில் ஏறினார்கள். கூட வேறு எந்தப் பெரியவர்களையும் சேர்த்துக்கொள்ளவில்லை. பள்ளித் தலைமையாசிரியருக்கும் தகவல் சொல்லவில்லை. சென்னை வந்து இறங்கினார்கள். நாலு பேரிடம் விசாரித்து எப்படியோ அண்ணாவின் வீட்டுக்குச் சென்று அவரைச் சந்தித்தும் விட்டார்கள்.

கை வைத்த பனியன், லுங்கி அணிந்துகொண்டிருந்த அண்ணாவின் எளிமை கலாமை மிகவும் ஈர்த்தது. வந்த விவரத்தைக் கேட்டார் அண்ணா. சொன்னார்கள். 'இப்போது என்னால் வர முடியாதே' என்றார். உடனே கலாம் அண்ட் கோவுக்கு அந்த இடத்திலேயே முகம் வாடியதைக் கண்டு, 'நான் திருவையாருக்கு வருகிறபோது கட்டாயம் உங்கள் பள்ளிக்கு வருகிறேன்' என்று வாக்குறுதி கொடுத்தார் அண்ணா.

ராமநாதபுரத்துக்குப் பத்திரமாகத் திரும்பிய பிறகே கலாமுக்கு உதறல் எடுத்தது. நினைத்ததுபோல அண்ணாவைப் பார்த்துவிட்டோம். ஒருவேளை அவர் பேச வருகிறேன் என்று தகவல் கொடுத்துவிட்டால்? பயந்ததுபோலவே கலாமுக்குத் தகவல் வந்தது. அண்ணா பேச வருகிறார்.

வேறு வழியில்லை. இனியும் மறைக்கமுடியாது. பள்ளித் தலைமையாசிரியரிடம் கலாமும் அவர் நண்பர்களும் நடந்ததைச் சொன்னார்கள். அவ்வளவுதான். தாம் தூம் என்று குதிக்க ஆரம்பித்தார் தலைமையாசிரியர். என்ன செய்யமுடியும். அண்ணா வருவதாகச் சொல்லிவிட்டார். தடுக்கமுடியாது.

ராமநாதபுரம், அண்ணாவைப் பெரும் கரகோஷத்துடன் வரவேற்றது. ஸ்வார்ட்ஜ் பள்ளியிலும் பொதுமக்கள் குவிந்தார்கள். மேடையேறினார் அண்ணா.

'என்ன பேசவேண்டும். சொல்லுங்கள்' என்றார் கம்பீரத்தோடு.

கலாமுக்குப் பதற்றம் அதிகமாகிவிட்டது. இவருக்கு நாம் என்ன ஆணையிடமுடியும்?

ஒருவழியாகக் கலந்து பேசிச் சொன்னார்கள். 'நதிகள் பற்றிப் பேசுங்கள் அண்ணா!'

விரல்நுனியில் தகவல்களை வைத்திருந்தார் அண்ணா. மனித குலம் தோன்றிய நாள் முதல் இன்றுவரை ஒரு மனிதனின்

வாழ்வில் நதிகள் எத்தனைப் பெரிய பங்கு வகிக்கின்றன என்பதை ஒரு சொற்பொழிவாகப் பொழிந்தார்.

கலாம் அளவுக்கதிகமாக உணர்ச்சிவசப்பட்டார். கை வலிக்கக் கை தட்டினார். ஸ்வார்ட்ஜ் பள்ளியில் கலாமின் மறக்கமுடியாத அனுபவமாக அண்ணாவின் வருகையும் பேருரையும் அமைந்தன.

அடுத்ததாக இன்னொரு ஊர் மாற்றம். இண்டர்மீடியட் கல்வி பயில்வதற்காகத் திருச்சியிலுள்ள செயிண்ட் ஜோசப் கல்லூரியில் இணைந்தார் கலாம்.

வழக்கம்போல இந்தக் கல்லூரியிலும் கலாமுக்கு ஓர் சிநேகித ஆசிரியர் கிடைத்தார். அவர் ரெவரெண்ட் ஃபாதர். இன்றைக்கு எந்தச் சம்பவம் நடந்தாலும் கலாம் கவிதை எழுதுவதற்குக் கிரியா ஊக்கியாக இருந்தவர் அவரே. கலாமுக்கு இலக்கியத் தாகம் ஏற்படச் செய்து டால்ஸ்டாய், ஸ்காட், ஹார்டி போன்றவர் களின் படைப்புகள் பக்கம் கலாமை திருப்பினார்.

ரெவரெண்ட் ஃபாதருக்கு இணையாக செயிண்ட் ஜோசப் கல்லூரியில் கலாமுக்காக இன்னொரு ஆசிரியர் இருந்தார் அவர், பேராசிரியர் தோதாத்ரி அய்யங்கார்.

எப்படி சிவசுப்ரமணிய ஐயர் கலாமுக்கு திருக்குரான், பகவத் கீதை போன்ற இறைநூல்களைக் கற்றுத் தந்தாரோ அதுபோலப் பழங்கால இந்திய கணித மேதைகளைப் பற்றி வகுப்பில் பாடம் எடுத்து மாணவர்களிடையே ஓர் எழுச்சியையும் தன்னம்பிக்கை யும் ஊட்டினார் தோதாத்ரி. ஆர்யபட்டா, சீனிவாச ராமானுஜன், பிரம்மகுப்தா, பாஸ்கராச்சார்யா பற்றி அவர் கதைகதையாகச் சொன்னார். குறிப்பாகக் கணிதமேதை ராமானுஜம் பற்றிச் சொன்ன சம்பவங்கள் கலாமை மிகவும் பாதித்தன.

ராமானுஜருக்குக் கணிதம் தவிர வேறு எந்தப் பாடமும் சுட்டுப் போட்டாலும் வராது. சென்னை மெட்ராஸ் போர்ட் டிரஸ்டில் வேலை செய்த அவர் திறமையைக் கண்டு லண்டன் கேம்பிரிட்ஜ் பல்கலைக் கழகம் கணித ஆராய்ச்சிகளை மேற் கொள்ள லண்டனுக்கு அழைத்தது. அவருடைய கணிதக் கட்டுரையையே ஆராய்ச்சி தீசிஸாக எடுத்துக்கொண்டு ராமானுஜருக்கு டிகிரி வழங்குவது என்று டிரினிடி கல்லூரி முடிவுசெய்தது.

இருமுறை கும்பகோணம் அரசினர் கல்லூரியிலும் இருமுறை பச்சையப்பன் கல்லூரியிலும் ஃபெயிலான ராமானுஜன், லண்டன் டிரினிடி கல்லூரியில் பட்டம் பெற்றார்.

இளம்வயதில் பணத்துக்காக அல்லாடியபோதும் ராமானுஜர் மனத்தில் ஒரேயொரு கொள்கை, குறிக்கோள்தான் இருந்தது. தன் திறமைக்கு உலகளாவிய அங்கீகாரம் கிடைக்கவேண்டும். தன் கண்டுபிடிப்புகளைக் கணித உலகம் மதிக்கவேண்டும்.

அதேபோல அவர் வாழும் காலத்திலேயே கணிதத்தில் 20-ம் நூற்றாண்டின் மிக முக்கியமான பங்களிப்பு ராமானுஜரிட மிருந்துதான் வந்துள்ளது என்று கணித உலகம் ஒப்புக் கொண்டது.

ஈரோட்டில் பிறந்து கும்பகோணத்தில் வளர்ந்து இளம்வயதில் இறந்துபோனாலும் தான் நினைத்ததுபோலக் கணிதத்தில் ராமானுஜர் சாதித்துவிட்டார். ஆக, சாதிக்க வேண்டுமென்றால் என்றால் சில்வர் ஸ்பூனோடு பிறக்கவேண்டியதில்லை என்பதை நிரூபித்துவிட்டார்.

அதேபோலச் சென்னைப் பல்கலைக் கழகம் ராமானுஜருக்கு வழங்கிய ஸ்காலர்ஷிப் பணத்தில் பெரும்பகுதியை ஏழை மற்றும் அனாதைக் குழந்தைகளது கல்விக்காகச் செலவிட்டார். வறுமையிலும் தவறாத ஈகைக் குணம்.

திருச்சி ஜெயிண்ட் ஜோசப் கல்லூரியிலேயே பி.எஸ்.சி இயற் பியல் பட்டப்படிப்புக்கு விண்ணப்பித்தார் கலாம். முதல் முதலாக விஞ்ஞானம் ஆர்வம் வந்ததும் அந்தக் கணங்களில் தான். Atomic Physics பாடம் நடத்தப்படும்போது கலாமுக்கு அந்தப் பாடத்தின்மீது அதீத ஆர்வம் ஏற்பட்டது. நியூட்ரான், ஹைட்ரஜன், புரோட்டான், எலெக்ட்ரான், புரோட்டியம், டியூட்டிரியம், டிரிட்டியம், ஐசோடோப், யுரேனியம் போன்ற அறிவியல் வார்த்தைகளுக்கு முழு அர்த்தம் தெரிந்ததும் அப்போதுதான்.

கலாமை ராமேஸ்வரத்தில் கண்டதற்கும் பிறகு திருச்சியில் காண்பதற்கும் நிறைய வித்தியாசங்கள் இருந்தன. அவர் கவனம் முழுக்க அணு, வானியல், விண்வெளி மண்டலங்கள் என்று அறிவியலின் மீதான ஈடுபாடாக மாறியது. கிரகங்கள், நட்சத்திர மண்டலங்கள், விண்கோள்கள் என்று ஒவ்வொன்றுக்கும்

முழுமையான விளக்கம் தெரிந்துகொள்ள விடாது உழைத்தார். உலகில் உள்ள எவற்றையும் மறந்து வானியல் ஆராய்ச்சியின் பின்னே ஓடினார்.

இங்குதான் கலாமின் உணவுப் பழக்கத்தில் பெரிய மாற்றம் ஒன்று ஏற்பட்டது. கல்லூரி விடுதியில் தங்கிப் படித்தார் கலாம். விடுதியில் சைவம் உட்கொள்ளும் மாணவர்களுக்குப் பதினான்கு ரூபாய் கட்டணம். அசைவ உணவு பிரிவு மாணவர்களுக்கு மாதம் பதினெட்டு ரூபாய். அப்பாவிடம் சொன்னார் கலாம். 'அப்படியா? சைவம் என்றால் மாதம் நான்கு ரூபாய் சேமிக்கமுடியுமா' என்றார். கலாமுக்கு அவர் கஷ்டம் புரிந்தது. மாதம் நான்கு ரூபாயைச் சேமித்தால் ஒரு வருடத்துக்கு 48 ரூபாய் சேமிக்கலாம். மூன்று மாத விடுதிச் செலவுக்குக் கை கொடுக்கும். துளிகூட எந்தவித சங்கடமும் இல்லாமல் சைவத்துக்கு மாறினார் கலாம். அப்போதுமுதல் கீரை அவருடைய விருப்ப உணவாக மாறியது.

திருச்சி படிப்பையும் முடித்துவிட்டு 1954ம் வருடம் சென்னையிலுள்ள எம்.ஐ.டி (Madras Institute of Technology) கல்லூரிக்கு விண்ணப்பித்தார்.

அப்போதே நாட்டின் மிக முக்கிய கல்லூரி என்கிற பெயர் பெற்றிருந்தது எம்.ஐ.டி.

அப்போது எம்.ஐ.டி அண்ணா பல்கலைக்கழகத்தின் கீழ் இல்லை (1978ல்தான் இணைந்தது). நாட்டில் உள்ள எல்லா எஞ்சினியரிங் கல்லூரிகளும் சிவில், மெக்கானிகல், எலெக்ட்ரிகல் போன்ற பொறியியல் துறைகளை மட்டுமே கொண்டிருந்தன. ஆனால் எம்.ஐ.டியை உருவாக்கிய சி.ராஜம் என்கிற தொலைநோக்கு சிந்தனை கொண்டவர் புதிதாக நான்கு துறைகளைத் தமிழ் நாட்டுக்கு மட்டுமல்ல நாட்டுக்கே அறிமுகப்படுத்தினார். ராஜம் சொந்தமாக வைத்திருந்த மின்சார நிறுவனத்துக்கு வெளிநாட்டுப் பொறியாளர்களின் உதவி அடிக்கடி தேவைப்பட்டது. இந்தியாவில் கற்றுக்கொடுக்கப்படும் பொறியியல் பாடங்களால் நாட்டுக்குப் பெரிய பயன் ஏதுமில்லை என்று முடிவு செய்த ராஜம் நீண்ட திட்டத்துக்குப் பிறகு புதிதாக நான்கு படிப்புகளை உருவாக்கினார். ஏரோனாடிகல் என்ஜினியரிங், ஆட்டோமொபைல் என்ஜினியரிங், இண்ஸ்ட்ருமெண்டேஷன் டெக்னாலஜி மற்றும் எலெக்ட்ரானிக்ஸ் ஆகிய நான்கு துறைகளுக்கும் எம்.ஐ.டி முன்

னோடியாகத் திகழ்ந்தது. அறிவியல் பிரிவில் படித்த மாணவர்களே இப்படிப்புக்குத் தகுதியானவர்கள்.

கலாம் யோசிக்கவேயில்லை. ஏரோனாடிகல் என்கிற விமானப் பொறியியல்தான் கல்லூரிப் படிப்பு என்பதில் தெள்ளத் தெளிவாக இருந்தார்.

ஆனால் இங்கே ஒரு சிக்கல் முளைத்தது. கல்விக் கட்டணமாக ஆயிரம் ரூபாய் கட்டவேண்டும். ஜைனுல்லாபுதீனால் இத்தனை பெரிய தொகையைப் புரட்டுவது சாத்தியமில்லை. நிலைமை புரிந்தும் தந்தையிடம் எப்படி பணம் கேட்பது என்று நிலை குலைந்து போனார் கலாம்.

உதவ முன்வந்தார் அக்காவின் கணவர் ஜலாலுதீன். ஜொகராவின் தங்க வளையல்கள், செயின் ஆகியவை அடமானம் வைக்கப்பட்டன. தம்பி படிப்பைவிடவும் இந்த அலங்காரங்கள் முக்கியமில்லை என்று முன்வந்த தன் சகோதரியை நினைத்து மிகவும் உணர்ச்சிவசப்பட்டார் கலாம். இருந்த ஒரு தடையும் நீங்கியது.

சென்னை குரோம்பேட்டையில் உள்ள எம்.ஐ.டி. கல்லூரிக்குள் நுழைந்தார் கலாமுக்கு அங்கே அவருக்கு ஏற்பட்டது ஆனந்த அதிர்ச்சி!

கல்லூரி வளாகத்துக்குள் அழகாக இரண்டு விமானங்கள் நின்று கொண்டிருந்தன. செயல்முறை விளக்கம் அளிப்பதற்காக அவை அங்கு நிறுத்தி வைக்கப்பட்டிருந்தன. கலாமுக்கு இருப்பு கொள்ளவில்லை. ராமேஸ்வரத்தில் நிறைய கப்பல்களைத்தான் பார்த்து ரசித்திருக்கிறார். விமானத்தை இவ்வளவு நெருக்கமாகப் பார்ப்பது இதுவே முதல்தடவை. இது ஒன்றே போதும், இரண்டாம் வருடத்தில் குறிப்பிட்ட துறையைத் தேர்ந்தெடுக்க வாய்ப்பு வந்தபோது, கலாம் விரும்பித் தேர்ந்தெடுத்தது, விமானப் பொறியியல்.

அந்தச் சமயத்தில்தான் கலாமுக்கு வீட்டில் இருந்து துக்கச் செய்தி வந்ததும், படிப்பை உதறிவிட்டுக் குடும்பத்தைக் காப்பாற்ற கலாம் ஓடியதும், பேப்பர் கடைக்காரர் உதவியதும் நடந்தது.முதல் வருடத்தில் கைநிறைய மதிப்பெண் பெற்ற மகனை வெள்ளமும் துயரமும் வடிந்தபிறகு உடனே சென்னைக்கு அனுப்பி வைத்தார் ஜைனுல்லாபுதீன்.

அப்போது எம்.ஐ.டியில் ஜெர்மனியைச் சேர்ந்த இரு பேராசிரியர்கள் பணியாற்றினார்கள். ஒருவர் நாஜிக்களால் சிறைபிடிக்கப்பட்டு விடுதலையானவர். இன்னொருவர் இரண்டாம் உலகப் போரில் நாஜிப் படையில் விமானப் பொறியாளராக இருந்தவர். இருவரும் விமானத் தொழில்நுட்பங்கள் பற்றிய பட்டறிவை மாணவர்களுக்குப் போதித்தனர். குறிப்பாக அவர்களிடம்தான் விண்கலம் (ராக்கெட்) இயக்கம் பற்றி அறிந்துகொண்டார் கலாம்.

'விமானம் மேலே பறப்பதற்கான விசையைக் கொடுப்பது அதன் என்ஜின் கிடையாது. இறக்கைகளினால் உண்டாகும் ஏற்ற விசையினால் அது மேலெழும்பிச் செல்கிறது. இந்த இறக்கை அறிவியல் எல்லாம் விமானத்துக்குத்தான். காற்று உள்ள இடங்களில் தான். பூமியைத் தாண்டி விண்வெளிக்குச் சென்றுவிட்டால் இந்த அறிவியல் பயன்படாது. ராக்கெட் அல்லது ஏவுகணையின் செயல்பாடு, அறிவியல் வேறு. ஒரு ராக்கெட் தன்னுள் செயற்கைக்கோளைப் பொருத்திக்கொண்டு எப்படிப் பறக்கிறது? விமானத்தின் எரிபொருள் எரிய ஆக்ஸிஜன் உதவுகிறது. ஆனால் ராக்கெட்டோ காற்று மண்டலத்துக்கு அப்பால் செல்கிறது?...'

இதுபோன்ற அறிவியல் சங்கதிகள் கலாமுக்கு லட்டுபோல புரிந்துபோயின. சிறிய வயதில் ஐயர் சொல்லிக்கொடுத்த அடிப்படை அறிவியல் கல்லூரியில் பேருதவி செய்தது. அடிப்படை தெரிந்ததால் அதை வைத்துக்கொண்டு அறிவியலின் ஆழத்துக்குள் பயணிக்கக் கலாம் எந்தச் சிரமும் படவில்லை. விமானக் கட்டமைப்புப் பாடத்தில் பைத்தியமாக இருந்தார். திரவ இயக்க அறிவியல் (Fluid Dynamics) பாடத்தினால் காற்று இயக்கத்தின் சமன்பாடுகளைக் கற்றுக்கொண்டார் கலாம்.

புத்தக ஆர்வலரான கலாம் சென்னை மூர் மார்க்கெட் பழைய புத்தகக் கடையில் இருந்து 'The Light from many lamps' என்கிற புத்தகத்தை இருபது ரூபாய்க்கு வாங்கினார். அப்போது அது பெரிய தொகை. உலகின் மிக முக்கிய தத்துவியலாளர்கள், தலைவர்களின் சிந்தனைச் சொற்கள் அடங்கிய புத்தகம் அது. கலாம் சில பக்கங்களைப் புரட்டியபோதே அதன் மகத்துவம் தெரிந்துவிட்டது. ஆப்ரஹாம் லிங்கன் உதித்த தத்துவம் ஒன்றைப் படித்தார். 'கடவுள் உதவி இன்றி நான் ஜெயிக்கமுடியாது. அது இருந்துவிட்டால் நான் தோற்கமுடியாது.' உடனே கடைக்காரர் சொன்ன விலைக்கு அந்தப் புத்தகத்தை வாங்கிவிட்டார் கலாம்.

அன்று கலாம் மனத்தைப் பாதித்த அப்புத்தகம் 50 ஆண்டுகள் கழிந்த பின்பும் கூடவே பயணித்து வருகிறது.

இறுதி ஆண்டில் தாழ்வாகப் பறந்து தாக்கும் ஒரு போர் விமானத்தை வடிவமைத்தார் கலாம். நான்கு நண்பர்களுடன் சேர்ந்து செய்த அந்த பிராஜக்டில் ஏரோ டைனமிக் டிஸைன் வரையும் பொறுப்பைக் கலாம் எடுத்துக்கொண்டார். ஆனாலும் சொன்ன நேரத்துக்குக் கலாமால் திட்டத்தை முடிக்கமுடிய வில்லை.

எம்.ஐ.டி. இயக்குநரும் பேராசிரியருமான ஸ்ரீனிவாசன் கலாமின் திட்டத்தை மதிப்பீடு செய்ய வந்தவர் ஏமாற்றம் அடைந்தார். திட்டம் முழுமையாகாதது கண்டு கலாமைக் கடிந்துகொண்டார். ஒருமாதம் அவகாசம் கொடுங்கள் என்று வேண்டுகோள் விடுத்தார் கலாம். ஆனால் அவர் கலாமுக்கு தந்தது மூன்று நாள்கள். வெறும் மூன்றே நாள்கள். 'அதற்குள் விமான வரைபடம் என் மேஜைக்கு வந்தாகவேண்டும். இல்லாவிட்டால் உன் உதவித்தொகையை நிறுத்திவிடுவேன்' என்று பயமுறுத்திச் சென்றுவிட்டார்.

வெலவெலத்துப் போனார் கலாம் . உதவித் தொகை கிடைக்கா விட்டால் மீண்டும் அக்கா ஜொகராவின் நகைகள் அடமானத் துக்குப் போயாகவேண்டும். பயமும், நடுக்கமுமாக மற்ற எல்லா சுகங்களையும் மறந்தார் கலாம். ஓர் அறைக்குள் தன்னை அடைத்துக்கொண்டு மளமளவென திட்ட வேலைகளில் மூழ்கினார். இயக்குநர் கொடுத்த காலக்கெடுவுக்குள் பிராஜெக்ட் வேலையை முடித்தார்.

கலாம் இப்படி அறைக்குள் இருந்து போராடிக்கொண்டிருக் கிறார் என்கிற தகவல் ஸ்ரீனிவாசனுக்கு எட்டியது. உடனே அவர் கலாமை வந்து பார்த்தார். பிராஜெக்ட் ரிப்போர்ட்டைப் பார்த்து மகிழ்ந்தார். 'சாத்தியமில்லாத கெடுவுக்குள் நீ வேலையை முடித்தது பெரிய சாதனை' என்று கலாமைக் கட்டித் தழுவிக் கொண்டார்.

ஹிந்துஸ்தான் ஏரோநாட்டிக்ஸ் லிமிடெட் (HAL) நிறுவனத்தில் இறுதி ஆண்டு பயிற்சி பெறுவதற்காகப் பெங்களூர் சென்றார் கலாம். அங்கு விமான என்ஜினை எப்படிக் கையாள்வது, சரி செய்வது, பராமரிப்பது போன்ற முக்கியமான வேலைகளை கலாம் கற்றுக்கொண்டார். பிஸ்டன் என்ஜின், டர்பன் என்ஜின்,

புரொஃபல்லர் என்று பாடப்புத்தகங்களில் வரைபடமாகப் பார்த்த பாகங்களைக் கண்ணெதிரே பார்த்து, கையால் தொட்டு சரி செய்யும் வேலையில் இறங்கியபோதுதான் விமானத்தின் சூட்சமங்கள் கலாமுக்குப் பிடிபட ஆரம்பித்தன. விமான இயக்கம் என்பது இதுதான் என்று கலாம் கற்றுக்கொண்டது ஹால் நிறுவனத்தில்தான்.

1957ல் பொறியியல் பட்டயப் படிப்பை முடித்தார் கலாம். பிரிவு உபசார நாளன்று ஆசிரியர்களும் மாணவர்களும் ஒன்றாகப் புகைப்படம் எடுத்துக்கொண்டார்கள். மூன்றாவது வரிசையில் நின்றார் கலாம். உடனே அவருக்குப் பாடம் நடத்திய ஸ்பாண்டர் என்கிற பேராசிரியர் கலாமை தான் அமர்ந்திருந்த முன்வரிசைக்கு வரச்சொன்னார். கலாமிடம் சொன்னார், 'நீ இந்தக் கல்லூரியின் மிகச்சிறந்த மாணவன் என்கிற பெயர் பெறப்போகிறாய். இறைவன் எப்போதும் உனக்குத் துணையிருப்பான். சரியா. எங்கே நன்றாக சிரித்தபடி போஸ் கொடு பார்ப்போம்.'

கலாமின் கனவு நனவாகிவிட்டது. கனவு நனவாகிவிட்டது. படிப்பு முடித்த கையோடு கலாமைத் தேடிக்கொண்டு இரண்டு வேலை வாய்ப்புகள் வந்தன. DTD&P(Air) மற்றும் விமானப் படை ஆகிய இரண்டு விமானம் தொடர்பான வேலைகள். அதில் ஒன்று கலாமை ஆச்சரியத்தில் மூழ்கடித்தது; இன் னொன்று கலங்கவைத்தது

3. குரு

ராமேஸ்வரத்திலிருந்து டெல்லிக்குப் பயணமானார் கலாம்.

1996-க்குப் பிறகு The Directorate General of Aeronautical Assurance (DGAQA) என்று அழைக்கப்படும் இந்நிறுவனம் அப்போது Directorate of Technical Development & Production (Air) [DTD&P(Air)] என்று பெயரிடப்பட்டிருந்தது. ராணுவ விமானங்களின் செயல்பாடுகள் மற்றும் அதன் சோதனைகள் குறித்து ஆய்வு காணும் அமைப்பு. இது பாதுகாப்பு அமைச்சகத்தின் கீழ் செயல்படும் அமைப்பு. ராணுவத்துக்காக வாங்கும் விமானங்களைப் பரிசோதித்து சான்றிதழ் வழங்க வேண்டியது இதன் பொறுப்பு. ராணுவ விமானம் சம்பந்தமான அத்தனை பரிசோதனைகளையும் இந்நிறுவனம்தான் மேற்கொள்ளும். பாதுகாப்பு அமைச்சகத்துக்கு தொழில்நுட்ப ஆலோசனைகளை வழங்குவதும் DTD&P(Air) -ன் முக்கியப் பணியாகும். இங்குதான் கலாமுக்கு முதல் நேர்காணல்.

அலுவலகம் பாதுகாப்பு அமைச்சகத்தின் வளாகத்தில் உள்ளது. நேர்காணலுக்காக அங்கு சென்றார் கலாம். வாழ்க்கையில் முதல் பெரிய நேர்காணல்.

கேள்விகள் சுலபமாக இருந்ததால் பதில் சொல்வதில் அவருக்கு எந்தத் தடையும் ஏற்படவில்லை. அவருடைய அறிவைச் சீண்டும் விதமாக ஒரு கேள்விகூட அமையவில்லை.

தேர்ச்சி பெறுவதில் எந்தத் தடையும் இருக்காது என்று நம்பிக்கை யோடு அங்கிருந்து வெளியே வந்தார். டெல்லியில் ஒருவாரம் தங்குவதாக ஏற்பாடு செய்துகொண்டு வந்திருந்தார்.

இரண்டு பழங்களில் ஒன்று பறித்தால் போதுமென்றிருந்தது கலாமுக்கு. அதேசமயம் நடுத்தர வர்க்கத்தினருக்கே உரிய பாதுகாப்பு உணர்வு அவரை மற்றொரு நேர்காணலுக்கும் செல்ல உந்தித் தள்ளியது.

அடுத்ததாக அவர் டெஹராடூன் செல்லவேண்டும். அங்குதான் விமானப்படை (Airforce) துறையின் Flying Officer பணிக்காகத் தேர்ந்தெடுக்கப்படவேண்டும். அந்தப் பணிக்குச் செல்பவர் ஏரோனாடிகல் எஞ்சினியராக இருக்கவேண்டும். அதன் தேர்வு மையங்கள் டெஹராடூன், மைசூர், வாரணாசி போன்ற இடங் களில் இருந்தன.

டெல்லியிலிருந்து டெஹராடூன் சென்ற கலாமுக்கு அங்கே புதிய அனுபவங்கள் காத்துக் கிடந்தன.

டெல்லிபோல சுலபத் தேர்வுகள் இல்லை. ஒவ்வொரு கேள்வி யும் கலாமை மிரளவைத்தன. அங்கும் கலாமின் அறிவைப் பரிசோதிப்பதைவிடவும் அவருடைய தனிப்பட்ட நலன்கள் பற்றியே கேள்விகள் கேட்கப்பட்டன. தேர்வுக்கு வந்தவர்களின் உடல்தகுதிகள் அதிகமாகப் பரிசோதிக்கப்பட்டன.

25 பேர் தேர்வுக்கு அழைக்கப்பட்டிருந்தார்கள். அவர்களுள் எட்டு பேர் பணிக்காகத் தேர்ந்தெடுக்கப்படுவார்கள்.

பெரிய சவாலாகப் படவில்லை. ஆனாலும் தேர்வுமுறைகள் கலாம் விருப்பத்துக்கு ஏற்ப அமையாததால், முதல்முறையாகக் கலாமிடம் நடுக்கம் பரவியது. ஒருபக்கம் அவருடைய அறிவுக்கு அவர் தேர்வாகவேண்டும். ஆனால் தேர்வுகள் அவருக்குச் சாதகமாக அமையுமோ என்ற பயம் தோன்றியது.

தேர்வு முடிவு கலாம் பயந்தது போலவே ஆனது. கலாம் ஒன்பதாவதாகத் தேர்வானார்.

‘இல்லை. என் தகுதி, திறமையின் அடிப்படையில் எனக்கு மதிப் பெண்கள் வழங்கப்படவில்லை. கலாம் மனத்துக்குள் இப்படி சமாதானம் செய்துகொண்டாலும் தோல்வியின் வலி கலாமை துளைக்கத்தான் செய்தது.

அதுவரை கலாம் அவ்வளவு பெரிய தோல்வி எதையும் நேருக்கு நேராகச் சந்தித்தது கிடையாது. முதல் ஆளாகத் தேர்வு செய்யப் படுவோம் என்கிற அவரது நம்பிக்கை வெளியே தள்ளப்படும் அளவுக்கு நொறுங்கிப் போகும் என்று அவர் சிறிதும் எண்ணிப் பார்க்கவில்லை. முற்றிலும் எதிர்பாராத தோல்வி. எந்த முகத்தை வைத்துக்கொண்டு வீடு செல்வது? என் மனத்தையே என்னால் சமாதானப்படுத்தமுடியவில்லை. வீட்டுக்குச் சென் றால் என்னவென்று சொல்வேன்? என் துறையில் என்னை விடவும் சிறந்த எட்டு பேர் உள்ளனர் என்றால்?

வாழ்க்கையின் விளிம்பில் புறப்பட்ட இடத்திலேயே நின்று கொண்டிருப்பதைப் போல உணர்ந்தார் கலாம். ஏமாற்றம் சீற்றமாக மாறியது.

வீடு திரும்பக்கூடாது. முதல் முடிவு அதுதான்.

சரி. வேறு எங்கு செல்வது?

ரிஷிகேஷ் செல்லலாம். புனித நகரம். நான் பாவம் செய்திருக் கிறேன். தோல்வியே என் பாவம். பாவம் செய்தவன் நீராடி விட்டு வருவதுதான் தர்மம்.

கிளம்பினார் கலாம். வெற்றிச் செய்தியோடு வீடு திரும்பலாம் என்றிருந்தவர் தோல்வியைச் சுமந்துகொண்டு டெஹராடூனை விட்டு வெளியேறினார்.

ரிஷிகேஷ். கங்கை நதி பாயும் புனித ஸ்தலம். இலங்கை மன்னன் ராவணனைக் கொன்றுவிட்டு ராமர் இங்குவந்துதான் தன் பாவத்தைத் தீர்த்துக்கொண்டார் என்கிறது புராணம். ராம பக்தரான கலாமுக்கும் ரிஷிகேஷ்தான் பாவம் தீர்க்கும் ஸ்தலமாகப் பட்டது.

ஆன்மிக பூமியான ரிஷிகேஷ் வந்தடைந்த கலாம், புனித நதியான கங்கைக்குள் இறங்கினார். குளிர்ச்சியான கங்கை நீர் தலையில் பட்டதும் மனது சாந்தியடைந்தது. சஞ்சலங்கள் கரைந்தோடியது.

மலையின் அருகே உள்ள சிவானந்த ஆசிரமத்துக்கு மெல்ல நடந்து சென்றார் கலாம். வழி நெடுக நிறைய சாதுக்கள். இன்னும் இவரைப் போன்ற ஏராளமான சாதாரணர்கள். வழியில் தென்படுகிற எல்லோருமே தன்னைப் போல கர்மம் தொலைக்க வந்தவர்களாகத் தென்பட்டனர்.

சிவானந்தா சாமிகள் பற்றி நிறையக் கேள்விப்பட்டிருக்கிறார் கலாம். தாமிரபரணி ஆறு ஓடும் பட்டமடையில் பிறந்தவர் சிவானந்தா. அவருடைய இயற்பெயர் குப்புசாமி. மருத்துவம் படித்த சிவானந்தா இளம்வயதில் மலேசியா சென்று அங்கு ஒரு மருத்துவமனையில் தன் மருத்துவத்தாலும் அன்பாலும் அநேக நோயாளிகளைக் குணமாக்கியவர்.

அப்போது அவர் படித்த சுவாமி சச்சிதானந்தா எழுதிய ஜீவ பிரம்மா ஐக்கியம் என்கிற புத்தகம்தான் சிவானந்த சுவாமிகளின் வாழ்க்கையையே திசை மாற்றிப் போட்டது புத்தகத்தைப் படித்து வெகுஜன வாழ்க்கையில் இருந்து விலகிக் கடவுளிடம் தன்னை ஒப்படைத்தார் சிவானந்தா. பின்னாளில் ஏராளமான பக்தர்கள் இவரை வணங்கிப் பின்பற்றவும், 1936ல் ரிஷிகேஷில் ஒரு மாட்டுத் தொழுவத்தில் சிவானந்தா ஆசிரமத்தைத் தொடங்கினார். அதன்பின்பு தன் சீடர்களோடு பல நாடுகள் சென்று மக்களைச் சந்தித்தார். சிவானந்தா ஆசிரமம் பற்றிக் கேள்விப்பட்ட பல ஹிந்து பக்தகோடிகள் ரிஷிகேஷுக்கு வந்து சிவானந்தாவை தரிசித்துச் செல்லத் தொடங்கினார்கள்.

கலாம், சிவானந்தா ஆசிரமம் சென்றபோது,சிவானந்தா சாமிகள் முன்பு இருபதுக்கும் மேற்பட்டோர் அமர்ந்திருந்தார்கள். அவர்களுள் ஒருவராக அமர்ந்து கொண்ட கலாம் சிவானந்தா சாமிகளின் கண்களில் அருளொளியைக் கண்டார். சுவாமியை நேரில் பார்த்து அவர் பேச்சில் லயித்துப் போனதே கலாமுக்கு மிகுந்த மன ஆறுதலைக் கொடுத்தது. பக்தர்களிடம் பேசிக் கொண்டிருந்த சுவாமிகள் திடீரென்று கலாமை கை காட்டி அருகில் அழைத்தார்.

'சுவாமி என் பெயர் அப்துல் கலாம்....' என்று சற்று தயக்கத்துடனே தன்னை அறிமுகம் செய்துகொண்டார் கலாம். ஓர் ஹிந்து ஆசிரமத்தில் முஸ்லிம் இளைஞன் ஒருவன் நுழைந்திருப்பதை அவர் ஆச்சரியத்தோடு எதிர்கொள்வார் என்று கலாம் எதிர்பார்த்தார் ஆனால் சுவாமிஜியின் முகத்தில் லேசாகப் புன்னகை தெரிந்தது.

‘எதனால் உன் வருத்தம்’ என்று கேட்டார் சுவாமிகள்.

கலாமுக்கு சிலிர்த்தது. நான் வருத்தத்தில் இருப்பது இவருக்கு எப்படி தெரிந்தது? என் முகத்தில் அத்தனை அப்பட்டமாகவா கவலைகள் பிரதிபலிக்கின்றன? கேட்டுவிடலாமா? வேண்டாம். பதில் சொல்லத் தெரியாத பச்சைக் குழந்தைபோல தத்தித் தயங்கிப் பேசத் தொடங்கிய கலாம் ஆற்றாமையால் வெடித்தே விட்டார்.

‘சுவாமி, வானத்தில் பறக்கவேண்டும் என்பது என் வாழ்நாள் கனவு. ஆனால் அந்தக் கனவைத்தான் இப்போது தொலைத்து விட்டு வந்திருக்கிறேன். நான் தோற்றுப்போனவன்…’

அந்த நொடிவரை மேலெழுந்தவாரியாகத் துக்கத்தையும், ஏமாற்றத்தையும் அடக்கி வைத்திருந்த கலாம்,சிவானந்தா சுவாமியிடம் மனபாரம் மொத்தத்தையும் இறக்கி வைத்தார். கிட்டத்தட்ட அழுகிற நிலைமை.

சிவானந்த சுவாமிகள் தனது அருட் கண்களால் கலாமைப் பார்த்து மௌனமாகச் சிரித்தார். நிதானமாகப் பேசினார். அவர் பேசிய வார்த்தைகள் கலாமின் பிளவுபட்டிருந்த இதயத்துக்கு ஒத்தடம் கொடுப்பதுபோல இருந்தது.

எதற்காகவும் கலங்காதே. விமானப்படையில் சேர்ந்து நீவேலை செய்யக்கூடாதென்பது உனது வாழ்க்கையில் விதிக்கப் பட்டுள்ளது. எனவே விதியை ஏற்றுக்கொண்டு வாழ்க்கையில் முன்னேறிச் செல். இனி என்ன செய்வது என்பதை நீ தீர்மானிக் காமல் இருக்கலாம். ஆனால் நீ என்னவாக வேண்டும்; எதைச் செய்யவேண்டும் என்பது விதியால் எழுதப்பட்டுவிட்டது. அதை நோக்கித்தான் விதி தன் பாதைக்கு உன்னை அழைத்துச் செல்கிறது. ஆகவே உனது இந்தத் தோல்வியை மறந்துவிடு. உனது பிறப்பின் மெய்யான காரணத்தைத் தேடிச் செல். உன்னோடு நீ ஒன்றிக்கொள். கடவுளின் விருப்பத்துக்கு நீ சரணடைவாய்!’

மனத்தளவில் இருண்டு போயிருந்த கலாமுக்கு சிவானந்தாவின் வார்த்தைகள் புது வெளிச்சத்தைப் பாய்ச்சின. தனது இந்தத் தோல்வி, தன் வாழ்வின் முடிவல்ல என்று கலாமுக்குப் புரிந்தது. என் விதியில் ஏதோ எழுதப்பட்டிருக்கிறது. எனக்கொரு வாழ்க்கை உண்டு. நான் ஏன் என்னை நொந்துகொள்ள

வேண்டும். எனக்கு வைக்கப்பட்ட தேர்வுகள் என் திறமையைப் பரிசோதிக்கவில்லை. அவற்றின் தேவை வேறாக இருந்தது. அவ்வளவுதான். இப்போது கலாமுக்கு வாழ்க்கையும் உலகமும் மிகவும் எளிதானதாகவும் சிக்கலில்லாதது போலவும் தோன்றியது.

DTD&P அலுவலகம் வந்து தன் தேர்வு முடிவு குறித்து விசாரித்தார் கலாம். பதிலாக அவர் கையில் அப்பாயிண்ட்மெண்ட் ஆர்டர் கொடுக்கப்பட்டது. அந்த நொடியே சுவாமி சிவானந்தாவுக்கு நின்ற இடத்திலிருந்து மனதார தன் நன்றியைச் சமர்ப்பித்தார் கலாம். ஒரேநாளில் அதிசயம் நடந்து தன்னைக் கைப் பிடித்து புதுப்பாதைக்கு அழைத்துச் செல்வதுபோல உணர்ந்தார்.

அடுத்தநாள் ஓர் ஊழியராக அந்த அலுவலகத்துக்குள் நுழைந்தார். Senior Scientific Assistant. அதாவது முதுநிலை விஞ்ஞானி உதவியாளராக அவருடைய ஆரம்பச் சம்பளம் மாதம் ரூபாய் 250.

விமானப் படையின் தொழில்நுட்பப் பிரிவில் கலாமுக்கு பணி ஒதுக்கப்பட்டது. விமானியாக இல்லாவிட்டாலும் குறைந்த பட்சம் விமானம் தொடர்பான ஒரு வேலையில் அமர்ந்தது கலாமுக்கு நிம்மதியைக் கொடுத்தது.

முதல்வேலையாக சூப்பர் சோனிக் டார்கெட் விமானத்தை வடிவமைக்கும் பணி கலாமிடம் ஒப்படைக்கப்பட்டது.

ஒலியின் வேகத்தைவிடவும் அதிகமாக செல்லக்கூடியது சூப்பர் சோனிக் என்று அழைக்கப்படும். சூப்பர் சோனிக் டார்கெட் விமானம் என்பது போர்த்தளவாட விமானமாகும். 1942ம் வருடம் இங்கிலாந்து ராணுவத்துக்குத் தேவையான போர் விமானங்களை மில்ஸ் ஏர்கிராஃப்ட் (Miles Aircraft) என்கிற நிறுவனம் தயாரித்து வந்தது. அதனிடம் ஒரு மணிக்கு 1600 கி.மீ பறக்கும் போர் விமானத்தைத் தயாரிக்கும்படி இங்கிலாந்து அரசு கேட்டுக்கொண்டது.

வேகத்தில் முப்பத்தாறாயிரம் அடியை ஒன்றரை நிமிடத்தில் கடக்கும் வேகம் கொண்டதாக ஒரு போர் விமானம் தேவைப் பட்டது. இந்த வடிவமைப்பில் தயாரிக்கப்பட்ட M.52 விமானம் தான் உலகின் முதல் சூப்பர் சோனிக் விமானமாகும். அதே வருடத்தில் நாஜி ஜெர்மானியப் பொறியாளர்களால் V-2 rocket

என்கிற இன்னொரு சூப்பர் சோனிக் விமானம் வடிவமைக்கப் பட்டது. விமானத்துக்காகப் பயன்படுத்தப்பட்ட நவீனத் தொழில்நுட்பங்கள் பிற்பாடு வடிவமைக்கப்பட்ட இதர சூப்பர் சோனிக் விமானங்களுக்கு ஓர் அளவுகோலாக இருந்தன.

சூப்பர் சோனிக் ரக விமானங்கள் போர்களுக்கு மட்டுமே உப யோகப்படுத்தப்படும். பொதுமக்கள் பயன்பாட்டுக்கு சூப்பர் சோனிக் விமானங்கள் பயன்படுத்தப்படுவது தடைசெய்யப் பட்டுள்ளது (இந்தியாவின் முதல் சூப்பர்சோனிக் போர்ரக விமானம் பிரம்மோஸ் (BrahMos) என்கிற பெயரில் உருவாக்கப் பட்ட போர் விமானம்.

சிலநாள்களில் போர் விமானங்கள் குறித்த பயிற்சிக்காகக் கலாமை கான்பூரிலுள்ள ராணுவத் தளவாடச் சோதனை நிலையத்துக்கு அனுப்பினார்கள். அங்கு நாட் எம்.கே.I. (Gnat MK I) விமானத்துக்கான ஆய்வுப் பணி நடைபெற்றுக்கொண்டு இருந்தது. இதுவும் ஒருவகை போர்விமானம்தான்.

நாட் வகை விமானங்கள் சோனிக் விமானங்கள்போல பெருத்த உருவம் கொண்டவை அல்ல. பார்ப்பதற்கு ஹெலிகாப்டர்போல சிறியதாக இருக்கும். தொழில் வளர்ச்சியடையாத நாடுகளால் கையாளப்படுவதற்குச் சுலபமான விமானமாக இருக்க வேண்டும் என்று இதுபோன்ற ஒரு விமானம் தயாரிக்கப்பட்டு இந்தியாவுக்கு வந்து இறங்கியபோது அதன் பராமரிப்புப் பணியில் ஈடுபட அழைக்கப்பட்டார் கலாம்.

கான்பூர் கலாமுக்கு பெரிய அவஸ்தையாக இருந்தது. ராமேஸ் வரம் போன்ற கடல் காற்று வீசும் ஊரில் இருந்துவிட்டு கான் பூரின் நச்சுக் காற்றுக்கு நடுவே சுவாசிப்பதே அவருக்குப் பெரிய சவாலாக இருந்தது. இந்தியாவின் தொழில்நகரங்களில் கான் பூரும் ஒன்று. வடஇந்தியாவின் திருப்பூர் என்று தாராளமாகச் சொல்லலாம். வடஇந்தியாவில் அதிக மக்கள் தொகை கொண்ட ஊர். இந்தியாவின் ஐந்தாவது பெரிய நகரம். எங்கு பார்த்தாலும் தொழிற்சாலைகள். திரள்திரளாகத் தொழிலாளர்கள். சாப்பாடு முதற்கொண்டு எல்லாவற்றுக்கும் திண்டாட்டமாக இருந்ததால் கலாமுக்கு கான்பூர் ஜாகை ஒத்துக்கொள்ளவேயில்லை.

அந்த நேரம் கலாமின் வாழ்க்கையில் மற்றொரு புதிய திருப்பம் ஏற்பட்டது. பெங்களூரில் விமான வடிவமைப்பு வளர்ச்சி அமைப்பு ஒன்று உதயமானது. Aeronautical Development

Establishment (ADE) என்று அழைக்கப்படும் ஏடிஇ-யில் கலாமுக்குப் பெரிய பொறுப்பு ஒன்று கொடுக்கப்பட்டது. அதுதான் அவருக்கு மேலும் பல பெரிய பெரிய கதவுகளைத் திறந்துவிட்டது.

ஏடிஇ - யில், ஹோவர் ரக விமான மாதிரியை வடிவமைக்கப்பட வேண்டும் என்கிற திட்டம் ஒன்று உருவாக்கப்பட்டது. அதற்காக நான்கு இளம் விஞ்ஞானிகளைக் கொண்டு ஒரு சிறுகுழு அமைக்கப்பட்டது. அறிவிலும் அனுபவத்திலும் மூத்தவர் என்ற அடிப்படையில் கலாம் அக்குழுவின் தலைவராக நியமிக்கப் பட்டார்.

ஏடிஇ-யின் இயக்குநராக இருந்த ஓபி.மெடிரட்டா கலாமிடம் திட்டம் பற்றி விவரித்தார். ஹோவர்கிராஃப்ட் என்கிற வாகனம் அப்போது இந்திய விஞ்ஞானிகளுக்கே புதிதானது. *1915* முதல் ஹோவர்கிராப்ட் பற்றிய விதவிதமான கண்டுபிடிப்பு முயற்சி கள் இருந்தாலும் *1955*ல்தான் முதல் முழுமையான ஹோவர் கிராஃப்ட் வடிவமைக்கப்பட்டது. பல போர் விமானங்களை முதல்முதலில் கண்டுபிடித்த பிரிட்டன் விஞ்ஞானிகள்தான் இதையும் சாதித்திருந்தார்கள்.

மூன்று வருடத்தில் இந்த பிராஜக்டை முடிக்கவேண்டும். இது தான் ஏடி இ தலைவர் கலாமுக்கு இட்ட கட்டளை.

ஹோவர் கிராஃப்ட் என்பது இன்னொரு புதுவகையான போர்க் கருவி. நத்தைபோல தரையில் ஊர்ந்து சென்று கொண்டிருக்கும். திடீரென்று கப்பல்போல தண்ணீரில் விர்ர்ட் என்று செல்ல ஆரம்பிக்கும். தண்ணீரில் சென்றுகொண்டிருக்கும்போதே வானத்தில் பறக்க ஆரம்பித்துவிடும்.

இப்படியொரு வாகனம் எதற்காக?

இயற்கை இடர்பாடுகளின்போதும் நீர், நிலம், ஆகாயம் மூன்று நிலைகளிலும் பயணிக்கவேண்டிய சந்தர்ப்பத்தின்போதும் இதன் தேவை அவசியமாகிறது. இருப்புப் பாதை மார்க்கம், சாலை மார்க்கம், நீர் மார்க்கம், ஆகாய மார்க்கம் என நான்குப் பாதைகளிலும் இவ்வாகனத்தைப் பயன்படுத்தமுடியும். காற்றில் அசையாமல் நிற்கும் தன்மை கொண்டது.

தமிழில் இதை 'மிதக்கும் தரையிறக்கக் கடற்கலம்' என்று சொல்லலாம். இதை போர் நடவடிக்கைகளில் பயன்படுத்த

முடியாது. இதில் ஆயுதங்களைப் பொருத்தமுடியாது. ஆனால் இயற்கைச் சீற்றங்களின்போது பாதுகாப்புப் படையினர் இதை முழுமையாகப் பயன்படுத்த முடியும். தமிழ்நாட்டில் கடல்வழியாக விடுதலைப் புலிகள் ஊடுருவுவதைத் தடுக்க ராமேஸ்வரம், தனுஷ்கோடி, பாம்பன் கடல் பகுதிகளில் கடலோரக் காவல் படையினர் ஹோவர் கிராஃப்ட்டை ரோந்துப் பணிக்கு உபயோகப்படுத்தி வருகின்றனர்.

ஏடிஇ-யில் ஏராளமான பொறியாளர்கள் இருந்தாலும் இளங் கன்றுகளைக் கொண்டு ஆரம்பிக்கப்பட்ட திட்டத்துக்கு பல பேச்சுகள் எழுந்தன. இதுவரை சொந்தமாக எந்த எந்திரத்தையும் இயக்காத விஞ்ஞானிகளால் எப்படி நாட்டின் முதல் ஹோவர் கிராஃப்ட் மாதிரியை வடிவமைக்கப்பட முடியும் என்கிற கேள்விகள் எழுந்தன. கலாமின் திறமையும் ஆளுமையும் வெகுவாகக் கவனிக்கப்பட்டன.

சிறு தொழிற்கூடத்தில் ஹோவர்கிராஃப்ட் தயாரானது. எந்திரத்துக்குத் தேவையான உதிரி பாகங்கள் கிடைக்க நிறையவே சிரமப்படவேண்டியிருந்தது. இந்தக் கருவியை முழுக்க முழுக்க ஒரு சுதேசி எந்திரமாகவே உருவாக்கவேண்டும் என்று ஆரம்பத்திலேயே திட்டமிட்டிருந்தார்கள். பொதுவாக ஹோவர் கிராஃப்ட் பற்றி இந்திய விஞ்ஞானிகளிடம் பெரிய தகவல்களும் அறிவும் இருந்தது கிடையாது. இதனால் கலாம் நிறைய உழைக்கவேண்டியிருந்தது. அவருக்கு மட்டுமல்ல அவருடைய அணிக்கும் இது பெரிய சோதனை. இதில் மட்டும் தோல்வியடைந்துவிட்டால் பிறகு எங்கு சென்றாலும் இது ஒரு பெரிய பலவீனமாக இருக்கும்.

சரியான வரைபடம் தயாரிப்பதற்கே சில மாதங்கள் ஆகின. அதுவரை இந்தியாவின் பாதுகாப்பு வாகனங்கள், கருவிகள் அனைத்தும் வெளிநாட்டின் உதவியால் வடிவமைக்கப்பட்டவைதான். சுதேசி பாதுகாப்பு வாகனம், போர் வாகனம் என்று ஒன்றைக்கூடச் சொல்லமுடியாது. இந்த நிலையில்தான் கலாமின் ஹோவர்கிராஃப்ட், முதல் சுதேசி பாதுகாப்பு வாகனமாக முன்னெடுத்து வைக்கப்பட்டது.

கலாமைச் சுற்றி நிறைய சந்தேகக்கோடுகள் வரையப்பட்டபோது கலாமை உத்வேகப்படுத்தும் பொறுப்பை நேரு அமைச்சரவையில் பாதுகாப்பு அமைச்சராக இருந்த வி.கே.கிருஷ்ண

மேனன் எடுத்துக்கொண்டார். கேரளக்காரரான அவர் சென்னை மாநிலக் கல்லூரியில் படித்தவர். எப்போது பெங்களூருக்குச் செல்ல நேர்ந்தாலும் மறக்காமல் கலாமைச் சந்திக்க ஏடிஇ-க்கு வந்துவிடுவார். அந்தச் சமயத்தில் கலாமின் ஒரே கிரியா ஊக்கியாக இருந்தவர் என்று கிருஷ்ணமேனனைக் குறிப்பிடலாம்.

கருவிகளால் உருவாக்கப்பட்டது என்பதைவிட பொறியாளர் களின் தன்னம்பிக்கையால் உருவாக்கப்பட்ட எந்திரமாக உரு வானது ஹோவர்கிராஃப்ட். மூன்று வருடங்களில் முடிக்க வேண்டும் என்கிற கட்டளையை ஊதித் தள்ளி ஆறு மாதங் களுக்கு முன்னதாகவே முடிக்கப்பட்டது ஹோவர்கிராஃப்ட். ஏடிஇயில் உள்ள அத்தனை பொறியாளர்களும் வந்து எந்தி ரத்தைப் பார்த்துச் சென்றார்கள். திகைத்துப் போனார்கள். அவர் களால் நம்பவே முடியவில்லை. என்னதான் ஏடிஇ மற்றும் பாது காப்பு அமைச்சரின் பின்புலம் இருந்தாலும் கலாமால் குறிப் பிட்ட காலத்துக்குள் இந்தக் கருவியை வடிவமைக்கவே முடியாது என்று அந்த வளாகத்தில் ஆளாளுக்கு கையில் கற்பூ ரத்தை ஏந்திக்கொண்டு சத்தியம் செய்துகொண்டிருந்தார்கள். ஆனால் அத்தனை தடைகளையும் நொறுக்கி விட்டார் கலாம்.

ஹோவர்கிராஃப்ட் வடிவமைக்கப்பட்ட சேதி கேட்டு குஷி யானார் கிருஷ்ணமேனன். முற்றிலும் அவர் விருப்பத்தில், மேற்பார்வையில் உருவாக்கப்பட்ட பாதுகாப்பு விமான மாயிற்றே! உடனே வருகிறேன் என்று கலாமுக்குத் தகவல் கொடுத்துவிட்டு பெங்களூருக்கு ஓடிவந்தார்.

சிவபெருமானின் வாகனத்தின் பெயரையே ஹோவர் கிராஃப்டுக்கும் வைத்தார்கள். நந்தி. 40 மி.மீ காற்றழுத்தத்தில் செல்லக்கூடிய 550கிலோ எடை விமானமாக அது இருந்தது.

கிருஷ்ணமேனனுக்குள் குழந்தைத்தனமான ஆசை எழுந்தது. நந்தியில் ஒரு ரவுண்டுபோக விரும்பினார். இந்தியாவின் முதல் ஹோவர் கிராஃப்டில் சென்றவர் என்கிற பெயர் தனக்குக் கிடைக்கவேண்டும் என்று எண்ணினாரோ என்னவோ!

விமானி இருக்கையில் கலாம் அமர்ந்தார். அருகே சிரித்த முகத்தோடு கிருஷ்ண மேனன்.

அப்போது ஒருவர் கலாமின் அருகில் வந்து அவரை இறங்கச் சொன்னார். கலாம் ஒன்றும் தொழில்சார்ந்த விமானி

கிடையாது. அதற்காக அவருக்கு விமானம் ஓட்டத்தெரியாது என்பதல்ல அதன் அர்த்தம். ஆனால் ஏடிஇ-யில் இருந்த தலைமை விமானி ஒருவர் ஹோவர் விமானத்தை தான் ஓட்டிச் செல்வதாகவும் கலாம் கீழே இறங்கலாம் என்றும் கட்டளைகள் பிறப்பித்துக் கொண்டிருந்தார்.

அமைச்சர் முன்னிலையிலும் தன் சகாக்கள் அத்தனை பேர் முன்னிலையிலும் தான் சிறுமைப்படுத்தப்படுவதைக் கண்டு துணுக்குற்றார் கலாம். அமைச்சரே தயக்கம் இல்லாமல் வாகனத்தில் ஏறி அமர்ந்திருக்கும்போது தலைமை விஞ்ஞானி என்ன அதிகப்பிரசங்கித்தனம்?

கலாமின் உணர்வு ரேகைகள் முகத்தில் ஓடியதைக் கண்ட கிருஷ்ணமேனன் கையை அசைத்து சைகையால் விமானியை தள்ளி நிற்கச் சொன்னார். கலாமைப் பார்த்து ம்.. என்று ஒரு குரல் கொடுத்தார். தொனியின் அர்த்தம் - ஸ்டார்ட்!

பரிசோதனை ஓட்டத்தில் எந்த இடர்பாடும் இல்லை. எல்லாரையும் வாய்பிளக்க வைத்துவிட்டது ஹோவர் விமானம். இன்னும் சக்தி வாய்ந்த என்ஜினைக் கொண்டு வாகனத்தை மேம்படுத்துங்கள். இரண்டாவது ஓட்டத்துக்கும் நானே வருகிறேன் என்று சொல்லிவிட்டுப் போன கிருஷ்ண மேனன் சில காலம் கழித்து தன் பதவியை ராஜினாமா செய்தார். அது கலாமை எதிர்மறையாக பாதிக்கவில்லை. நேரிடையாகப் பாதித்துவிட்டது.

என்ன நடந்ததோ, சரியான தகவல்கள் இல்லை. கலாமின் உயிர்மூச்சாக இருந்த ஹோவர் கிராஃப்ட் அடுத்தக் கட்டத்தில் பஞ்சராகிப் போனது. போதும் இதோடு நிறுத்திக்கொள்ளலாம் என்று கலாமுக்கு நேரடியாகச் சொல்லாமல் வேறுவிதங்களில் இந்த முடிவு கலாமுக்குத் தெரிவிக்கப்பட்டது. கிருஷ்ணமேனன் போல வேறு அமைச்சர்கள் யாரும் ஹோவர் கிராஃப்டின்மீது ஆர்வம் காட்டவில்லை. இதுபோன்ற பாதுகாப்பு கருவிகளை சுதேசி பொருள்களைக் கொண்டு உருவாக்குவது பாதுகாப்பானதல்ல என்கிற சிலரின் கருத்துகள் அம்பலம் ஏறின.

டெஹ்ராடூன் வேலையில் தோல்வி கண்டபிறகு இது அப்துல் கலாமுக்கு ஏற்பட்ட இரண்டாம் சறுக்கல். அமைதியாக மனத்துக்குள் தன் ஏமாற்றத்தை விழுங்கிக் கொண்டார். என்ன செய்வது, அறிவாளிகளின் கூடாரத்துக்குள் இருந்தாலும்கூட

நடக்கும் சில விஷயங்கள் முட்டாள்தனமாகவே இருந்து விடுகின்றன.

ஒருநாள் ஏடிஇ தலைவர் மெடிரட்டா கலாமை அழைத்தார்.

'கலாம், ஹோவர் விமானம் எந்த நிலையில் உள்ளது?'

கலாமுக்கு இது பெரிய இன்ப அதிர்ச்சி. மூட்டை கட்டிவைக்கப் பட்ட திட்டத்தை மீண்டும் எதற்காக தூசு தட்டுகிறார்?

'இன்று வேண்டுமானாலும் அதை இயக்கமுடியும். நல்லநிலை யில் உள்ளது.'

'நல்லது. நாளை ஒரு முக்கியமான பார்வையாளர் இங்கே வரு கிறார். ஹோவர் விமானத்தில் அவரை அமரவைத்து செயல் விளக்க ஓட்டம் ஒன்றை இயக்கிக் காண்பிக்கவேண்டும்.'

கிடப்பில் போடப்பட்ட ஹோவர் விமானத்துக்கு ஒரு மறு வாழ்வு. அதுசரி, யார் அந்த வி.ஐ.பி? மெடிரட்டா அதைச் சொல்லாததால் கலாம் நினைவில் பல பெயர்கள் வந்து போயின. கலாமிடமிருந்த பரபரப்பு அவரது குழுவையும் தொற்றிக் கொண்டது.

டாடா அடிப்படை ஆய்வு நிலையத்தின் பேராசிரியரான எம்.ஜி.கே. மேனன்தான் கலாம் எதிர்பார்த்த அந்த வி.ஐ.பி. ஜே.ஆர்.டி டாடாவால் ஆரம்பிக்கப்பட்ட டாடா ஆய்வு நிறுவனம் இந்திய அணு விஞ்ஞானி ஹோமி ஜே. பாபாவின் மேற்பார்வையில் இயங்குவது.

மேனனை விமானத்தில் அமரவைத்து ஹோவரை இயக்கினார் கலாம். தரைக்கு மேலே சில செ.மீ உயரத்தில் பத்து நிமிடம் பறந்தது விமானம்.

இறங்கி கலாமுக்குக் கைகுலுக்கினார் மேனன். சில மணி நேரங்கள் பேசிக் கொண்டிருந்து விட்டு விடை பெற்றுச் சென்றார். ஏடிஇ வளாகத்தில் பரபரப்பு ஏற்பட்டது. மேனனின் திடீர் வருகைக்கு அர்த்தம் என்ன?

ஒருவாரம் கழித்து விடை கிடைத்தது.

இந்திய விண்வெளிக் குழுவிடமிருந்து (Indian committee for space research, Incospar) கலாமுக்கு ஓர் கடிதம் வந்தது.

ராக்கெட் எஞ்சினியர் நேர்முகத்தேர்வில் கலந்துகொள்ள கலாமுக்கு அழைப்பு விடுக்கப்பட்டிருந்தது. Incospar, டாடா ஆய்வு நிறுவனத்தின் ஓர் அமைப்பு. இப்போது மேனன் எதற்காக ஏடிஇ வந்தார் என்கிற ரகசியம் இப்போது கலாமுக்குப் புரிந்துவிட்டது.

பெங்களூரிலிருந்து பம்பாய் சென்றார் கலாம். Incospar டாக்டர் விக்ரம் சாராபாய் தலைமையில் இயங்கும் ஓர் அரசு விஞ்ஞான நிறுவனம். 1962-ம் ஆண்டு இந்திய விண்வெளி ஆராய்ச்சிக்காக ஆரம்பிக்கப்பட்டது. இந்திய அணு சக்தி நிறுவனத்தையும் Incospar மேற்பார்வை பார்த்துவந்தது.

இந்தியாவின் மிகப்பெரிய ஆராய்ச்சி நிறுவனத்தில் கலாமுக்கு நடத்தப்பட்ட நேர்காணலுக்கு விக்ரம் சாராபாய், மேனன் மற்றும் அணு சக்தி கமிஷனின் துணைச்செயலாளர் சராஃப் ஆகிய மூவரும் தலைமை தாங்கினார்கள்.

நமக்கும் கலாமுக்கும் விக்ரம் சாராபாய் இங்கேதான் அறிமுகமாகிறார்.

இந்திய விண்வெளியியலின் தந்தை என்று அழைக்கப்பட்டவர் ஹோமி பாபா. அவருக்கு அடுத்து அவர் அளவுக்கு முக்கியத் துவம் பெற்றவர் விக்ரம் சாராபாய். கலாமுக்கு முன்பு இவர்கள் இருவரும்தான் உலக அறிவியல் வளர்ச்சி அடைந்த நாடுகள் கொண்ட வரைபடத்தில் இந்தியாவுக்கு ஓர் இடம் அமைத்துக் கொடுத்தார்கள்.

இந்தியாவின் சென்ற நூற்றாண்டு அறிவியல் சரித்திரத்தை எழுதுகிற யாரும், ஹோமி பாபாவின் பெயரைக் குறிப்பிடாமல் தாண்டிச் செல்லவே முடியாது. 'இந்திய அணு ஆராய்ச்சித் துறையின் தந்தை' என்று போற்றப்படுபவர் ஹோமி பாபா.

ஹோமி பாபாவுக்கு அடுத்தபடியாக 'இந்திய விண்வெளி யுகத்தின் தந்தை' என்று புகழப்பட்டவர் விக்ரம் சாராபாய். பெங்களூரில் உள்ள இந்திய அறிவியல் கழகத்தில் (Indian Institute Of Science) காஸ்மிக் கதிர் ஆராய்ச்சி செய்து தன் விஞ்ஞான வாழ்க்கையை ஆரம்பித்தார் விக்ரம் சாராபாய். விண்வெளி ஆராய்ச்சியில் இந்தியா அடைந்திருக்கும் அத்தனை வளர்ச்சிகளும் ஒருகாலத்தில் விக்ரம் சாராபாய் கனவு கண்டவை.

தினசரி வாழ்க்கையில் நாம் சந்திக்கக்கூடிய எல்லாப் பிரச்னை களையும், அறிவியலால் தீர்க்கமுடியும் என்று திடமாக நம் பிக்கை கொண்டிருந்தவர். அறிவியல் கழகத்தில் சர்.சி.வி.ராம னோடு பணிபுரிந்த அனுபவம் சாராபாய்க்கு உண்டு.

ஹோமி பாபாவும் விக்ரம் சாராபாயும், கிட்டத்தட்ட ஒரே நேரத்தில் காஸ்மிக் கதிர்களின்மீது ஆர்வம் கொண்டார்கள் (தனித்தனியே). அதுதொடர்பான ஆய்வுகளில் ஈடுபட்டார்கள். விக்ரம் சாராபாய்க்குப் பத்து வருடம் சீனியர் ஹோமி பாபா. நவீன இந்தியாவின் அறிவியல் வளர்ச்சியில், சர் சி. வி. ராமனின் சீடர்களான இந்த இருவருக்கும் முக்கிய இடம் உண்டு.

இந்திய அறிவியல் துறை, நடைவண்டியைப் பிடித்துக்கொண்டு பழகத் தொடங்கிய நேரம் அது. சுதந்தரம் பெற்று சுமார் இரண் டரை வருடங்கள் கடந்திருந்தன. அப்போது, தில்லியில் வசித்த படிக்குப் பிரதம மந்திரியாக உத்தியோகம் பார்த்துக்கொண் டிருந்த ஜவஹர்லால் நேருவுக்கு ஓர் எண்ணம் உதித்தது.

'தேசம் பாதுகாப்பாக வளரவேண்டுமானால் அறிவியல் வளர்ந் தாகவேண்டும். பின்னால் அது தானே வளருமென்றாலும் ஆரம்பத்தில் எடுத்து வளர்க்க சில வல்லுநர்களாவது அவசியம் தேவை. சுதந்தரம் அடைந்த மறு வருடமே பாகிஸ்தானுடன் யுத்தம் தொடங்கியாகிவிட்டது. எப்போதும் தொடரப்போகிற காஃபி - டாஃபி யுத்தம். பாதுகாப்புத்துறை வலுப்பெற்றாக வேண்டும். பீம பயில்வான் போல ஜவான்கள் இருந்து பிரயோஜனமில்லை. பாதுகாப்புத்துறை நவீன மயமாக வேண்டும். நிகரற்ற ஆயுத பலம் அவசியம். தொழில்நுட்பம் சிறந்தாகவேண்டும். ஆராய்ச்சிகள் நடைபெற்றாகவேண்டும். அடிப்படை அரிசி, பருப்பு, உப்புக்கெல்லாம் அக்கம்பக்கத்து தேசங்களை எதிர்பார்த்துக்கொண்டிருக்க முடியாது.

பாதுகாப்புத் துறையின் அரிசி, பருப்பென்பது தளவாடங்கள். தொழில்நுட்ப உபகரணங்கள். ஆய்வுக்கூடங்கள். ஆராய்ச்சி செய்ய ஆசாமிகள்.

என்ன செய்யலாம்?

டெல்லி பல்கலைக் கழகத்தில் பேராசிரியராகப் பணியாற்றிக் கொண்டிருந்த டாக்டர் டி.எஸ். கோத்தாரியைக் கூப்பிட்டுப் பேசினார் நேரு. நீங்கள் உங்கள் பேராசிரியர் பணியைத் துறந்து

தேச சேவைக்கு வரவேண்டும். பாதுகாப்புத் துறை சார்ந்த அறிவியல் ஆராய்ச்சிகளைத் தொடங்கி வழி நடத்தவேண்டும்.

திடீரென்று பிரதமர் அழைத்தபோது டாக்டருக்குப் புரிய வில்லை. இதென்ன உத்தியோகம்? ஒரு பேராசிரியராக இருப் பது பல விதங்களிலும் சௌகரியமானது. மேலும் பாது காப்பானது. ஒரு நாளைக்கு இத்தனை மணிநேரம் வகுப்பெடுக் கிறோம் என்கிற கணக்கு இருக்கும். உழைப்புக்கேற்ற ஊதியம். திருப்தி. ஆனால் பண்டிட்ஜி, என்னை எதற்கு ஆராய்ச்சி அது இது என்று இழுக்கிறீர்கள்? நாளெல்லாம் நான் மோட்டுவளையைப் பார்த்துக்கொண்டு உட்கார்ந்திருந்தால் சம்பளம் ஒழுங்காக வரும் என்பதற்கு என்ன உத்தரவாதம்?

கோத்தாரியைக் குறை சொல்லமுடியாது. ஆய்வாளர்கள் என் றொரு இனம் அப்போது இந்தியாவில் அவ்வளவாக உருவாகி இருக்கவில்லை. ஆய்வுக்கூடங்கள்? மூச். பேசப்படாது. சமயக் கூடங்கள் இருந்தன. சொற்பொழிவுகள் நடக்கும். சமையல் கூடங்களில் சாம்பார், பொறியல், ரசம், அப்பளம். அறிவியல் ஆய்வு என்றொரு துறை உண்டு, அது அவசியமானது என்பது உணரப்படவில்லை. அங்கொன்றும் இங்கொன்றுமாகச் சில இடங்களில் சில ஆய்வுகள் நடந்தன. சிலாகிக்க ஏதுமில்லை. தவிரவும் ஒரு குறிப்பிட்ட இலக்குடன் ஆய்வு செய்வது, படிப் படியான வளர்ச்சிக்குத் திட்டமிடுவது, ஒவ்வொரு கட்டத்தை யும் கண்காணிப்பது, மதிப்பிடுவது, குழுக்களை அமைத்து ஆய்வுகளை மேற்கொள்ளச் செய்வது, குழு நிர்வாகம் இதெல் லாம் என்னவென்று யாருக்கும் தெரியாத பாலபருவம்.

ஆனால் நேரு விடாப்பிடியாக இருந்தார். கோத்தாரி, உமக்கொரு கோயில் கட்டுகிறேன் ஐயா. தயவுசெய்து வாருங்கள். இந்தியப் பாதுகாப்புத் துறைக்கு உங்கள் சேவை மிகவுமே தேவை.

கோத்தாரி விஷய ஞானம் உள்ளவர். அறிவியலில் அறிஞர் என்று அவசியம் சொல்லமுடியும். பல்கலைக் கழக வளாகத்தில் மிகுந்த செல்வாக்கு மிக்கவர். ஆனால் இத்தனையும் தனக் குள்ளது என்கிற பலம் தெரியாதவர். அது தெரிந்ததால்தான் நேரு அறிவியல் ஆராய்ச்சியில் அவரை இழுத்துவிட மிகவும் முயன்றார். விடாமல் கூப்பிட்டுப் பேசினார். வற்புறுத்தினார்.

இறுதியில் மிக வினோதமான ஒரு நிபந்தனையின்பேரில் டாக்டர் கோத்தாரி ஆய்வுத்துறைக்கு வரச் சம்மதித்தார்.

'நான் வருவேன். ஆனால் முழுநேர ஆய்வாளராக அல்ல. பகுதிநேர ஆலோசகராக மட்டும். எனக்கு நீங்கள் சம்பளம் தரவேண்டாம். நான் எனது பல்கலைக்கழக உத்தியோகத்தை விடுவதாக இல்லை.'

'அடடா! இதுவும் அரசாங்க உத்தியோகம்தான் ஐயா' என்று தலையில் அடித்துக்கொண்டார் நேரு. மிகவும் யோசித்து இறுதியில் ஒரு படி இறங்கிவந்தார் பேராசிரியர் கோத்தாரி. 'ஒழிந்து போங்கள். நான் சம்பளம் வாங்கியாகவேண்டும். அவ்வளவு தானே? என் சம்பளத்தை நான் தான் தீர்மானிப்பேன். நீங்கள் கூடாது.'

'சரி, என்ன வேண்டும், சொல்லுங்கள்' என்றார் நேரு.

'ஒரு ரூபாய்!' என்றார் கோத்தாரி. ஆடிப்போய்விட்டார் நேரு.

'உங்களுக்கு வேண்டியதென்ன? நான் உங்கள் ஆய்வுச்சாலையில் பணியாற்றவேண்டும். அதற்கு ஒரு சம்பளம் பெற வேண்டும். அதானே? என் சம்பளம் ஒரு ரூபாய்தான். நான் தீர்மானித்துவிட்டேன். அந்த ஒரு ரூபாய்க்கு உருப்படியாக நான் உத்தியோகம் பார்க்கிறேனா என்று முதலில் பார்ப்போம்' என்று சொல்லிவிட்டார்.

இந்திய அறிவியல் ஆய்வு யுகத்தின் தந்தை அல்லது தாத்தா அல்லது கொள்ளுத்தாத்தா என்று சொல்லத்தக்க டாக்டர் கோத்தாரி தன் முடிவுப்படி ஒரு ரூபாய் சம்பளத்தில்தான் உத்தியோகத்தில் சேர்ந்தார். பின்னாளில் பல கில்லாடி அரசியல்வாதிகள் அந்த ஒரு ரூபாயின் புனிதத்தை ஒரு வழி பண்ணிவிடுவார்கள் என்பதெல்லாம் அவருக்குத் தெரிந்திருக்க நியாயமில்லை. தன் சம்பளத்துக்கு நேர்மையாக டிஃபன்ஸ் சயின்ஸ் லேபரட்டரி என்கிற தேசத்தின் முதல் ஆய்வு அமைப்பிலிருந்து பல உருப்படியான ஆராய்ச்சிகளை மேற்கொள்ளத் தொடங்கினார்.

அமைப்புக்கான பிற அறிவியல் வல்லுநர்களை கோத்தாரி தேர்ந்தெடுத்த விதம் மிகவும் தமாஷாக இருந்தது. இண்டர்வியூவுக்கு வரச்சொல்லி தேசமெங்கும் பல்கலைக் கழகங்களுக்கும் கல்லூரிகளுக்கும் தகவல் பறக்கும். எங்காவது யாருக்காவது அறிவியல் ஆர்வம் கொப்பளித்துக்கொண்டிருக்கிறது என்று கேள்விப் பட்டால் போதும். உடனே ஆளனுப்பிவிடுவார்கள். நீங்கள் அறிவியல் பட்டப்படிப்பு முடித்துவிட்டீர்களா? நல்வரவு.

பண்டித ஜவஹர்லால் நேரு உங்களை இண்டர்வியூ செய்ய ஆர்வத்துடன் காத்திருக்கிறார். கொஞ்சம் வந்து செல்வீர்களா?

அப்படித்தான் நடந்தது. நேர்முகத் தேர்வு பேனலில் நேருவே உட்கார்ந்து கேள்வி கேட்பார். அறிவியலில் அடிப்படை ஒழுங் காகத் தெரிந்திருக்கிறதா என்று பரிசோதிப்பார். திருப்தி என்றால் அடுத்தக் கட்டமாக டாக்டர் கோத்தாரி பார்ப்பார். பாடமெடுத்து ஒழிந்த நேரங்களில் ஆய்வுச்சாலைக்கு வரும் டாக்டர் கோத்தாரி, இந்தப் பணிக்காகக் கூடுதலாக இருபத்தைந்து பைசா சம்பளம் கேட்கவில்லை. சந்தோஷமாகவே செய்தார்.

அப்போதெல்லாம் எலக்டிரானிக்ஸ் என்றொரு துறை கிடையாது. இயந்திரவியல் உண்டு. மின்னியல் உண்டு. சிவில் எஞ்சினியரிங் உண்டு. அவ்வளவுதான். யாராவது டி ஸ்கொயரோடு திரிந்தால் அவர் மெக்கானிகல் எஞ்சினியர். சர்க்யூட் போர்டுடன் திரிந்தால் எலக்டிரிக்கல் எஞ்சினியர். தலையில் இரும்புத் தொப்பி மாட்டிக் கொண்டு சாலையில் போனால் சிவில்.

குறை சொல்லமுடியாது. ஆர்வம் இருந்தது. அபரிமிதமான ஆர்வம். எப்படியாவது தேசத்தைக் கட்டி எழுப்பி ஓர் உயரத்தில் நிறுத்திவிட வேண்டுமென்கிற உத்வேகம். என்ன செய்ய வேண்டும் என்பதுதான் தெரியவில்லை. ஆனால் ஏதோ முயற்சி கள் செய்துகொண்டுதான் இருந்தார்கள்.

அறுபதுகளின் தொடக்கத்தில் எலக்டிரானிக்ஸ் துறையின் கதவு கள் இந்தியாவில் திறக்கத் தொடங்கியதும் ஆய்வுகள் உருப்பட ஆரம்பித்தன. பரபரவென்று தேசமெங்கும் பல ஆய்வகங்கள் திறக்கப்பட்டன. டாக்டர் கோத்தாரிக்குப் பிறகு டாக்டர் பகவந்தம், டி.எஸ்.எல்லின் நிர்வாகத்தை எடுத்துக்கொண்டார். அமைப்பு, Technical Development Establishment (TDE) என்றானது.

நேரு மிகத் தெளிவாக யோசித்துக்கொண்டிருந்தார். ஆராய்ச்சி கள் மூன்று தளங்களில் நடைபெறவேண்டும். மிகத் தீவிரமாக. மிக மிக கவனமாக.

முதலாவது, மக்களுக்கான அறிவியல் ஆய்வுகள். பொதுமக்க ளுக்கு நேரடியாக உதவக்கூடிய விதங்களிலான ஆராய்ச்சிகள். இதற்கென CSIR - Council of Scientific and Industrial Research என்ற அமைப்பு தொடங்கப்பட்டது.

அடுத்தபடியாக அணு ஆராய்ச்சி. இது தேச நலன் சார்ந்தது. நீண்டநாள் நோக்கில் மிகுந்த உபயோகமாக இருக்கும். எனவே, Department of Atomic Energy Commission.

மூன்றாவது பாதுகாப்புக்காக. Department of Defence Science. இது பிறகு Defence Science Organisation என்று பெயர் மாறி, பின்னால் டிஃபென்ஸ் ரிசர்ச் டெவலப்மெண்ட் ஆர்கனைசேஷன் ஆனது. முதல் அத்தியாயத்தில் பார்த்த டி.ஆர்.டி.ஓ.

இந்த அமைப்புகளெல்லாம் அம்மா பால் சாப்பிட்டு முடித்து ஆவின் பாலுக்கு மாற இருந்த தருணத்தில் யுத்தம் வந்துவிட்டது. இந்திய - சீன யுத்தம். அதில் இந்தியாவுக்குக் கிடைத்த அனு பவங்கள் தொழில்நுட்பத்தில் மேலும் வளரவேண்டும் என்கிற தீரா நெருக்கடியை உருவாக்கின.

தொழில்நுட்பங்களும் அறிவியல் அமைப்புகளும் இந்தியாவில் வேரூன்றிய காலகட்டத்தில் அறிவியல் விஞ்ஞானிகளும் முளைக்க ஆரம்பித்தனர்.

இந்தியா சுதந்தரம் அடைந்து மூன்று மாதங்களுக்குப்பிறகு, 1947 நவம்பர் மாதம், அஹமதாபாத் நகரில் விக்ரம் சாராபாய் தனது ஆராய்ச்சி நிறுவனத்தைத் தொடங்கினார். இந்த அமைப்புக்கு அவர் சூட்டிய பெயர், 'Physical Research Laboratory'. இதனைச் செல்லமாக 'PRL' என்று அழைத்தார்கள். 1952ம் ஆண்டு, PRL நிறுவனம் தனது சொந்த ஆய்வுக்கூடத்துக்கான கட்டுமானப் பணிகளில் இறங்கியது. இதனைத் தொடங்கி வைத்தவர், விக்ரம் சாராபாயின் குருநாதர் சர் சி. வி. ராமன். இந் நிறுவனத்தை விக்ரம் சாராபாய் ஆரம்பித்தபோது அவருக்கு வயது 28.

சர் ஐசக் நியூட்டன் என்றால், புவி ஈர்ப்பு விசை. எடிசன் என்றால், மின்சார விளக்கு. கிரஹாம்பெல் என்றால், தொலைபேசி ... இப்படி ஆராய்ச்சியாளர்கள் யார் பெயரைச் சொன்னாலும், உடனடியாக அவர்கள் கண்டுபிடித்த முக்கியமான பொருள்கள், அல்லது சூத்திரங்களின் பெயர்தான் நம் நினைவுக்கு வரு கின்றன.

விக்ரம் சாராபாய் அப்படி எந்தப் புதிய விஷயத்தையும் கண்டு பிடித்துவிடவில்லை. ஆனால், பல்வேறு அமைப்புகளை, நிறு வனங்களை உருவாக்கியிருக்கிறார், வழிநடத்தியிருக்கிறார்,

திறமையாக நிர்வகித்திருக்கிறார். வேலைகளில் அவரைப் போல் துடியானவரைக் காண்பது லேசல்ல.

முதலாவதாக, 'PRL நிறுவனம் ஒன்றும் மாபெரும் நிறுவனம் அல்ல. அது ஒரு சாதாரணத் தொழிற்கூடமாகத்தான் முதலில் ஆரம்பித்தது. அவர் இளைஞர்களை நேர்காணல் செய்கிற விதம் அலாதியானது. 'எங்களுடைய பட்ஜெட் மிகவும் குறைவு' என்று தொடங்குவார் அவர். 'இங்கே ஆராய்ச்சி செய்கிற மாணவர் களுக்கு, எங்களால் அதிகம் உதவித்தொகை கொடுக்கமுடியாது' என்றுதான் அவர் பேச்சை ஆரம்பிப்பார். விஞ்ஞானி என்கிற தோரணையுடன் அதிக சம்பள கனவுடன் வருகிறவர்களை அவர் அப்படித்தான் எதிர்கொள்வார்.

'நீங்கள் இங்கே ஆராய்ச்சி செய்வதைவிட, ஒரு வங்கியிலோ, கல்லூரியிலோ வேலைக்குச் சேர்ந்தால், அதிக சம்பளம் கிடைக் குமே' என்று தூண்டில் போடுவார் சாராபாய். 'அனாவசியமாக ஏன் ஆராய்ச்சி, அது, இது என்று கஷ்டப்படுகிறீர்கள்?'

இப்படி சாமர்த்தியமாகப் பேசிப் பேசி, வந்திருக்கும் இளை ஞரின் மனத்தில் என்ன இருக்கிறது என்பதைப் புரிந்துகொண்டு விடுவார் அவர். நிஜமாகவே ஒருவருக்கு அறிவியல் ஆர்வம் உண்டு, முழு கவனத்துடன் ஆராய்ச்சியில் ஈடுபடுவார், கடினமாக உழைப்பார் என்று நிச்சயமாகத் தெரிந்தால்தான், அவரைத் தனது நிறுவனத்தில் சேர்த்துக்கொள்வார்.

அப்போது, அமெரிக்கா மற்றும் சோவியத் யூனியன் இடையே, கடுமையான போட்டி நிலவிக்கொண்டிருந்தது. இந்த இரு நாடுகளில், ஒருவர் எதைச் செய்தாலும், மற்றவர்களுக்குக் கோபம் வந்துவிடும், நாமும் அதைவிடச் சிறப்பாக எதையாவது செய்துவிடவேண்டும் என்று சிறு பிள்ளைகள்போல் மாறி மாறிச் சண்டையிட்டுக்கொண்டிருந்தார்கள்.

இப்படி இவர்கள் போட்டி போட்டுக்கொண்டதால், அறிவிய லுக்கு லாபம்தான். விண்வெளி ஆராய்ச்சி மற்றும் பிற அறி வியல் துறையில் பல புதிய தொழில்நுட்பங்கள் அறிமுக மாயின.

முக்கியமாக, அறிவியல் துறையில் மிகத் தீவிரமான போட்டி. 1957ம் ஆண்டு, சோவியத் யூனியன் உலகின் முதல் செயற்கைக் கோளை விண்ணில் ஏவியது. இதனால் எரிச்சலடைந்த

அமெரிக்கா, பதிலுக்கு நாம் என்ன செய்யமுடியும் என்று ஆராய்ச்சியில் இறங்கினார்கள்.

உலக அறிவியலில் புதிதாக என்ன நடக்கிறது என்று எப்போதும் கவனித்துக்கொண்டிருந்த விக்ரம் சாராபாய்க்கு, இந்த விஷயம் ஒரு நல்ல வாய்ப்பாகத் தோன்றியது. அமெரிக்காவும் சோவியத்தும்தான் ராக்கெட் விடவேண்டுமா? நாமும் ஒரு ராக்கெட் தயாரித்தால் என்ன?

அடுத்தவர்களைத் தாக்கும் ஆயுதம் என்றுதான் ராக்கெட்டை பலரும் அர்த்தம் கொண்டிருக்கிறார்கள். ராக்கெட்டைப் பயன்படுத்திப் பல உபயோகமான விஷயங்களைச் செய்யமுடியும். தரையில் செய்யமுடியாத பல அறிவியல் ஆராய்ச்சிகளை வானத்தில் செய்யலாம், செயற்கைக் கோள்களை ஏவலாம், அதன்மூலம் நம் நாட்டில் தகவல் தொடர்பு மேம்படும்.

செயற்கைக் கோள்களையும், பிற கிரகங்களுக்கு விண்கலங்களையும் செலுத்தும் நோக்கத்திற்காக ஆரம்பத்தில் ராக்கெட்டுகள் உருவாக்கப்படவில்லை. அணுகுண்டுகளையும் ஹைட்ரஜன் குண்டுகளையும் சுமந்து எதிரி நாடுகளைத் தாக்கக்கூடிய பயங்கர ஏவுகணைகளைத் தயாரிக்கவே ராக்கெட் தொழில் நுட்பம் உருவானது.

ஏவுகணை என்பது ஒரு இடத்தை அல்லது குறிப்பிட்ட வாகனத்தைத் தாக்கப் பயன்படுகிறது. வாகனம் நகரும்போது அதற்கேற்ப தனது பாதையை மாற்றிக்கொள்ளும்.

ஆனால் செயற்கைக்கோள் ஏவுகலம் என்பது செயற்கைக் கோளை அதன் சுற்றுப்பாதையில் செலுத்தும் வகையில் வடிவமைக்கப்படுகிறது.

இந்திய அரசிடம் விக்ரம் சாராபாய் அறிவியல் துறையின் மகத்துவம் பற்றிச் சொல்லி 1962ம் ஆண்டு அகமதாபாத்தில் 'INCOSPAR' (Indian National Committee For Space Research) என்ற அமைப்பு உருவாக முக்கியக் காரணமாக இருந்தார். அதன் தலைவர் பொறுப்பையும் அவர் ஏற்றுக்கொண்டார்.

இந்த 'INCOSPAR'தான், பின்னர் 1969ல் 'ISRO' (Indian Space Research Organization) என்று பெயர் மாறியது. இப்போதும் சிறப்பாகச் செயல்பட்டுக் கொண்டிருக்கிற இந்த விண்வெளி ஆராய்ச்சி அமைப்பு, முழுக்க முழுக்க விக்ரம் சாராபாய்

மூளையில் உதித்த ஓர் அமைப்பு. ராக்கெட் உற்பத்தி, ஏவுதல், வசதிகள் எல்லாமே இந்தியத் தயாரிப்பாக இருக்கவேண்டும் என்பது இந்த அமைப்பின் முக்கியக் குறிக்கோள்.

சொந்த ராக்கெட்டுகள், சொந்த செயற்கைக் கோள்கள், சொந்த செயற்கைக்கோள் ஏவுகலன்கள், ராக்கெட் சாதனங்களுக்கான எரிபொருள்கள், பறக்க உதவும் சாதனங்கள், விமான வடிவமைப்பு, நவீன கட்டுமான தொழில்நுட்பம், ராக்கெட் என்ஜின் கண்காணிப்புச் சாதனங்கள், விண்வெளியில் ஆராய்ச்சி செய்யத் தேவையான சோதனைக் கருவிகள் என அனைத்தும் 'INCOSPAR' அமைப்பின் ஆய்வுக்கூடத்தில் நிறுவவேண்டும் என்பது விக்ரம் சாராபாயின் வாழ்நாள் கனவாக இருந்தது.

சாராபாயின் அலைவரிசையோடு மிகவும் ஒத்துப்போனார் அன்றைய பிரதமரான நேரு. நாட்டு மக்களின் அடிப்படைத் தேவைகளைக் கவனிக்காமல் பாதுகாப்பு விஷயத்திலும் இதர தொழில்நுட்ப விஷயங்களிலும் இத்தனை கவனம் தேவையா என்று எதிர்ப்புகள் சரமாரியாக எழுந்தன. ஆனால் சிலகாலம் முன்பு இரண்டாம் உலகப் போரில் நடந்ததை நேரு கவனத்தில் கொண்டார். ரஷ்யா, அமெரிக்கா, ஜெர்மனி போன்ற நாடுகள் ராக்கெட் தொழில்நுட்பத்தில் தினம்தினம் புதுச் செய்திகளை வழங்கிக்கொண்டிருந்தன.

வி-2 என்கிற குறுகிய தூர ஏவுகணையைத் தயாரித்து தன் எதிரிகளை ஜெர்மனி துவம்சம் செய்ததை நேரு நன்கு அறிந் திருந்தார். உலகம் முழுக்க ஆயுதப் போட்டா போட்டி நடக்கும் வேளையில் இந்தியா மட்டும் பழைய பஞ்சாங்கம் பாடிக் கொண்டிருக்க முடியாது. எல்லைப் பாதுகாப்பில் இந்தியா வுக்கும் நிறைய நெருக்கடிகள், தொல்லைகள் இருந்தன. எல்லாவற்றுக்கும் சேர்ந்து ராக்கெட் தொழில்நுட்பத்தில் மேன்மை அடைவதே பல பிரச்னைகளுக்கான தீர்வு என்பதை நன்கு புரிந்து வைத்திருந்தார் நேரு.

இந்தியாவின் முதல் ராக்கெட் முயற்சிக்குப் பொருத்தமான இடம் தேடி, INCOSPAR நாடு முழுவதும் அலைந்தது. கடைசியில், திருவனந்தபுரம் அருகில் உள்ள 'தும்பா' என்ற கிராமம் தேர்ந்தெடுக்கப்பட்டது.

அங்கு துடிப்புடன் பணியாற்ற விக்ரம் சாராபாய்க்கு நிறைய விஞ்ஞானம் படித்த இளைஞர்கள் தேவைப்பட்டார்கள்.

அப்போதுதான் கலாம் பற்றிய செய்திகள் அவரை வந்தடைந்தன. உடனே மேனன் பெங்களூருக்கு அனுப்பப்பட்டார்.

இப்போது கலாம் எதிரே டாக்டர் விக்ரம் சாராபாய், மேனன், அணு சக்தி கமிஷனின் துணைச் செயலாளர் சராஃப்.

பொதுவாக டெல்லி நேர்காணலுக்குப் பிறகு அமைந்த எல்லா நேர்காணல்களும் கலாமுக்கு பிரச்னையில்லாமல் அமைந்தது. இங்கும் சாராபாய் ஒரு தோழன்போல கலாமிடம் பேச்சுக் கொடுத்தார். கலாமின் அனுபவங்கள், சாதனைகளை அவர் ஏற்கெனவே அறிந்திருந்ததால் அது ஒரு சம்பிரதாயமான நேர்காணலாகவே அமைந்தது.

முதலில் முடிவுகள் இரண்டு நாள்கள் கழித்தே தெரியவரும் என்று சொன்னார்கள். ஆனால் நேர்காணல் நடந்த அன்றைக்கே முடிவு சொல்லப்பட்டது. இந்திய விண்வெளி ஆய்வுக்குழுவில் ராக்கெட் எஞ்சினியராக பதவி பெற்றார் கலாம். 'தும்பாவில் நிறைய சாதிக்கவிருக்கிறீர்கள்' என்றார் விக்ரம் சாராபாய். தும்பாவுக்குப் புறப்பட்டார் கலாம்.

4. முதல் வெற்றி

கேரளாவில் திருவனந்தபுரம் அருகே உள்ள குட்டிக் கிராமம் தும்பா. பிரான்சு, அமெரிக்கா, சோவியத் ரஷ்யா ஆகிய நாடுகளின் ஒத்துழைப் போடு தும்பா ராக்கெட் ஏவுதளம் அங்கே தொடங்கப்பட்டது. அப்போதைய வெளியுறவுத் துறை அமைச்சர் லக்ஷ்மி மேனன் பாராளுமன்றத்தில் இதுகுறித்த ஓர் அறிக்கையை வெளியிட்டு அரசின் விண்வெளித் திட்டங்களை முன்வைத்தார்.

இந்தியாவின் பெரிய கனவுகளை நிறைவேற்றும் தளமாக தும்பாவைத் தேர்ந்தெடுத்ததில் ஒரு காரணம் இருந்தது. புவிகாந்த நடுக்கோட்டுக்கு (Magnetic Equator) வெகு அருகில் இருந்ததா லேயே தும்பாவை ராக்கெட் ஏவுதளத்துக்குப் பொருத்தமான இடமாகத் தேர்ந்தெடுத்தார்கள். புவியின் காந்த நடுக்கோட்டுக்கு மேலே உள்ள காற்றுவெளியில் விஞ்ஞான ஆராய்ச்சிகளைச் செய்ய, ஏவுகணைகள் பயன்படுமென்று பன்னாட்டு விஞ்ஞானிகள் கருதினார்கள்.

புவியின் நிலநடுக்கோட்டிலிருந்து கிழக்கு நோக்கிக் கோள்களைச் செலுத்தினால் புவியின் சுற்று வேகத்தை முழுமையாகப் பயன்படுத்திக் கொள்ள லாம். புவிகாந்த நடுக்கோட்டுக்கு மேலே உள்ள

வான் பகுதியை ஆராயப் பல நாடுகளும் சேர்ந்து மேற்கொண்ட முயற்சியின் பலனாகத்தான் தும்பாவிலிருந்து வான் ஆய்வு ராக்கெட்டுகள் மேற்கொள்ளப்பட்டன. இன்னமும் அங்கிருந்து இந்த வகை ராக்கெட்டுகள் உயரே செலுத்தப்படுகின்றன. இந்த சிறிய ராக்கெட்டுகளைச் செலுத்த பெரிய ராக்கெட் தளம் தேவையில்லை.

கடற்கரை கிராமம் என்பதால் ஏராளமான மீனவ வீடுகள் அங்கு இருந்தன. அவர்களை அப்புறப்படுத்த முடியாது. தும்பா கடற்கரைக்கு அருகே 600 ஏக்கர் பரப்பளவில் செயிண்ட் மேரிஸ் மெக்டலின் தேவாலயம் ஒன்று இருந்தது. அருகிலேயே தேவாலயத்தின் பாதிரியாரின் வீடும் இருந்தது. இந்த இடம் ராக்கெட் தளம் அமைக்கப் பொருத்தமானதாக இருக்கும் என விக்ரம் சாராபாய்க்குத் தோன்றியது.

பாதிரியாரை நேரில் சந்தித்துப் பேசினார். அடுத்தநாள், அதாவது ஞாயிறு காலை வந்து சந்திக்குமாறு சொன்னார் பாதிரியார்.

அன்றைய தினம் தேவாலயத்தில் ஏராளமான பக்தர்கள் இருந்தனர். சாராபாயை வரவேற்ற பாதிரியார் பக்தர்களிடம் பேசினார்.

'குழந்தைகளே, இங்கே நம் தேவாலயத்தில் உலகின் மிகச்சிறந்த விஞ்ஞானி இருக்கிறார். இது நம் பெருமை. அவர் நம் தேவாலயத்தைக் கேட்கிறார். ஆராய்ச்சிப் பணிக்காகத் தேவைப்படுகிறதாம். அறிவியல் உண்மையைத் தேடுகிறது. இதன்மூலமாக மனித வாழ்க்கையை மேலும் அர்த்தமுள்ளதாக்கிறது. மத போதகர்கள் மக்களுக்காக இறைவனிடம் வேண்டி அமைதியைக் கோருகிறார்கள். விக்ரம் சாராபாய் மக்களுக்கு என்ன செய்ய நினைக்கிறோரோ அதைத்தான் விஞ்ஞானிகளும் மக்களுக்குச் செய்கிறார்கள். குழந்தைகளே, இவர்கள் கேட்டதுபோல நம் தேவாலயத்தை அறிவியல் ஆராய்ச்சிக்கு சமர்ப்பித்துவிடுவோமா?'

சில நொடிகள் எல்லோரும் அமைதியாக இருந்தார்கள். பிறகு ஓர் எழுச்சியுடன் ஒருமித்த குரலில் 'ஆமென்' என்றார்கள்.

தும்பாவில் வேலைகள் ஆரம்பிக்கும் முன்பே கலாமுக்கு வெளிநாடு செல்லும் வாய்ப்பு வழங்கப்பட்டது. அமெரிக்காவில் உள்ள நாஸாவுக்கு. அங்கு சென்று சவுண்டிங் ராக்கெட்

தொடர்பான அத்தனை அம்சங்களையும் கற்றுக்கொள்ள வேண்டும். கலாம், ஆராவமுதன், ப்ரமோத் கேலே, ஏ.எஸ்.பிரகாஷ் ராவ், பி.ராமகிருஷ்ண ராவ், எச்.ஜி.எஸ் மூர்த்தி, ஈஸ்வர்தாஸ் அடங்கிய குழு அமெரிக்க செல்லத் தயாரானது.

அறிவியல் கற்றுக்கொள்ளும் அத்தனை பேருக்கும் கனவு, நாஸா (*National Aeronautics and Space Administration-NASA*). அமெரிக்க விஞ்ஞான நிறுவனம்.

இரண்டாம் உலகப் போருக்குப் பிறகு உலக நாடுகள் ரஷ்யாவின் பக்கமாகவும், அமெரிக்காவின் பக்கமாகவும் இரண்டாகப் பிளவுபட்டு நின்ற நிலையில், இந்த இரு நாடுகளும் தங்கள் வல்லமையைப் பறைசாற்ற ராணுவத்தையும், தொழில்நுட்பத் தையும் உபகரணங்களாகப் பயன்படுத்தின. நாஸாவின் தோற்றம் இப்படித்தான் உருவானது.

இந்த இரண்டு நாடுகளுக்கும் இடையேயான போட்டிகள் விண்வெளியிலும் பெரிய அளவில் வெளிப்பட்டன. ஸ்புட்னிக் 1 என்று பெயரிடப்பட்ட முதல் செயற்கைக் கோளை அப்போதைய சோவியத் யூனியன் 1957ஆம் ஆண்டு விண்ணில் ஏவியது. ஆனால் செயற்கைக் கோளை விண்ணில் செலுத்த அமெரிக்கா எடுத்த முதல் முயற்சி தோல்வியில் முடிந்தது. ரஷ்யாவின் கன்னி முயற்சிக்குப் பிறகு அதே ஆண்டில் டிசம்பர் மாதத்தில் செலுத்தப்பட்ட அமெரிக்காவின் செயற்கைக் கோள் ராக்கெட் ஏவுதளத்திலேயே வெடித்துச் சிதறியது.

இந்த நிலையில் 1958ஆம் ஆண்டு ஜூலை 29ஆம் தேதியன்று அப்போதைய அமெரிக்க அதிபராக இருந்த ஐசன்ஹோவர், 'நேஷனல் ஏரோநாடிக்ஸ் அண்ட் ஸ்பேஸ் ஆக்ட்' என்ற சட்டத்தை அமல்படுத்தினார். இந்தச் சட்டத்தினால் உருவாக்கப் பட்ட அமைப்புதான், நாஸா. இதுதான் அமெரிக்காவின் பல விண்வெளி சாதனைகளுக்கு முக்கியக் காரணம்.

நாஸா சரி. 'சவுண்டிங் ராக்கெட்' என்றால்? பூமியின் எல்லைக்கு அருகாமையில் உள்ள சூழ்நிலையை ஆராய்ந்து அதிலிருந்து தகவல்களைப் பெற பயன்படுத்தப்படும் ஏவுகணையே சவுண்டிங் ராக்கெட் என்பதாகும்.

இந்திய விஞ்ஞானக் கழகத்தில் வேலை கிடைத்ததைவிடவும் இதுவொரு பெரிய வாய்ப்பு. ஆறு மாதப் பயிற்சிக்காக

அமெரிக்காவுக்குப் புறப்படுவதற்கு முன் ஒருமுறை தன் குடும்பத்தாரிடம் ஆசி வாங்கிவிடலாம் என்று விடுமுறை எடுத்துக்கொண்டு ராமேஸ்வரம் வந்தார் கலாம். கலாமின் இல்லம் கொண்டாட்ட வெளியாக மாறியது. கலாமின் அமெரிக்கப் பயணம் அத்தனை பேரிடமும் கட்டற்ற ஆனந்தத்தை உருவாக்கியிருந்தது. கலாமின் தந்தை அவரை அழைத்துக்கொண்டு மசூதிக்குச் சென்று சிறப்பு தொழுகை நடத்தினார்.

கலாமின் வாழ்க்கையில் பெரும்பங்கு வகிக்கும் அஹமத் ஜலாலுதீனும் சம்சுதீனும் பம்பாய்க்கு வந்து கலாமை வழி அனுப்பினார்கள். கலாம் விடைபெறும்போது அழுதார். அத்தனைநாள் பட்ட கஷ்டத்தை விமான ஜன்னலுக்கு வெளியே தூக்கியெறிந்துவிடலாம் என்கிற நம்பிக்கை அவரிடம் இருந்தது. ஜலாலுதீனும் சம்சுதீனும் கலாமுக்கு ஆதரவாக கண்ணீர் விட்டார்கள். உணர்ச்சிவயப்பட்டவராக விமானம் ஏறினார் கலாம்.

அமெரிக்கா! வர்ஜீனியா மாகாணத்தின் ஹாம்ப்டனில் உள்ள நாஸா லேஞ்ச்லி ஆய்வு மையம், அடிப்படை உயர்நிலை விண்வெளி தொழில்நுட்பத்துக்கான ஆய்வு மற்றும் வளர்ச்சி மையம். முதலில் அங்கு கலாம் பணியில் அமர்த்தப்பட்டார். பிறகு மேரிலாந்தில் உள்ள கிரீன் பெல்ட்டில் உள்ள காடர்ட் விண்கல ஆராய்ச்சி மையத்தில் பணி மாற்றம்.இறுதியாக வர்ஜீனியாவில் உள்ள வாலப்ஸ் ஃப்ளைட் ஃபெசிலிட்டி மையத்தில் சவுண்டிங் ராக்கெட் பற்றிய முழு புரிதல்களைக் கற்றுக் கொண்டார் கலாம்.

அங்கு கலாமுக்கு உறுதுணையாக இருந்தவர் ஆராவமுதன். கலாமைப் போலவே அவரும் சாராபாயின் உந்துதலால் இந்திய விண்வெளி ஆய்வுக் குழுவில் இணைந்தார். கலாமைப் போலவே அவருக்கும் நாசாவில் பயிற்சி.

கலாம், ஆராவமுதன் இருவருக்கும் நாசா விடுதியில் தங்க இடம் அளிக்கப்பட்டிருந்தது. இருவரும் சைவப் பிரியர்கள் என்பதால் அருகிலிருந்த இந்திய உணவு விடுதியே கதியென்று இருந்தார்கள். சைவ உணவு கிடைக்காத பல சமயங்களில் ரொட்டி மற்றும் பால் சாப்பிட்டுப் படுத்துக்கொள்வார்கள்.வாலப்ஸுக்கும் வாஷிங்டனுக்கும் இடையே அடிக்கடி இலவச விமான சேவையை தனது ஊழியர்களுக்காக செய்துவந்தது நாஸா.

கலாமும் ஆராவதமுதனும் இதைப் பயன்படுத்திக் கொண்டு வெளிநாட்டு விஜயத்தின் சுதந்தரத்தையும் கேளிக்கைகளையும் அனுபவிக்கத் தொடங்கினார்கள்.

வாஷிங்டனில் உள்ள விடுதிகளில் நாஸா விஞ்ஞானிகளுக்கு சில சலுகைகள் வழங்கப்பட்டிருந்தன. இதைப் பயன்படுத்தி கலாமும், ஆராவமுதனும் இரண்டு நாள்கள் வாஷிங்டனில் தங்கி ஊர் சுற்றிப் பார்ப்பார்கள். வாஷிங்டனில் ஹாலிவுட் படங்கள் பார்ப்பது இவர்களின் முக்கிய பொழுதுபோக்கு.

ஒருநாள் நாஸா மையத்தின் வரவேற்புக் கூடத்தில் இருந்த ஓவியம் ஒன்றைக் கவனித்தார் கலாம். அதில் போர்க்களக்காட்சி ஒன்றை ஓவியமாகத் தீட்டியிருந்தார்கள். அதன் பின்னணியில் ராக்கெட்டு கள் பறப்பது போன்ற ஒரு காட்சி. அதில் போர் வீரர்களாக வரையப்பட்டிருந்தவர்கள் வெள்ளைக்காரர்கள் அல்லர். அருகே சென்று கூர்ந்து பார்த்தபோது கலாமுக்கு சிலிர்த்தது.

திப்பு சுல்தானின் படை வெள்ளைக்காரர்களுடன் போரிடுவதாக இருந்தது அந்த ஓவியம்.

உண்மைதானே. வெள்ளையருடனான போரில் திப்பு சுல்தான் ராக்கெட்டுகளை உபயோகித்தார் என்று சரித்திரம் சொல்கிறது.

புராணத்திலோ, சீதையின் தலை முடியை ஒரு கையில் பற்றித் தூக்கித் தன் தொடையில் உட்கார வைத்துப் புஷ்பக விமானத்தில் ஏற்றிப் போனான் ராவணன் என ராமாயணம் கதைக்கிறது.

வானூர்தியில் சீவகன் பயணம் செய்தான் என சிந்தாமணி கூறுகிறது. வேங்கை மரத்தின் அடியில் நின்று கொண்டிருந்த கண்ணகியை வானுலகத்தில் இருந்து வந்து இறங்கிய கோவலன் தன்னுடன் ஏற்றிக் கொண்டு வான்வழியே விண்ணுலகம் சென்றான் என்கிறது சிலப்பதிகாரம்.

ராக்கெட் என்பது நவீன காலக் கண்டுபிடிப்பு அல்ல. கி.பி. 1044 ஆண்டில் இடைக்கால சீனாவில் முதல்முதலாக ராக்கெட் கண்டுபிடிக்கப்பட்டது. கி. பி. 1232-ம் ஆண்டில் மங்கோலியர் கள் ராக்கெட்டுகளை தங்கள் போர் ஆயுதமாகப் பயன்படுத்திய தாக வரலாற்று ஏடுகள் கூறுகின்றன.

அதன்பின்பு நம் காலத்துக்கு சமீபமாக 18-ம் நூற்றாண்டில் ஏவுகணைகளைப் பயன்படுத்தியவர், மைசூர் ராஜாவான திப்பு

சுல்தான். இந்திய நாட்டின் தென் பகுதியில் இருந்து ஏவப்பட்ட அவருடைய ஏவுகணைகள் சரித்திரத்தில் நீங்கா இடம்பெற்று விட்டன.

1792-ம் ஆண்டில் பிரிட்டிஷ் துருப்புகள் ஸ்ரீரங்கப்பட்டணத்தை முற்றுகையிட்டபோது மைசூரை ஆண்ட திப்புசுல்தான் பிரிட்டிஷ் படைகளுக்கு எதிராக ஏவுகணைத் தாக்குதலைத் தொடுத்தார் திப்பு. 914 மீட்டர் தூரத்துக்குச் சென்று இலக்கைத் தாக்கும் ஆற்றல் இந்த ஏவுகணைக்கு இருந்தது. இதற்குக் காரணம் இதன் கூடு (வெளிப்பகுதி) கனத்த இருப்புத் தகட்டி னால் செய்யப்பட்டது. வெடி மருந்தின் சக்தியைத் தாங்கும் ஆற்றல் பெற்றிருந்தது.

இரண்டு கிலோ மீட்டர் பாய்ந்து சென்று எதிரிகளின் இலக்கு களைத் தாக்கும் திப்புவின் ஏவுகணைகள் இந்திய ஏவுகணை தொழில்நுட்பத்தையும், வீரத் திப்புவின் போர் நிபுணத்துவத்தை யும் விளக்குவண்ணம் உள்ளது. இரண்டாம் உலகப் போரில் ஜெர்மனி பயன்படுத்திய v2 ராக்கெட்டுகளுக்கு முன்னோடியாக திப்புவின் ராக்கெட் தொழில்நுட்பம் இருந்தது என்றும் நிபுணர்கள் தெரிவிக்கிறார்கள். திப்புவின் ராக்கெட் 2.2 கிலோ கிராம் முதல் 5.5 கிலோ கிராம் வரை இருந்தது.

ஸ்ரீரங்கப்பட்டினம் நவீனகால ராக்கெட் மற்றும் ஏவுகணை தொழில் நுட்பத்தின் தொட்டில். சக்தி வாய்ந்த ராக்கெட் மற்றும் ஏவுகணை தொழில் நுட்பத்தை முதன் முதலில் பயன்படுத்தி யவர் திப்புசுல்தான் என்பதை இந்திய விஞ்ஞானிகள் தற்போது அங்கீகரித்துள்ளனர். இதை ஆராய்ச்சியாளர்களும் உறுதிப் படுத்தியுள்ளனர்.

6000 படை வீரர்களைக் கொண்ட 27 தளபதிகளைக் கொண்ட திப்பு சுல்தானின் முழுமையான ஏவுகணைப் படைப்பிரிவு 1792ல் நிகழ்த்திய சாகசங்கள்தான் பிரிட்டிஷ் படை களின் பின்னடை வுக்கு காரணமாகியது.

திப்புவின் படைகள் பயன்படுத்திய 700 ராக்கெட்டுகளும் 900 சிறிய வகை ராக்கெட்டுகளும் லண்டன் மாநகரில் உள்ள 'உல்விச்' அருங்காட்சியகத்தில் தற்போதும் உள்ளன. திப்புசுல்தான் மரணத்துக்குப் பிறகு அடுத்த 150 ஆண்டுகளுக்குப் பேச்சு மூச்சில்லாமல் இருந்தது இந்திய ராக்கெட் தொழில்நுட்பம். உலக அளவிலும் இதேநிலைதான்.

ஆனால் அந்தக் காலத்து ராக்கெட்டுகள் மிகச் சிறியவை. குறைவான தொழில் நுணுக்கத் திறன் உடையவை.

சக்தி வாய்ந்த போர் விமானங்கள் போர்களில் முக்கிய இடம் பிடித்தன. குண்டுகளை விமானங்களில் கொண்டு சென்று அநேகமாகக் குறி தவறாமல் எதிரி இலக்குகள் மீது போட்டு தாக்குதல்களை நடத்த வசதியாக இருந்ததால் முதல் உலகப் போருக்குப் பின்னால் உலகில் பல நாடுகளில் விமானப்படை நிரந்தர அம்சமாகியது. குண்டு வீச்சு விமானம் ஒன்றைத் திரும்பத் திரும்பப் பயன்படுத்த முடியும். ராக்கெட்டை ஒரு தடவை செலுத்திவிட்டால், அது அத்தோடு சரி. தவிர, ராக்கெட் குறிப்பிட்ட இடத்தில் போய் விழுந்து தாக்குமா என்கிற நிச்சயமற்ற நிலைமையும் இருந்தது. எனவே அந்த நாள்களில் ராக்கெட்டுகளை வான்போர் ஆயுதமாக மாற்ற அக்கறை செலுத்தாமல் போனதில் ஆச்சரியமில்லை.

ஆனால் ஜெர்மனியில் நிலைமை வேறாக இருந்தது. ஜெர்மன் ஆட்சியாளர்கள் ராக்கெட்டைப் பயன்படுத்துவதில் புதிய ஆர்வம் செலுத்தினார்கள். இதற்கு அவசியம் இருந்தது. முதலாம் உலகப் போரின் முடிவில் 1919-ம் ஆண்டில் கையெழுத்தான வெர்செயில்ஸ் உடன்படிக்கையின்படி ஜெர்மனி, பெரிய பீரங்கிகளைத் தயாரிக்கக்கூடாது எனத் தடை விதிக்கப்பட்டிருந்தது. முதலாம் உலகப் போரை ஜெர்மனி தொடங்கியதற்காக அந்நாட்டின்மீது விதிக்கப்பட்ட தண்டனை அது.

எனவே ராக்கெட் தயாரிப்பில் மிகுந்த ஆர்வம் காட்டிய ஜெர்மனி, இரண்டாம் உலகப்போரின்போது பிரிட்டன்மீது வி-2 ராக்கெட்டுகளைப் பரவலாகப் பயன்படுத்தி வெற்றி கண்டது. முதலாவது வி–2 ராக்கெட் சுமார் 2 0 மைல் தூரம் பறந்து வந்து இங்கிலாந்தைத் தாக்கியது. ஜெர்மனி மொத்தம் 3000 வி–2 ராக்கெட்டுகளைத் தயாரித்ததாக மதிப்பிடப்படுகிறது. இவற்றில் சுமார் 1500 வி–2 ராக்கெட்டுகள் தெற்கு இங்கிலாந்து மீது ஏவி விடப்பட்டன.

இரண்டாம் உலகப்போரின் முடிவில் ஜெர்மனி தோற்பது உறுதியானபின்பு அமெரிக்க, பிரிட்டிஷ், ரஷ்யப் படையினர் முடிந்தவரை ஜெர்மன் ராக்கெட் நிபுணர்களையும், வி–2 ராக்கெட்டுகளையும் கைப்பற்றிக்கொண்டு செல்வதில் முனைப்பு காட்டினார்கள். ராக்கெட் தொழிற்சாலையிலிருந்து

அவசர அவசரமாக சுமார் நூறு வி–2 ராக்கெட்டுகளைச் சேகரித்து, அவற்றைக் கப்பல் மூலம் அமெரிக்காவுக்குக் கொண்டு சென்றார்கள். ஜெர்மனியிலிருந்து கொண்டுவரப்பட்ட வி–2 ராக் கெட்டுகள் தீருகிற வரையில் அமெரிக்க ராணுவப் படையினர் அவற்றைச் செலுத்திப் பார்த்து பின் அது போன்ற ராக்கெட்டு களை உருவாக்கும் திறனைப் பெற்றார்கள்.

இதற்குப் பிறகுதான் ரஷ்யா, அமெரிக்கா ஆகிய இரு நாடுகளும் பலவகையான ராணுவ ராக்கெட்டுகளைத் தயாரிப்பதில் அதீத ஆர்வம் காட்டினார்கள்.

வாலப்ஸ் ஃப்ளைட் ஃபெசிலிட்டி மையத்தில் பணியாற்றிக் கொண்டிருந்த சமயத்தில், 1963 ம் ஆண்டு, நவம்பர் 19ம் தேதியன்று கலாமுக்கு இந்தியாவிலிருந்து ஓர் அவசரத் தகவல் வந்தது. 'Prof. Jacques Blamont's laboratory-யிலிருந்து சோடியம் வேபர் பே லோடையும் மின்னணு கடிகாரத்தையும் வாங்கிக் கொண்டு உடனே தும்பாவுக்கு வந்து சேரவும்.'

நாஸாவிலிருந்து விறுவிறுவென்று கிளம்பி இந்தியா வந்து சேர்ந்தார் கலாம்.

நவம்பர் 21ம் தேதி நைக்-அபாத் ஏவுகணையைச் செலுத்துவது என்று முடிவு. ஆனால் குறித்த நேரத்தில் பிரான்சிலிருந்து வர வேண்டிய பே லோட் வரவில்லை. அது வந்தபோதும் தொல்லை தீரவில்லை. அமெரிக்க ராக்கெட்டில் அது சரியாகப் பொருந்த வில்லை. பிறகு அதற்கென்று சில வெல்டிங் வேலைகள் செய்து பொருத்தப்பட்டது. ஏவுதளத்தில் ராக்கெட்டைப் பொருத்து வதிலும் பல்வேறு சிரமங்கள் தொடர்ந்தன. ஏவுகணையைத் தூக்கிவைக்கும் கிரேனில் பழுது ஏற்பட்டதால் கைகளாலேயே தூக்கி நிறுத்தி ராக்கெட்டை ஏவுகலத்தில் பொருத்தினார்கள்.

அன்றைய தினம் வானம் தெளிவாக இருக்கவேண்டும் இருந் தால் மட்டுமே ஏவுகணையை திட்டமிட்டபடி செலுத்தமுடியும். வானிலையில் கோளாறு இருந்தால் எசகுபிசகாகிவிடும். நல்லவேளை, நவம்பர் 21ம்தேதி தும்பாவின் வானம் தெளி வாகத் தெரிந்தது. வானிலையில் எந்தவொரு அசாதாரணமும் ஏற்படவில்லை.

இந்தியாவில் முதல் ராக்கெட், 'நைக் அபாத் (Nike-Apache)' 1963-ம் ஆண்டு, நவம்பர் 21ம் தேதி விண்ணில் ஏவப்பட்டது.

நைக் என்பது கிரேக்கர்களின் புராணத்தில் வெற்றியின் கடவுள் என்று சொல்லப்படுகிறது. மேலும் நைக் என்பது அமெரிக்க ராணுவத்தில் தொடங்கப்பட்ட ஏவுகணைத் திட்டத்தின் பெயர். நாசாவில் தயாரிக்கப்பட்ட ராக்கெட் என்பதால் இதற்கு இந்தப் பெயர் வைக்கப்பட்டது.

பென்சில் போன்ற வடிவம் கொண்ட அந்த ராக்கெட்டை விண்வெளியில் செலுத்த, பொத்தான் அழுத்தப்பட்டபோது ஒட்டுமொத்த இந்தியாவும் வேண்டிக்கொண்டது.

ராக்கெட்டைப் பிடித்து, நிறுத்திக் கொண்டிருந்த நீண்டு உயர்ந்த கோபுரத்தின் இரும்புக்கரங்கள் அகன்று அந்த கோபுரம் பின்னால் விலக, அதுவரை ராக்கெட்டின் உட்புறக் கருவிகளுக்கு மின்சா ரத்தை அளித்து வந்த கேபிள்கள் விடுபட்டு ராக்கெட் தன்னுள் கிடக்கிற விசையைப் பெற்றபோது பொத்தான் அழுத்தப்பட்டது.

சில வினாடிகளில் ராக்கெட் எங்கும் எதிரொலிக்கும் உறும லுடன், செலுத்து மேடையிலிருந்து கம்பீரமாக வானை நோக்கி மெதுவாக எழுந்தது.

சர்வதேசக் கூட்டுத் தயாரிப்பாக பரிமளித்தது நைக் அபாத். இந்த ராக்கெட், நாசாவில் தயாரிக்கப்பட்டது. அதன் சோடியம் வேபர் பே லோட் பிரான்சில் உருவாக்கப்பட்டது. அமெரிக்க, பிரெஞ்சு ராடார்கள். ராக்கெட்டுகளைப் படம் பிடிக்க வெளி நாட்டுக் கேமராக்கள். ராக்கெட் அனுப்பும் தகவல்களைப் பகுத்தறிய ரஷ்ய கம்ப்யூட்டர்கள், ராக்கெட்டில் வைத்து அனுப்ப ஜெர்மன் கருவிகள். ரேஞ்ச் கிளியரன்ஸை ரஷ்யாவின் எம்.ஐ-4 ஹெலி காப்டர்கள் வழங்கியது. அதன் பொறியாளர்கள் அத்தனை பேரும் இந்தியர்கள்.

வான் மண்டலத்தை ஆராய்வதற்காக இந்த ராக்கெட் ஏவப் பட்டது. இந்த ராக்கெட்டுகளுக்கும் விண்வெளிக்கும் சிறிது கூடத் தொடர்பில்லை. இந்த ராக்கெட்டுகளில் சிறிய செயற்கைக் கோள் கள் கூட வைத்து அனுப்பப்படவில்லை. கருவிகள் மட்டுமே வைத்து அனுப்பப்பட்டன.

ஏவுகணையின் அசெம்பிளிங் வேலைகள் அனைத்தும் இப் பணிக்காக ஒதுக்கப்பட்ட தேவாலயக் கட்டடத்தில்தான் நடந்தது. இப்பணியில் ராக்கெட் ஒருங்கிணைப்பு மற்றும் பாது காப்பு நடவடிக்கைகளுக்குக் கலாம் பொறுப்பேற்றிருந்தார்.

டெக்னீஷியன்களுக்கும் என்ஜினியர்களுக்கும் தீரா ஆர்வம். விக்ரம் சாராபாய் அத்தனை பேர் மத்தியிலும் பெருமிதமாகக் காணப்பட்டார். அவரைச் சுற்றி நின்றிருந்த என்ஜினியர்கள் அத்தனை பேரும் சாராபாயின் ஒரு சொல்லுக்குக் கட்டுப்பட்டு இந்திய விண்வெளிக் கழகத்தில் இணைந்தவர்கள். அத்தனை பேருக்கும் நாஸாவின் கதவு திறந்து இருந்தது. ஆனால் சாரா பாயின் வசீகரத்துக்கு முன்னால் அவர்களுடைய பண ஆசையும் வெளிநாட்டு மோகமும் கரைந்து போயிருந்தது.

நாட்டுப் பற்றையும் சொந்த நாட்டில் சாதிப்பதனால் உண்டான மேன்மையையும் வலியுறுத்திச் சொன்னவர் சாராபாய். அவர் கனவும் அவரை நம்பிவந்த அத்தனை பேர் எதிர்பார்ப்பும் அந்தச் சமயம் மெல்ல மெல்ல நிறைவேறிக்கொண்டிருந்தது. 1963 முதல் 1973 வரையிலான இந்திய விண்வெளி மாற்றங்களுக்குச் சொந்தக்காரர் என்று சாராபாயைக் குறிப்பிடுவார்கள். அவர் முதல் முயற்சியும் முதல் வெற்றியுமாக நைக்-அபாத் ஏவுகணை விண்ணேற்றல் விளங்கியது.

கேரள சட்டசபை சிலநிமிடங்கள் நிறுத்தப்பட்டு ஏவுகணை விண்ணில் செலுத்தப்படும் நேரத்தில் அனைத்து மக்கள் உறுப்பினர்களும் சட்டசபைக்கு வெளியே வந்து நைக் அபாத் ஏவுகணை மேலே செல்வதை வேடிக்கைப் பார்த்து கைதட்டி மகிழ்ந்தனர்.

ஐ.எஸ்.ஆர்.ஓ.வின் இன்றையத் தலைவரான மாதவன் நாயர் அப்போது திருவனந்தபுர அரசுக் கல்லூரியில் படித்துவந்தார். கல்லூரி மாடிக்குச் சென்று ஏவுகணை செலுத்துவதைப் பார்த்து அவர் மிகவும் பரவசப்பட்டுப் போனார்.

பே லோட் ஸ்பெஷலிஸ்டான விஞ்ஞானி ஜாக் ப்ளாமோண்ட் இது பற்றிக் கூறும்போது, '1973ல் பிரான்சில் முதல்முறையாக பலூன் பறக்கவிடப்பட்டபோது நடந்த சம்பவம் ஒன்று. பலூன் பறப்பதைப் பார்த்து மக்கள் கொண்டாடினர். அப் போது ஒருவர், 'இதனால் யாருக்கு என்ன லாபம்?' என்று கேட்டார். அப்போது அங்கிருந்து விஞ்ஞானி பெஞ்சமின் பிராங்கிளின் கோபமாக, 'பிறந்த குழந்தையால் யாருக்கு என்ன லாபம்' என்று கேட்டார். இங்கே தும்பாவில் ஒரு குழந்தை பிறந்திருக்கிறது. அதன் அழகிய தந்தை, விக்ரம் சாராபாய்' என்றார் சுவைபட.

நாஸாவில் பணியாற்றிக் கொண்டிருந்த இந்திய விஞ்ஞானி களுக்கு உடனே தகவல் தெரிவிக்கப்பட்டது. அத்தனை இந்திய விஞ்ஞானிகளும் ஒன்றுகூடி வாழ்த்துகளைப் பரிமாறிக்கொண்ட னர். ஆனால் இந்த சந்தோஷத்தை இந்திய விஞ்ஞானிகளால் அமெரிக்காவில் ஒருநாளைக்கு மேல் கொண்டாட முடிய வில்லை. நைக்-அபாத் விண்ணில் செலுத்தப்பட அடுத்தநாள் அமெரிக்க ஜனாதிபதி கென்னடி சுட்டுக் கொல்லப்பட்டார்.

நைக்-அபாத்தின் வெற்றிக்குப் பிறகு இந்திய செயற்கைக்கோள் ஏவுகலம் பற்றிய கனவை தன் மாணவ விஞ்ஞானிகளிடையே விதைத்தார் சாராபாய். இதுபற்றி நிறைய பேசினார். தினமும் பேசினார். இனியும் இந்தியா அடுத்த நாடுகளின் கைகளை நம்பியிருக்கவேண்டியதில்லை, நம் சொந்த முயற்சியில் ஏவு கணைகளை அமைக்கவேண்டும் என்று நாட்டுப்பற்றையும் அதனூடே தொழில்நுட்ப சாகசங்களையும் இடைவிடாது பேசி வந்தார்.

அமெரிக்காவில் மட்டுமல்ல தும்பாவிலும் கலாமின் அறை நண்பராக இருந்தார் ஆராவமுதன். இருவரும் திருவனந்தபுரத் தில் கந்தாரி அம்மன் தெருவில் உள்ள விடுதியில் தங்கி அங்கிருந்து தினமும் தும்பா சென்றுவந்தனர். திருவனந்தபுர ரயில் நிலையம் அருகே உள்ள சிறிய மெஸ்ஸில்தான் இருவரும் அடிக்கடி சாப்பிடுவார்கள். தமிழ்நாட்டுச் சாப்பாட்டு கிடைக்கும் ஒரே இடம் என்பதால் அவர்கள் தினமும் தொலைதூரம் நடப்பார்கள்.

காலையில் இட்லி, சாம்பார் சாப்பிட்டுவிட்டு அங்கே மதியத்துக் கும் சேர்த்து பார்சல் வாங்கிவிடுவார்கள். காலையிலேயே மதிய உணவுக்குத் தயார் செய்தால் என்ன கிடைக்கும்? தினமும் மதியம் இட்லியும் பூரியுமே கலாமின் உணவு. தும்பாவில் கேண்டீன் வசதி எதுவும் அப்போது ஏற்படுத்தப் படாததால் திருவனந்தபுர ரயில் நிலையம் அருகே உள்ள தமிழ் ஹோட்ட லில்தான் மூன்றுவேளையும் கலாம் சாப்பிட்டு வந்தார்.

கலாம் சைவம் என்றாலும் முட்டை சாப்பிடுவார். திருவனந்த புரத்திலுள்ள சேவியர் கல்லூரிக்கு அருகே உள்ள அசைவ உணவு விடுதியில் பரோட்டா, முட்டை மசாலா சாப்பிட்ட அடிக்கடி அங்கு சென்றுவிடுவார். முஸ்லீமான கலாமின் உணவுப் பழக்கம் பார்த்து கலாமுக்கு மெஸ்காரர் வைத்த பெயர், கலாம் ஐயர்.

தினமும் திருவனந்தபுரத்திலிருந்து ஒருமணி நேரப் பேருந்துப் பயணம் செய்தால் தும்பா மையம் வந்துவிடும். ஆனால் என்ன, அந்த ஒருமணிநேரமும் பேருந்தில் நிம்மதியாக வரமுடியாது. அறிவியல் முன்னேற்றத்தில் அடுத்த நூற்றாண்டுச் சிந்தனை களோடு இந்தியா கனவு கொண்டிருந்தாலும் அடிப்படை வசதி களில் பின்னோக்கி இருந்த காலம் அது. லொடலொடா பேருந்தில், தூக்கித் தூக்கிப் போடும் கரடு முரடான சாலையில் பயணித்துதான் தும்பாவுக்கு போய் வந்து கொண்டிருந்தார் கலாம். சிரமம் என்றால் அப்படியொரு சிரமம். அப்போது தும்பாவில் மிகக்குறைந்த அளவிலேயே விஞ்ஞானிகள் பணி யாற்றி வந்ததால் அங்கும் பெரிய வசதிகள் எதுவும் இல்லாமல் இருந்தது.

கலாமுடைய பொழுதுபோக்குகளில் ஒன்று, பறவைகளுக்கு கோதுமை இடுவது. தினமும் முப்பது கிலோ கோதுமையை வாங்கி பறவைகளுக்கு உணவாக வழங்குவார். பறவைகள் சாப்பிடும்வரை அருகே இருந்து ரசிப்பார். இந்தப் பழக்கத்தை தும்பாவில் சேர்ந்த நாள் முதல் செய்துவந்தார் கலாம். பௌர்ணமி என்றால் கலாம் குஷியாகிவிடுவார். பௌர்ணமி உதிக்கும் நாள்களுக்கு மூன்று நாள்கள் முன்னாடியும் பின்னாடி யும் வானத்தை பார்த்துக்கொண்டேஇருப்பார். பௌர்ணமி நிலவின் பரம ரசிகர் அவர்.

வார இறுதி நாள்களில் ஆராவமுதனுடன் சேர்ந்து கோவளத் துக்குச் சென்றுவிடுவார். அங்கு சென்று இருவரும் மணிக்கணக் கில் பேசிக்கொண்டிருப்பார்கள். இல்லாவிட்டால் திருவனந்த புரத்திலுள்ள ஸ்ரீகுமார் திரையரங்கில் திரையிடப்படும் ஹாலி வுட் படங்களைப் பார்க்கக் கிளம்பிவிடுவார்கள்.

ஒருவழியாக ஊழியர்களின் நலனைக் கருதி திருவனந்தபுரத்தில் ஒரு கெஸ்ட் ஹவுஸை வாடகைக்கு எடுத்தது இந்திய விண் வெளி ஆய்வுக் குழு. அங்கு விஞ்ஞானிகளின் உடல் நலனுக்காக விளையாட்டு விடுதி அமைக்கப்பட்டது. அங்கு சென்று பேட் மிண்டன் விளையாடுவார் கலாம். பின்னர் விஞ்ஞானிகளே பணம் போட்டு அங்கு சிறிய உணவு விடுதியொன்றை ஆரம்பித் தார்கள். பேட்மிண்டன் போட்டிகளில் தோற்பவர் மற்றவர் களுக்கு அந்த உணவு விடுதியில் வேண்டியதை வாங்கித் தரவேண்டும் என்றொரு விதியும் நிர்ணயிக்கப்பட்டது.

கலாம் அப்போது திருமண வயதில் இருந்தார். சீக்கிரம் திருமணம் செய்துகொள் என்று கலாமின் வீட்டாரும், நண்பர் ஆராவமுதனும் கலாமை நிர்பந்தப்படுத்தி வந்தனர். ஆனால் கலாம் திரு மணத்தில் ஈடுபாடு காட்டவேயில்லை. உன் திருமணத்துக்கு வருகை தரும் சாக்கிலாவது நாங்கள் ராமேஸ்வரம் பார்க்க வேண்டும் என்று கலாமின் நண்பர்கள் அடிக்கடி சொல்வார்கள். ஆனால் அது இறுதிவரை நிறைவேறாமலே போய்விட்டது.

'திருமணம் என் கனவுகளைச் சிதைத்துவிடும். என் கனவும் நம்பிக்கையும் வேறு. ஒரு குடும்பத் தலைவனாக நான் குடும் பத்துக்கும் நேரமும் உழைப்பையும் கொடுத்தாகவேண்டும். அங்கே என் லட்சியம் பின்னுக்குத் தள்ளப்படுகிறது. லட்சியமா, குடும்பமா என்றால் குடும்பம் என் லட்சியத்துக்குப் பின்னால் தான். என்னுடைய இந்தக் கோட்பாட்டினால் ஒரு பெண்ணின் வாழ்க்கை பாழாகிவிடக்கூடாது. எனவே இறுதிவரை நான் இப்படி இருப்பதுதான் சிறந்தது. என்னை என் போக்கில் விட்டுவிடுங்கள்' என்று சொல்லிவிட்டு அனைவர் வாயையும் அடைத்துவிடுவார் கலாம்.

•

சாராபாயின் முதல் செயற்கைக்கோள் ஏவுகலத்துக்கு 'ரோஹிணி சவுண்டிங் ராக்கெட்' என்று பெயரிடப்பட்டது. தும்பா ராக்கெட் ஏவுதளத்தில் ராக்கெட் தயாரிப்பு, செயற்கைக்கோள் இணைப்பு பரிசோதனை, செயல்திறன் மதிப்பீடு போன்ற பணிகள் கலாமுக்கு ஒதுக்கப்பட்டிருந்தன.

ரோஹிணி சவுண்டிங் ராக்கெட் தயாரிப்புப் பணியில் ஈடு பட்டிருக்கும்போது ஓர் அசம்பாவிதச் சம்பவம் நடந்தது.

ஜப்பானில் உள்ள விண்வெளி மற்றும் விமான விஞ்ஞான நிலையத்தில் எக்ஸ்ரே பெ லோட் விஞ்ஞானியாக இருந்தவர் பேராசிரியர் ஓடா. ரோஹிணி சவுண்டிங் ராக்கெட் வடிவமைப் பில் அவருடைய உதவி தேவைப்பட்டது. அவரும் எக்ஸ்ரே பே லோட் நுணுக்கங்களைக் கொண்டு இந்திய விஞ்ஞானிகளுக்கு பல விஷயங்களைக் கற்றுத் தந்தார். அவருடைய பே லோடை ரோஹிணி ராக்கெட்டின் மூக்குப் பகுதியில் பொருத்தினர்.

இதன் விளைவு - ராக்கெட் கடல்மட்டத்திலிருந்து 50 கி.மீ உயரத்தை எட்டியதும் அதன் மூக்குப் பகுதி வெடித்துச் சிதறும்.

வெடிக்க வேண்டிய கால அளவை நிர்ணயம் செய்ய எலெக்ட்ரானிக் கடிகாரம் அதில் பொருத்தப்பட்டிருக்கும். ராக்கெட்டின் மூக்குப் பகுதி வெடிக்கும்போது அதிலிருந்து வெளியேறும் எக்ஸ்ரே சென்ஸார்கள் நட்சத்திரங்களிலிருந்து வெளிப்படும் ஒளிக்கதிர்களை கிரகிக்கத் தொடங்கும். நட்சத்திரங்களின் ஆராய்ச்சிக்காக இந்தச் சோதனை மேற்கொள்ளப்படுகிறது.

இந்தச் சோதனையின்போது இந்திய எலெக்ட்ரானிக் கடிகாரம் பயன்படுத்தப்படும். ஆனால் பே லோட் தமது என்பதால் தமது கடிகாரத்தையே பயன்படுத்துமாறு கலாமை நிர்பந்தித்தார் ஓடா. ஜப்பானிய கடிகாரத்தைப் பயன்படுத்தினால் ஏதாவது தவறு ஏற்படலாம் என்று கலாம் பயந்தார். ஆனால் இதை தன்மானப் பிரச்னையாகக் கருதிய ஓடோ கலாமை மிகவும் வற்புறுத்தி ஜப்பானிய கடிகாரத்தைப் பயன்படுத்த வைத்தார்.

ராக்கெட் கம்பீரமாக விண்ணில் பறந்தது. ஆனால் குறிப்பிட்ட தூரம் சென்றபிறகு ராக்கெட்டின் மூக்குப் பகுதி வெடிக்கவில்லை. ஜப்பான் கடிகாரம் சரியாக வேலை செய்யாததால் மூக்குப் பகுதி சமர்த்தாகம் இருந்துவிட்டது. ஓடோ நிலை குலைந்து போனார். கண்ணீர் கசிய கலாமிடம் தன் தவறுக்கான வருத்தத்தைத் தெரிவித்தார்.

தும்பாவில் பணிகள் ஆரம்பிக்கும்போதே கலாமிடம் செயற்கைக்கோள் ஏவுகலம் மற்றும் ராட்டோ விமானங்கள் பற்றியும் பேசினார் சாராபாய். ராட்டோ என்பது ராணுவ விமானத்துக்கான ராக்கெட் உதவியுடன் மேலே உந்திக் கிளம்பும் சாதனம். Rocket Assisted take off system என்பதின் சுருக்கம்தான் RATO. மலைப்பகுதிகளில் குறுகிய ரன்வேயில் உடனடியாகக் கிளம்புவதற்கு இது துணை செய்யும். குண்டுவீச்சால் பாதிக்கப்பட்ட ஓடுதளங்கள், மலைப்பகுதிகளில் அமைந்துள்ள விமானத் தளங்கள், மோசமான வானிலை கொண்ட இடங்களில் விமானத்தை உடனடியாக உயரே கிளம்பவைக்கும் உந்துசக்தியை அளிப்பதற்காக ராட்டோ மோட்டார்கள் விமானத்தில் பொருத்தப்படுகின்றன.

1968-ம் ஆண்டு ஜனவரி மாதம்,நேரில் வந்து சந்திக்குமாறு கலாமை அழைத்தார் விக்ரம் சாராபாய். டெல்லிக்குப் புறப்பட்டார் கலாம். அவசர அழைப்பு என்பதால் உடனே கிளம்பினார். ஓட்டல் அசோகாவில் காலை 3.30 மணிக்கு சந்திப்பு.

பறவைகள்கூட எழுந்திடாத நேரத்தில் எழுந்து கிளம்ப வேண்டும். நிச்சயம் சாத்தியமில்லை. இரவு உணவை முடித்துக் கொண்ட கலாம் அப்படியே அசோகா ஓட்டலின் வரவேற்பு அறையில் உட்கார்ந்துகொண்டார். சிறிதுநேரம் பொழுதைப் போக்கினால் நள்ளிரவு பின்னிரவாகி அர்த்தஜாமமும் கழிந்து அதிகாலை பிறந்துவிடும். எந்தக் காலதாமதமும் இன்றி சாரா பாயைச் சந்தித்துவிடலாம்.

கலாம் நிறையப் படிப்பவர். அவர் அறையில் தொலைக்காட்சிப் பெட்டி இல்லாததால் தமிழ் சங்ககால இலக்கியங்கள், பரி பாடல்கள் என்று ஆரம்பித்து தன் வாசிப்பை எந்நேரமும் தொடர்பவர். இப்போது அவர் கையில் நிறைய நேரம். வர வேற்புக்கூடத்தில் பார்வையாளர்களுக்காக வைக்கப்பட்டிருந்த பத்திரிகைகளை எடுத்துப் புரட்டினார். எல்லாமே தினசரிகள் மற்றும் வியாபார சம்பந்தமான சஞ்சிகைகள்.

தொழில் நிர்வாகம் சம்பந்தமான புத்தகம் ஒன்றை மேலோட்ட மாகப் புரட்டிக்கொண்டு வந்தவரின் கண்கள் ஓரிடத்தில் நின்றன. அங்கே ஜார்ஜ் பெர்னார்ட்ஷாவின் வரிகள்.

'எல்லா நல்ல மனிதர்களும் உலகத்துக்குத் தகுந்தபடி தங்களை மாற்றிக்கொள்கிறார்கள். ஒருசில முரண்பட்ட மனிதர்கள் மட்டுமே தங்களுக்கு ஏற்றபடி உலகத்தை மாற்றுவதற்காக ஓயாது பாடுபடுகிறார்கள். உலகத்தின் எல்லாவித ஏற்றங்களும் இப்படிப்பட்ட முரண்பட்ட மனிதர்களையும் அவர்களுடைய புதுமையான செயல்களையும் நம்பியே இருக்கின்றன.'

புரட்டுவதை நிறுத்திவிட்டு வாசிக்க ஆரம்பித்தார் கலாம். சுயமுன்னேற்றப் புத்தகங்களில் காணப்படும் கருத்துகளும் விசாலமான சிந்தனைகளும் அந்த சஞ்சிகையில் காணப்பட்டன. வரிக்கு வரி கலாம் சிலிர்த்துப்போனார்.

ஜெனரல் ஜார்ஜ்பேட்டனின் வரிகள் அவரை மேலும் உசுப் பேற்றின. உலகப் பிரசித்திபெற்ற அமெரிக்க ராணுவ வீரர், ஜார்ஜ்பேட்டன். இரண்டு உலகப் போர்களிலும் அமெரிக்க ராணுவம் இவரை நம்பித்தான் களத்தில் இறங்கியது. 'I am a soldier, I fight where I am told, and I win where I fight", If you are going to win any battle, you have to do one thing. You have to make the mind run the body. Never let the body tell the mind what to do... the body is never tired if the mind is not tired' என்பவை ஜார்ஜ்பேட்டனின் பிரசித்திபெற்ற, சர்வவல்லமை கொண்ட பொன்மொழிகள்.

அப்போது கலாம் கண்ணில் பட்டம் ஜார்ஜ்பேட்டன் வரிகள் - இப்படி இருந்தன.

'அதிநேர்த்தியான திட்டத்தை பத்துநிமிடங்கள் கழித்து செயல் படுத்துவதைக் காட்டிலும் ஒரு நல்ல திட்டத்தை அதிரடியாக இப்போது செயல்படுத்துவது எவ்வளவோ மேல். (A good solution applied with vigor now is better than a perfect solution applied ten minutes later)

அசோகா ஓட்டல் முழுக்க நிசப்தம். அந்த நட்டநடுராத்திரி வேளையில் கலாமின் எதிரே ஒருவர் அமர்ந்திருந்தார். அவரும் கலாமைப் போலவே பார்வையாளர். பார்க்கக் கம்பீரமக இருந் தார். அவருடைய தோற்றமும் தோரணையும் கலாமைக் கவர்ந் தன. அடிக்கடி அவரைப் பார்த்துக்கொண்டு இருந்தார்.

'உங்களுக்கு அழைப்பு' என்று கலாமிடம் சொன்னார் ஒரு சிப்பந்தி. கலாம் எழுந்தார். 'உங்களுக்கும்' என்று கலாம் அருகே அமர்ந்திருந்தவரிடம் சொன்னார். அவரும் எழுந்தார். கலாமைப் பின்தொடர்ந்தார் அவர். சாராபாய் அறைக்கு வெளியே நின்ற போது அவரும் கூட சேர்ந்து நின்றார். கலாமுக்குப் புரிந்து விட்டது.

இவர் இந்திய விமானப்படையின் முக்கிய நபராகப் பார்க்கப் பட்ட வி.எஸ்.நாராயணன். இந்திய விமானப்படைத் தலைமை அலுவலகத்தின் க்ரூப் கேப்டன். ராட்டோ பற்றிய கலந்துரை யாடலில் விமானப்படை அதிகாரி இல்லாவிட்டால் எப்படி?

காலை காபி குடித்துவிட்டு மூன்று பேரும் தில்லியின் புறநகர்ப் பகுதியில் உள்ள தில்பந்த் ராணுவதளத்துக்குச் சென்றார்கள். அங்கு ரஷ்யாவில் இருந்து வரவழைக்கப்பட்ட ரேடோ விமா னம் நின்றுகொண்டிருந்தது. 3000 கிலோ எடையைத் தூக்கிக் கொண்டு பறக்கும் சக்தி படைத்ததாக அது வடிவமைக்கப் பட்டிருந்தது.

'பதினெட்டு மாதத்தில் ராட்டோ விமானத்தை அமைத்துக் கொடுக்கமுடியுமா? இதற்காக ரஷ்யாவிலிருந்து ராட்டோ

மோட்டார்களை வரவழைத்துக்கொடுக்கிறேன்' என்று இரு வரையும் பார்த்துக் கேட்டார் விக்ரம் சாராபாய். கலாம், நாராயணன் இருவரும் புன்னகைத்தார்கள். உற்சாகமானார் சாராபாய்.

அன்றுமாலையே இந்தியாவில் தயாராகும் ராட்டோ விமானம் பற்றிய செய்திகள் பத்திரிகைகளில் வெளியாயின. கலாம் பற்றிய குறிப்புகளும் அதில் இடம்பெற்றிருந்தன.

கலாமும் நாராயணனும் எந்தவித ஈகோவும் இன்றி இணைந்து பணியாற்றினார்கள். தமக்குத் தெரிந்த ராக்கெட் தொழில்நுட்பங் களை நாராயணனுக்குக் கற்றுக்கொடுத்தார் கலாம். போர் விமானங்கள் பற்றிய அறிவை நாராயணனிடமிருந்து பெற்றுக் கொண்டார்.

கலாமின் மிகச் சிறந்த குணமாக இன்றைக்கும் மெச்சப்படுவது, அவருடைய பணிவு. அப்போது அவர் பெரிய அதிகாரியாக இருந்தாலும் கடைநிலை ஊழியரின் கருத்து தன்னுடைய கருத்தைவிட பிரமாதமாக இருந்துவிட்டால் உடனே அதை ஏற்றுக்கொண்டு அங்கீகாரம் கொடுத்துவிடுவார். நிர்வாக சூட்சமங்கள் பற்றி நிறையக் கற்றுக் கொள்ளாவிட்டாலும் தன் ஊழியர்களின் மனப்போக்கு எப்படி எல்லாம் இருக்கும் என்று நிறையவே தெரிந்துகொண்டு விட்டார்.

ராட்டோ தயாரிப்பில் ஈடுபட்டுக் கொண்டிருக்கும்போது இதற்கு எடுத்துக்காட்டாக ஒரு சம்பவம் நடந்தது.

ராட்டோ வடிவமைப்பில் ஈடுபட்டுக்கொண்டிருந்த ஜெயச் சந்திர பாபுவின் வேலை கலாமுக்கு மிகவும் பிடித்துவிட்டதால் அவரை நேரில் அழைத்துவந்து பேசினார். உங்களால் இத் திட்டத்துக்கு ஏதாவது ஆலோசனை சொல்லமுடியுமா என்று கேட்டார்.

உடனே ஜெயச்சந்திர பாபு தன் கருத்துகளை கலாம் முன் வைத்தார்.

- ★ நம்மிடம் என்ன வளம் இல்லை. ஏன் ராட்டோ மோட்டார் களை பிரான்சில் இருந்து வாங்கவேண்டும்?
- ★ நிதி ஒப்புதல் பெறுவதை ஒட்டுமொத்த நிர்வாக எந்திரத் திடம் கொடுக்காமல் ஒரு தனிநபரிடம் கொடுக்க வேண்டும்

★ தனியார் துறையிடம் சப்-காண்டிராக்ட் விடுவது

இதுமாதிரி அதுவரை இந்திய அரசு அமைப்புகளில் பின்பற்றப் படாத ஏழு அம்ச கோரிக்கைகளை கலாம் முன் வைத்தார். எல்லாமே அரசு விதிமுறைகளுக்கு உட்பட்ட ஆலோசனைகள். கலாம் சிறிதும் தாமதிக்காமல் ஜெயச்சந்திர பாபுவின் கருத்து களை விக்ரம் சாராபாய் முன்வைத்தார்.

அறிவியல் வளர்ச்சி பெறவேண்டும் என்றால் அதற்கேற்ற காரி யங்களைச் செய்துதான் ஆகவேண்டும். இதுதான் ஜெயச்சந்திர னின் வேண்டுகோள் என்று கலாம் சொன்னதை சாராபாய் ஏற்றுக் கொண்டார்.

24 எஞ்சினியர்களை வைத்து வேலை பார்த்து ஒருவருடத்தில் ராட்டோ விமானங்களைத் தயார் செய்துவிட்டார் கலாம். 64 முறை சோதனை ஓடங்கள் பார்க்கப்பட்டு 1972-ம் வருடம் உத்திரப் பிரதேசத்திலுள்ள பரேலி விமானப்படை நிலையத்தில் பரிசோதனை ஓட்டம் நடத்தப்பட்டது.

இந்திய விஞ்ஞானிகளால் நாட்டுக்கு நான்கு கோடி ரூபாய் மிச்சம் என்று கணிக்கப்பட்டது. பொதுவாக இந்திய ராணுவத் தளவாடங்களை முழுக்க முழுக்க வெளிநாட்டில்தான் வாங்கு வார்கள். ஆனால் ராட்டோ விமானப் பரிசோதனை ஓட்ட வெற்றியால் அதுவரை 33,000 ரூபாய்க்கு வாங்கப்பட்டு வந்த ராட்டோ மோட்டார்கள் இப்போது இந்தியாவில் 17,000 ரூபாய்க்குத் தயாரிப்பதைக் காணமுடிந்தது.

இந்தச் சமயத்தில் சாராபாய் தயாரித்த பத்தாண்டு கால விண் வெளி ஆய்வுத் திட்ட விவர அறிக்கை வெளிவந்தது.

இந்திய வரலாற்றில் 1962, 1965 யுத்தங்களுக்கு முக்கிய இட முண்டு. 1962ல் இந்தியாவுக்கும் சீனாவுக்கும் யுத்தம். 1965ல் பாகிஸ்தானுடனான யுத்தம்.

விரோதிகளைச் சம்பாதித்துக்கொண்ட பிறகு நிம்மதியை எதிர்பார்ப்பது பகற்கனவு.இந்த இரு யுத்தங்களும் இந்திய ராணுவத்தின் பலம், பலவீனங்களை வரைபடம் போட்டுக் காண்பித்தது. பாதுகாப்பு விஷயத்தில் இந்தியா மிகுந்த அக்கறை எடுத்து பலபடிகள் தாண்டிச் செல்லவேண்டியதாக இருந்தது. யுத்த சமயங்களில் இந்தியா ரஷ்யாவிடமிருந்துதான் ஏராளமான ஏவுகணைகளை வரவழைத்தது. ராணுவத் தளவாடங்கள்

தொழில்நுட்பத்திலும் ஆயுதங்கள் தயாரிப்புகளிலும் இந்தியா மேற்கு நாடுகள் அளவுக்கு வசதி படைத்ததாக இருக்கவேண்டும் என்கிற கட்டாயம் உருவானது.

விக்ரம் சாராபாய் வகுத்த திட்டத்தில் விண்வெளி தொழில்நுட்பத் தில் இந்தியா செய்யவேண்டியவை பற்றி விரிவாகக் குறிப்பிடப் பட்டிருந்தது. செயற்கைக்கோள்களின் அருமை பற்றி இந்தியா உணராத சமயம் அது.

1957-ல் ரஷ்யா தனது ஸ்புட்னிக் - 1-ஐ (Sputnik–1) விண்வெளி யில் செலுத்தியது. அமெரிக்கா தன்னிடமிருந்த ராக்கெட்டு களைப் பயன்படுத்தி 1957 டிசம்பரிலேயே ஒரு செயற்கைக் கோளைச் செலுத்த முயற்சி செய்தது. என்றாலும் அது வெற்றி பெறவில்லை. இதற்குள்ளாக ரஷ்யா ஸ்புட்னிக்–2 எனப்பட்ட தனது இரண்டாவது செயற்கைக் கோளை 1957 நவம்பரில் செலுத்தியது.

அமெரிக்காவாலும் முடியும் என்பதை நிரூபிக்கும் வகையில் அமெரிக்க எக்ஸ்புளோரர்–1 செயற்கைக் கோள் 1958 ஜனவரி கடைசியில் வெற்றிகரமாக விண்வெளியில் செலுத்தப்பட்டது. பிறகு அமெரிக்கா. அடுத்து ஐரோப்பிய நாடுகள். ஜப்பான், சீனாவும்கூட வானம் நோக்கி யோசிக்க ஆரம்பித்துவிட்டார்கள்.

அமெரிக்கா–ரஷ்யா இடையில் தொடங்கிய இந்தப்போட்டி அமெரிக்க அதிபர் கென்னடியின் கனவை நனவாக்கிய வகை யில் 1969 ஜூலையில் அமெரிக்க விண்வெளி வீரர்கள் இருவர் சந்திரனில் வெற்றிகரமாக இறங்கி அமெரிக்காவுக்குப் பெருமை தேடிக்கொடுக்கும் வரைக்கும் நீடித்தது.

இந்தியா வளரும் நாடு. அடுத்த நாடுகளை அண்ணார்ந்து பார்த்து பெருமூச்சு விடுவதாக அதன் செயல் இருந்துவிடக்கூடாது. ரஷ்யா, அமெரிக்காவுக்கு இணையாக இந்தியாவும் சரிசமமாகப் போட்டியிடவேண்டும். முடியும். நிச்சயம் இந்திய தேசத்தால் சாதிக்க முடியும். செயற்கைக்கோள்களை விண்ணில் ஏவுவது என்பது காலத்தின் கட்டாயமாக மாற்றப்பட்ட சூழலில் இந்தியா செயற்கைக்கோள்களின் அவசியத்தை உணர ஆரம்பித்தது.

சில காரியங்களைத் தரையில் இருந்தபடி செய்ய முடியாது. இந்த இடத்தில்தான் செயற்கைக்கோள்களின் அவசியம் மனித னுக்குத் தேவைப்படுகிறது.

செயற்கைக் கோளிலிருந்து ஒரே சமயத்தில் பல நாடுகளைக் காண முடியும். விளைநிலங்கள், மலைகள், நதிகள், கடல்கள் முதலியவை தெரியும், மேகக்கூட்டங்களைக் காண முடியும். செயற்கைக் கோளில் கேமராக்களை வைத்து, இவற்றைப் படம் பிடித்து அனுப்பச் செய்யலாம். இப்படங்களை வைத்துப் பல தகவல்களைப் பெறலாம். பயிர்கள் எந்த நிலையில் இருக்கின்றன என்பதை அறியலாம். பனி மூடிய மலைகளாக இருந்தால் பனி உருகும் அளவை அறியலாம். கடலின் அமைதியான நீர்ப்பரப்புக்கு அடி ஆழத்தில் இருப்பதை அறியலாம். நிலத்துக்கு அடியில் உள்ள கனி வளங்களை அறியலாம். செயற்கைக் கோள் புகைப்படங்களைக் கொண்டுதான் எங்கே, எப்போது புயல் வீசப்போகிறது, காற்றழுத்தத் தாழ்வு மண்டலம் எங்கே மையம் கொண்டுள்ளது போன்றவற்றை அறிய முடியும்.

வானிலை தகவல்களைப் பெறலாம். நடுக்கடலில் உள்ள கப்பல்கள் வழி அறிந்து செல்ல உதவலாம்.

தகவல் தொடர்புக்கு செயற்கைக்கோள்களே ஆரம்பம். வானொலி, தொலைக்காட்சி நிகழ்ச்சிகளை, விண்வெளியில் உள்ள செயற்கைக் கோள் வழியாக நாடு முழுவதற்கும் ஒலி, ஒளி பரப்ப செயற்கைக்கோள்கள் உதவியது மனிதகுல வரலாற்றில் மகத்தான மாற்றங்களைக் கொண்டு வந்தது.

அமெரிக்கா தனது முதலாவது தகவல் தொடர்பு செயற்கைக் கோளாக 1962 ல் டெல்ஸ்டார்-1 (Telstar-1) என்ற செயற்கைக் கோளைப் பறக்கவிட்டது. இதனால் தொலைக்காட்சி வரலாறில் முதல்முறையாக ஐரோப்பிய மக்கள் அமெரிக்கத் தொலைக்காட்சி நிகழ்ச்சிகளைக் கண்டார்கள். ஜனாதிபதி கென்னடியின் ஐரோப்பிய விஜயம்; போப்பாண்டவர் 23வது ஜான் மறைவு: போப்பாண்டவர் 4வது பால் முடிசூட்டு விழா முதலான நிகழ்ச்சிகளைப் பல நாடுகளிலும் மக்கள் தமது வீட்டில் உட்கார்ந்தபடி பார்த்தார்கள்.

1964ல் ஜப்பான் டோக்கியோவில் நடந்த ஒலிம்பிக் விளையாட்டு விழாவை உலகின் பல நாட்டு மக்களும் தொலைக்காட்சியில் முதல்முதலாகப் பார்த்தார்கள். தகவல் தொடர்பு செயற்கைக் கோள்களால், உலகம் சுருங்கத் தொடங்கியது.

தன்னைச் சுற்றி இத்தனை விஷயங்கள் நடந்துகொண்டிருக்கும் போது பல திறமையான விஞ்ஞானிகளைக் கொண்ட இந்தியா

வும் விண்வெளித் துறையில் மகத்தான உயர்வை அடைய வேண்டும் என்று சாராபாய் ஆசைப்பட்டார். திட்டங்கள் தீட்டப் பட்டன.

நம் தேசத்தில் செயற்கைக்கோள்கள் ஏவப்படவேண்டும். உள்நாட்டு கூட்டமைப்பையும் ஆற்றல்மிக்க அணியையும் உருவாக்கவேண்டும்.

சாராபாயின் கனவு கூடிய சீக்கிரம் உயிர் பெற்றது. எஸ்.எல்.வி ஏவுகலம் திட்டம் தொடங்கப்பட்டது. அதன் தலைமைப் பொறுப்பாளராக அப்துல் கலாம் நியமிக்கப்பட்டார்.

5. கடலில் விழுந்த எஸ்.எல்.வி

'நாம் அறிவியல் முன்னேற்றம் அடையா விட்டால், நம் மக்கள் என்றைக்கும் பட்டினி கிடக்கவேண்டியதுதான். விஞ்ஞான வளர்ச்சியைக் கொண்டு ஒருபக்கம் பசி, பஞ்சத்தைத் தீர்ப்போம், இன்னொரு பக்கம் அறிவியல் தொழில்நுட்பங் களைப் பயன்படுத்திக்கொண்டு முன்னேறுவோம்.'

மக்களின் ஜீவாதார நிலை மோசமாக இருக்கும் நிலையில் இந்தியா அறிவியல் தொழில்நுட்பத்துக் காக இவ்வளவு கோடிகளைச் செலவு செய்ய வேண்டுமா என்கிற கேள்விக்கான விக்ரம் சாரா பாயின் பதில்.

அவர் காஸ்மிக் கதிர்களை ஆராய்ச்சி செய்தார். 'Physical Research Laboratory (PRL)' என்கிற ஆராய்ச்சி நிலையத்தைச் சொந்தமாக ஆரம்பித்தார். 'INCOSPAR' அமைப்பின் தலைவரானார். . ஹோமி பாபாவின் மறைவுக்குப் பிறகு இந்திய அணு சக்திக் கழகத்தைத் தாங்கிப் பிடித்தார். புதிதாக அவர் கண்காணிப்பில் 1969-ம் ஆண்டு 'ISRO' (Indian Space Research Organization) பிறந் தது. அணுசக்தித் துறையின் கீழே இந்திய விண் வெளி ஆய்வு அமைப்பு (ISRO) உருவாக்கப்

பட்டது. இதன் முதல் பணியாக இந்திய செயற்கைக்கோள் ஏவுகலம் திட்டம் தொடங்கப்பட்டது. கலாம் மீது பெரிய பொறுப்பு சுமத்தப்பட்டது.

பூமியைச் சுற்றுகிற செயற்கைக் கோள்களையும், விண்கலங் களையும், செவ்வாய், புதன், வியாழன் போன்ற கோள்களுக்குச் செலுத்தப்படும் கலங்களையும் அனுப்புவதற்கு வெவ்வேறான திறன் கொண்ட ராக்கெட்டுகள் தேவைப்படுகின்றன. ராக்கெட் இல்லாமல் இவற்றைச் செலுத்த முடியாது.

இதற்கு முன் தும்பாவில் செலுத்தப்பட்டது சாதாரண வகை யிலான ராக்கெட்தான். அதில் சிறிய செயற்கைக்கோளைக்கூட வைத்து அனுப்பவில்லை. அவை வான்மண்டலத்தை ஆராய மட்டுமே பயன்படுத்தப்பட்டது. வான் பகுதியில் உள்ள வானிலை நிலைமைகளை ஆராய்வதற்குத்தான் தும்பாவில் இருந்து செலுத்தப்பட்ட வான் ஆய்வு ராக்கெட்டான நைக்-அபாத் உதவியது. ஆனால் இப்போது அனுப்பப்படுவது செயற்கைக்கோளை விண்ணில் அனுப்ப ஏதுவான ஏவுகலம். SLV3(Satellite Launch Vechicle).

இந்த இடத்தில் ராக்கெட்டுக்கும் விமானத்துக்கும் உள்ள வித்தி யாசத்தை நாம் உணரவேண்டும்.

பொதுவாக ஓர் ஏவுகணையின் இயக்கத்தைத் தீர்மானிப்பது நியூட்டனின் மூன்றாம் விதிதான். அதாவது ஒவ்வொரு வினைக் கும் ஓர் எதிர்வினை உண்டு.

விமானம் என்பது காற்று மண்டலத்துக்குள்ளாகவே பறக்கக் கூடியது. சுற்றிலும் உள்ள காற்றினால் அதன் எரிபொருள் எரியும். ஆனால் ராக்கெட் காற்று மண்டலத்துக்கு அப்பால் செல்லக்கூடியது. அங்கு எரிபொருள் என்பதே கிடையாது. ஆகவே தேவையான எரிபொருளையும் ஆக்ஸிஜனையும் எடுத்துச் செல்லவேண்டும்.

ராக்கெட் தயாரிப்பில் வேதியியல் விஞ்ஞானிகள், வேதியியல் என்ஜினியர்கள், உலோகவியல் நிபுணர்கள், மின்னணு நிபுணர் கள், மின்சார என்ஜினியர்கள், விண்வெளி நிபுணர்கள் - இப்படி யாகப் பல்வேறு துறையினரும் சம்பந்தப்பட்டிருக்கிறார்கள். அத்தனை பேரையும் கட்டி மேய்க்கும் திட்ட இயக்குநர் பொறுப்பை கலாமிடம் அளித்தார் சாராபாய்.

பெரிய ராக்கெட்டுகளையும் செயற்கைக்கோள் ஏவுகலங்களை யும் அனுப்ப தும்பா தோதுப்படாது. பெரிய ராக்கெட் தளம் ஒன்று தேவை. இதற்காகக் கிழக்குக் கடற்கரைப் பகுதியில் சாரா பாய் சர்வே செய்தார். சென்னைக்கு வடக்கே நூறு கிலோ மீட்டர் தொலைவில் உள்ள ஸ்ரீஹரிகோட்டா தீவைக் கண்டு மிகவும் திருப்தியடைந்தார்.

ஸ்ரீஹரிகோட்டா சென்னைக்கு அருகே இருந்தாலும் ஆந்திர மாநிலத்தைச் சேர்ந்த பகுதி. நெல்லூர் மாவட்டத்தில் உள்ள சிறு கடற்கரை ஊர். அங்கு Sriharikota Launching Range அமைக்கப் பட்டது (பிற்பாடு, 2002-ம் ஆண்டு இந்திய விஞ்ஞான அமைப்பின் தலைவர் சதீஷ் தவான் மறைவையொட்டி Satish Dhawan Space Centre (SHAR) என்று பெயர் மாற்றப்பட்டது).

தலைமைப் பொறுப்போடு எஸ்.எல்.வி.யின் நான்காவது கட்டத்தை வடிவமைக்கும் பொறுப்புக்கும் கலாமுக்குக் கொடுக்கப்பட்டது. திட்ட ஆலோசனைக்காக பிரான்சு விஞ் ஞானியான பேராசிரியர் குரியன் வரவழைக்கப்பட்டார். அப் போது பிரான்சில் டயமண்ட் என்கிற ஏவுகலத்தை உருவாக்கிக் கொண்டிருந்தார்கள்.

இந்தியாவுக்கு வந்தவுடன் குரியன் எச்சரித்த ஒரே விஷயம், தோல்விக்கான சாத்தியக்கூறுகளையும் முன்கூட்டியே வகுத்துக் கொள்ளுங்கள்.

குரியனிடம் கலாம் மேலும் பேசிக்கொண்டிருந்தபோது ஒன்று மட்டும் தெளிவாகத் தெரிந்தது. ஐரோப்பியர்கள் மூன்று ஆண்டுகளில் செய்து முடிக்கும் ஒரு வேலையை இந்தியர்கள் ஒரு ஆண்டில் செய்துமுடிக்கிறார்கள். விக்ரம் சாராபாய்க்கும் அணியின் வேகம் உற்சாகத்தைக் கொடுத்தது.

கலாம் தன் அணியில் உள்ள அனைவரிடமும் நெருக்கமாகப் பழகினார். திட்டம் குறித்த ஒவ்வொருவரின் ஆலோசனைகளை யும் தாளில் குறித்துக்கொண்டார். எந்த வேலையாக இருந் தாலும் அதற்கு ஒரு காலக்கெடு வழங்குவதைக் கொள்கையாக வைத்திருந்தார். வாரம் ஒருமுறை கூட்டம் நடந்து திட்டத்தின் முன்னேற்றங்கள் அலசப்பட்டன.

9 டு 6 வேலை செய்யும் அரசு ஊழியர்கள் அல்ல நாம் என்று அவர் யாருக்கும் சொல்லிக்கொடுக்கவில்லை. ஆனால் அதுபோல

அவர் இயங்கிக் காட்டினார். ஒரு தலைவனே நேரம் காலம் பார்க்காமல் வேலை செய்வது அவருக்குக் கீழே வேலை செய்யும் ஊழியர்கள் மத்தியில் பெரிய பாதிப்பை ஏற்படுத்தியது. கலாமுக்கு இரவு கிடையாது, சனிக்கிழமை கிடையாது, ஞாயிற்றுக்கிழமை மற்றும் அரசு விடுமுறைத் தினங்கள் கிடையாது. எந்நேரமும் வேலை வேலை வேலை. நாட்டின் வளர்ச்சித் திட்டப் பணியில் ஈடுபடுகிறோம். ஆறு மணி ஆனவுடன் ஃபைலை மூடிவிடமுடியுமா? என்பார் கலாம்.

இரவு நேரங்களில்கூட தன் ஊழியர்களிடம் பேசுவார். வேலை குறித்து விசாரிப்பார். அதேசமயம் தான் வேலை பார்க்கும்போது தனக்குக் கீழ் உள்ள ஊழியர்களும் கட்டாயம் வேலை செய்யவேண்டும் என்று எப்போதும் எதிர்பார்க்கமாட்டார். தன்னைப் போலவே அவர்களும் இரவு பகலாக வேலை செய்ய அவசியமில்லை என்பார். யாராவது அவருக்குச் சமமாக இரவு வேளைகளில் அநாவசியமாக வேலை பார்த்தால் கேள்வி கேட்பார். 'சார், உங்க கெட்டப் பழக்கத்தை நானும் பழகறேன்' என்று உரிமையோடு பேசினால் 'தப்பு. தப்பு. குடும்பத்தையும் கவனிங்க' என்று கண்டிப்பாகச் சொல்வார்.

வேலை மென்னியைப் பிடித்தாலும் தினமும் காலையில் நடைபயிற்சி செய்வதை வழக்கமாகக் கொண்டிருந்தார் கலாம். தினசரி அலுவல் வேலைகளைப் பற்றிய திட்டமிடல் அந்த நொடியிலிருந்து தொடங்கும். ஒவ்வொரு நாளும் நிறைவேற்ற இரண்டு, மூன்று முக்கிய வேலைகளை மனத்தில் ஏற்றிக் கொள்வார் கலாம். அதில் ஒன்று, நீண்டகால லட்சியத்தை எட்டுவதாக இருக்கும். அதேபோல மாலை வேளைகளில் தவறாமல் பேட்மிண்டன் ஆடுவார். உடலையும் உள்ளத்தையும் எப்போதும் சுறுசுறுப்பாக வைத்திருக்க எல்லா பிரயத்தனங் களையும் செய்வார் கலாம்.

ஆரம்பத்தில் படிய தலைவாரியிருப்பார் கலாம். தும்பாவின் ஆரம்பக் காலங்களிலும் வழக்கமான கேசம்தான் இருந்தது. மாதம் ஒருமுறை கவனமாக முடிவெட்டிக்கொள்வார். 1969 வரைக்குமே சாதாரண மனிதராகத்தான் தோற்றமளித்தார். எஸ்.எல்.வி திட்டத்தை ஆரம்பித்தபிறகு பெண்கள் கூந்தல் போல தன் சிகையை நீளமாக வளர்க்க ஆரம்பித்தார். நீளமாக முடி வைத்துக்கொள்வது உலகளாவிய ஃபேஷனாகக் கருதப்

பட்டு வந்த காலம் அது. அதேபோல நீலநிற உடைகள் அணிவது என்பது அவருக்கு மிகவும் பிரியமானது. காலப்போக்கில் இவை கலாமின் அடையாளமாகவே மாறிப்போயின.

அலுவலகம் வந்ததும் முதல்வேலையாக மேஜையை ஒழுங்கு செய்வார். 5 எஸ் என்கிற நிர்வாக சூத்திரத்தின்படி எவர் மேஜையை ஒழுங்காக வைத்திருக்கிறார்களோ அவர்கள் வேலையில் சுத்தம், தெளிவு இருக்கும். தினமும் காலையில் மேஜையின் முன்பு பத்து நிமிடங்களைச் செலவிடுவார் கலாம். உடனடியாகச் செய்யவேண்டியது, செய்யவேண்டியது ஆனால் இன்றைக்கு அல்ல, அடுத்தவாரம் செய்தால் போதும் என்று தன் முன் உள்ள தாள்களைப் பிரித்துவிடுவார். உடனடியாகச் செய்யவேண்டிய தாள்கள், காகிதக் கட்டுகள் மட்டும் அவர் மேஜையில் இருக்கும்.

சூரியனின் ஆலோசனைப்படி டயமண்ட் ஏவுகலத்துக்காகப் பின் பற்றிய வடிவமைப்புகள் எஸ்.எல்.வி.யின் நான்காவது கட்டத் துக்கு உதவியது. இதைப் பரிசோதிப்பதற்காக நான்காவது கட்ட வடிவமைப்பை டயமண்ட் ராக்கெட்டில் பொருத்திப் பார்க்க வேண்டும் என்று கலாம் விருப்பப்பட்டார். ஆனால் கலாம் இரண்டு வருட உழைத்து தன் பணியை முடித்திருந்தபோது பிரான்ஸ் டயமண்ட் திட்டத்தை ரத்து செய்தது. இது கலாமை மிகவும் வருந்தச் செய்தது. எஸ்.எல்.வி. செலுத்துதலின் முன்னேற்பாடாக டயமண்ட் திட்டத்தை நம்பினார். ஆனால் அவருடைய எண்ணம் பொய்த்துப்போனது.

இன்றைய தினசரிகளில் பிரபல விஞ்ஞானிகளாக மதிக்கப் படுகிற பலரும் கலாம் காலத்தில்தான் தங்கள் வாழ்க்கையை ஆரம்பித்தார்கள். எஸ்.எல்.வி.க்கான தொலைக்கட்டளை சாதனத்தை உருவாக்க புதிய விஞ்ஞானி ஒருவர் எஸ்.எல்.வி. அணியில் இணைந்தார். அவர் பிற்காலத்தில் புகழ்பெற்ற விஞ்ஞானியாகவும் பி.எஸ்எல்.வி. திட்ட இயக்குநராகவும் உயர்ந்த மாதவன் நாயர்.

கலாம் பொறுப்பில் விட்டுவிட்டதால் பலகாலம் நேரடிக் கண்காணிப்பில் இருந்து ஒதுங்கியிருந்தார் சாராபாய். ஏவுகலம் செலுத்தப்படுவதற்காக ஸ்ரீஹரிகோட்டா தேர்ந்தெடுக்கப் பட்டாலும் வடிவமைப்புப் பணிகள் தும்பாவில்தான் நடை பெற்றன.

டைமர் சர்கியூட்டை வடிவமைத்து அதைப் பார்வையிடுமாறு சாராபாயை அழைத்திருந்தார் கலாம். சந்தோஷமாக வந்து, பொத்தானை சாராபாய் அழுத்தியபோது அது வேலை செய்ய வில்லை. தோல்விகளுக்கான சாத்தியக்கூறுகளையும் ஆராய்ந்து விடுங்கள் என்று குரியன் சொன்னது கலாமுக்கு ஞாபகத்துக்கு வந்தது. பிறகு அதில் சீர்த்திருத்தம் செய்தபிறகு வேலை செய் தது. இருந்தாலும் சாராபாய் முன்னிலையில் சங்கடம் நேர்ந்த தென்னவோ உண்மைதான்.

திருவனந்தபுரத்திலுள்ள கோவளம் பேலஸ் ஓட்டலில் தங்கி யிருந்த சாராபாய் கலாமை வரச் சொல்லி உத்தரவு பிறப்பித்தார். நிச்சயம் அன்றைய தினம் ஏற்பட்ட சறுக்கலுக்காகத் தன்னைக் கடிந்துகொள்ளப்போகிறார் என்று கலக்கத்துடன் நேரில் சென்றார் கலாம்.

ஆனால் சாராபாயின் ஆரம்பப் பேச்சுகள் வேறு கோணத்தில் இருந்தன. அவர் எந்தத் தவறையும் பார்க்காதவர்போல விண் வெளி ஆராய்ச்சித் துறையில் ஏற்பட்டுள்ள மாற்றங்கள் பற்றி கலாமிடம் பேசிக்கொண்டிருந்தார். கலாமை சகஜப்படுத்திய பிறகு அழைத்தற்கான விஷயத்துக்கு வந்தார்.

கலாம் உள்பட யாரையும் அவர் ஏசவில்லை. ஆர்வம் இல்லாமல் வேலை பார்க்கும் சூழல் நிலவுகிறதா என்று மட்டும் கலாமிடம் கேட்டார். 'எனக்குத் தெரியாத பிரச்னை ஏதாவது ஒன்றில் மாட்டிக்கொண்டிருக்கிறீர்களா' என்றும் வினவினார். குழுவின் ஈடுபாடு பற்றியும் திட்டத்தின் உபயோகம் பற்றியும் அவருக்குச் சந்தேகம் வந்துவிட்டது.

ராக்கெட்டுகளின் இணைப்புப் பணியில் சில சிக்கல்கள் உண்டு. எலெக்ட்ரிகல் மற்றும் மெக்கானிகல் வேலைகள் இரண்டையும் ஒழுங்குபடுத்துவதில் சிக்கல்கள் இருக்கின்றன என்று கலாம் தன் பக்கம் உள்ள ஆதங்கத்தை அவரிடம் சொன்னார்.

அடுத்தநாள், ராக்கெட் என்ஜினியரிங் பிரிவு ஒன்று தொடங்கப் பட்டது. இதன்மூலம் எந்தச் சிக்கல்கள் நேர்ந்தாலும் அதைப் பராமரிக்கும் பொறுப்பு இந்த அமைப்பினுடையது.

திட்ட வளர்ச்சி பற்றிய கூட்டம் இரண்டு மாதங்களுக்கு ஒரு முறை நடக்கும். சாராபாய், கலாம் உள்பட திட்டத்தில் பங்கு பெறும் அத்தனை விஞ்ஞானிகளும் ஒன்றாகக் கூடும் கூட்டம்

அது. அது போன்ற ஒரு கூட்டத்தில் சாராபாயைப் பார்த்து ஒரு மூத்த விஞ்ஞானி கேள்வி எழுப்பினார்.

'கலாமுடைய திட்ட உறுப்பினர்கள் வேலை செய்ததெல்லாம் சரிதான். இந்தத் திட்டத்தில் கலாமின் பங்களிப்பு என்ன?'

சாராபாய் கோபித்து யாரும் பார்த்தது கிடையாது. 'திட்ட நிர்வாகம் என்றால் என்ன என்பதை இத்திட்டத்தின் மூலம் கலாம் அருமையாக உணர்த்தியிருக்கிறார். திட்டத்தின் தலைவர் என்பவர் தன் குழுவை ஒருங்கிணைப்பவர். கலாமும் இதையேதான் செய்து இருக்கிறார்' என்று கலாமைக் குறை சொன்னவருக்குப் பதில் சொன்னார் சாராபாய். கலாம் எதுவும் பேசவில்லை.

1971, டிசம்பர்31-ம் தேதியன்று ஏவுகணைக் குழு கூட்டம் ஒன்றில் கலந்துகொள்வதற்காக தில்லிக்குச் சென்றிருந்தார் கலாம். அதே நாளில் தும்பாவுக்கு வருகை தந்து மேற்பார்வை செய்தார் விக்ரம் சாராபாய். கூட்டம் முடிந்தபிறகு சாராபாயைத் தொலைபேசியில் தொடர்புகொண்ட கலாம் நடந்ததை விவரித்தார். 'சரி, திருவனந்தபுர விமான நிலையத்தில் காத்திருக்கவும், நான் வந்து சந்திக்கிறேன்' என்று சொல்லி போனை வைத்தார் சாராபாய். அன்று இரவு சாராபாய் பம்பாய் புறப்படுவதால் விமான நிலையத்தில் வைத்து கலாமைச் சந்திப்பதாக ஏற்பாடு.

கலாம் திருவனந்தபுர விமான நிலையத்தை அடைந்தபோது அவரிடம் தகவல் தெரிவிக்கப்பட்டது. மாரடைப்பால் விக்ரம் சாராபாய் மாரடைப்பால் உயிரிழந்தார்.

இஸ்ரோ சில காலம் துக்கம் அனுஷ்டித்தது. ஆனால் சாராபாயின் கனவு முழுமையாக நிறைவேற வேண்டும் என்றால் அடுத்த அடி எடுத்து வைத்தாகவேண்டும். சாராபாய்க்கு அஞ்சலி செலுத்துவது என்பது அவருடைய திட்டங்களை வெற்றிகரமாக நிறைவேற்றுவதில்தான் இருக்கிறது. இஸ்ரோவின் இடைக்காலத் தலைமைப் பொறுப்பை சதீஷ் தவான் ஏற்றார்.

அனைத்து விண்வெளி ஆராய்ச்சி அமைப்புகளும் ஒரே குடையின் கீழ் செயல்படுவதற்காக ஒருங்கிணைக்கப்பட்ட விண்வெளி மையம் உருவானது. அதற்கு, விக்ரம் சாராபாய் விண்வெளி மையம் (VSSC) என்று பெயர் சூட்டி மகிழ்ந்தார்கள் அவருடைய மாணவர்கள். மையத்தின் முதல் இயக்குநராக புகழ்

பெற்ற உலோகவியல் நிபுணர் பிரம்ம பிரகாஷ் பொறுப் பேற்றார்.

பூமியைச் சுற்றி 400 கி.மீ. சுற்றுப்பாதையில் 40 கிலோ செயற்கைக்கோளை ஏவுவதற்கான ஏவுகலம் வேலை துரிதமாக நடந்துகொண்டிருந்தது. ஸ்ரீஹரிகோட்டாவில் உள்ள ஷார் மையத்தையும் தயார்படுத்தவேண்டும். விஞ்ஞானிகள்தான் குறைவாக இருந்தார்கள். எப்படியும் 275 விஞ்ஞானிகளை ஈடுபடுத்தவேண்டும் என்று கலாம் திட்டமிட்டார். ஆனால் கிடைத்ததோ 50 பேர்.

மகாதேவன் நாயர், எம்.எஸ்.ஆர். தேவ், எஸ்.ஸ்ரீனிவாசன், சிவதாணு பிள்ளை போன்ற இளம் விஞ்ஞானிகள் கலாமின் கீழ் பணியாற்றினார்கள். இவர்களில் தேவ், ஏ.எஸ்.எல்.வி. ஏவுகலத் தின் திட்ட இயக்குநர் ஆனார். சந்த்லாஸும் சிவதாணு பிள்ளை யும் டிஆர்டிஓ-வின் முதன்மைக் கட்டுப்பாட்டு அதிகாரிகளானார் கள். மாதவன் நாயர் இஸ்ரோவின் தலைவர் ஆனார்.

இந்திய விஞ்ஞானிகள் முதல்முறையாக இதுபோன்ற ஒரு ஏவுகலத்தைத் தயாரிப்பதால் பல சிரமங்களுக்கு ஆளானார் கள். ஒவ்வொன்றுக்கும் அதிக முன்னெச்சரிக்கை தேவைப் பட்டது.

இதேபோல ஹைதராபாத்தில் உள்ள டி.ஆர்.டி.ஓ - வில் சொந்த மாக ஏவுகணைத் தயாரிக்கும் திட்டம் தொடங்கப்பட்டது. இதன் திட்டத் தலைவராக வி.எஸ்.நாராயணன் நியமிக்கப்பட்டார். நிக்-அபாத் ஏவுகணை அமெரிக்காவின் உதவியோடு விண்ணில் ஏவப்பட்டது. இனியொருமுறை அடுத்த நாட்டுன் உதவியை எதிர்பாராமல் நாமே சொந்தமாக சாதிக்க வேண்டும் என்கிற உத்வேகத்தோடு இந்திய விஞ்ஞானிகள் பல்வேறு முயற்சிகளை மேற்கொண்ட அற்புதமான காலம் அது.

தொழில்நுட்பத்தை மேம்படுத்துவதைவிட ஒரு தொழில்நுட்பம் பொருந்தாவிட்டால் இன்னொரு தொழில்நுட்பத்துக்கு மாறு வது என்பது அப்போது இந்திய விஞ்ஞானிகளின் உத்தியாக இருந்தது. கலாமும் நாராயணனும் சேர்ந்து உருவாக்கிய ராட்டோ விமானம் பழுதானதால் அதை ஓரங்கட்டிய விஞ்ஞானி கள் அதற்குப் பதிலாக தானியங்கி ஏவுகணைகளைத் (Guided Missiles) தயாரிக்க முன்வந்தனர்.

தாக்கப்படவேண்டிய இலக்கு திசை மாறும்போது தானும் திசையை மாற்றிக்கொண்டு செல்லும் ஏவுகணையை வடிவமைப்பதில் நாராயணன் தீவிரமாக ஈடுபட்டுக்கொண்டிருந்தார். மத்திய அரசு இதற்காக 5 கோடி ரூபாயை வழங்கியது. 'டெவில்' என்று பெயரிடப்பட்டிருந்த இத்திட்டத்தை மதிப்பீடு செய்யும் ஏவுகணை ஆலோசனைக் குழுவில் கலாமும் இடம் பெற்றிருந்தார்.

Defence Research and Development Laboratory (DRDL) என்கிற ஏவுகணை தயாரிக்கும் அமைப்பின் தலைவரானார் நாராயணன். ஹைதராபாத்தில் நிறுவப்பட்ட இந்நிறுவனம் முப்படைகளுக்கும் தேவையான ஏவுகணைகளைத் தயாரித்துக் கொடுக்க வேண்டும். டி.ஆர்.டி.ஓ-வின் ஓர் அங்கமான இந்த அமைப்பின் ஒரு முக்கிய வேலையாகத்தான் டெவில் திட்டம் தொடங்கப்பட்டது. இதுதொடர்பாக மதிப்பீட்டுக் குழு ஒன்று உருவாக்கப்பட்டு டெவில்-லின் தரம் பற்றி பரிசோதிக்கப்பட்டது.

இதன் உருவாக்கம் கடுமையானது. ஆனால் சவாலாக செய்து முடித்த விஞ்ஞானிகளுக்கு ஊக்கம் கொடுக்கும் வகையில் திட்டத்தை நீட்டித்து திரவ எரிபொருள் தொழில்நுட்பத்தைப் பயன்படுத்த ஏதுவாக அரசு மேலும் நிதி உதவி அளிக்கவேண்டும் என்று மதிப்பீட்டுக்குக் குழு அரசுக்கு பரிந்துரைத்தது. ஆனால் அரசு பிறகு இத்திட்டத்தை முடக்கிவிட்டது. அப்போது யாரும் எதிர்பார்க்கவில்லை, இத்திட்டத்தை சில ஆண்டுகள் கழித்து வந்து கலாம் உயிர்ப்பிப்பார் என்று!

கலாம் கோபப்பட்டு யாரும் பார்த்திருக்க முடியாது. எதையும் புன்னகையால் சாதிக்கமுடியும் என்கிற கொள்கை கொண்ட கலாம் ஒருமுறை மிகவும் கோபப்பட்டது எஸ்.எல்.வி. 3 ஏவு கலத்தின் கட்டமைப்பில் நடந்த ஒரு சரித்திரச் சம்பவமாகிப் போய்விட்டது.

விண்வெளி ஆய்வுக்கூட்டம் ஒன்றில் கலாம் தன் ஆதங்கத்தை வெளிப்படுத்த கோபத்தைப் பிரயோகப்படுத்தினார். தேவையான கட்டமைப்புப் பொருள்களை வாங்குவதில் இடர்பாடுகள் உள்ளன. மையத்தின் நிதி ஆலோசகரும் கணக்குக் கட்டுப்பாடு அதிகாரியும் தேவைகளை ஒத்திப் போடுகிறார்கள். இதுபோன்ற காலதாமதங்கள் தவிர்க்கப்படவேண்டும். நிதி நிர்வாகம், திட்டக் குழுவுக்கு மாற்றப்படவேண்டும் என்று மிகுந்த கோபத்

துடன் உதடுகள் துடிக்கப்பேசினார் கலாம். மைய இயக்குநர் பிரம்ம பிரகாஷ், கலாமின் சினம் பிடிக்காமல் கூட்டத்திலிருந்து பாதியிலேயே வெளியேறினார்.

அன்று இரவு முழுக்க கலாம் தூங்கவில்லை. குற்ற உணர்ச்சி அவரை வாட்டி வதைத்தது. கடவுளிடம் தன் வேதனையைச் சமர்ப்பித்தார்.

அடுத்தநாள், நிதி தொடர்பான அனைத்து உரிமைகளும் திட்டக் குழுவுக்கு வழங்குவதாக பிரம்ம பிரகாஷ் விதி ஒன்றை அமல் படுத்தினார்.

இஸ்ரோவின் தலைவராக இருந்த சதீஷ் தவான் கலாமின் அடுத்த குருவானார். அவருடன் தனது ஓய்வு நேரங்களைச் செலவிட்டு அறிவை விசாலமாக்கிக் கொண்டார் கலாம். எஸ்.எல்.வி. திட்டத்தின்போது கலாம் சந்தித்த இன்னொரு முக்கியமான நபர், டி.என். சேஷன். அவர் அப்போது விண்வெளித் துறையின் நிர்வாகப் பிரிவில் இணைச் செயலாளராக பணியாற்றி வந்தார்.

விக்ரம் சாராபாய் போல கலாமின் நெருக்கடியான நேரங்களில் அவருக்கு உற்ற துணையாக இருந்து கலாமை நிமிரவைத்தவர் தவான். எஸ்.எல்.வி. ஏவுகலம் விண்ணில் செலுத்தப்படும் முன் கலாம் சந்தித்த சோதனைகள் கொஞ்சநஞ்சமல்ல. அவர் நிலை யில் வேறு யார் இருந்திருந்தாலும் எவ்வாறு எதிர்வினை யாற்றியிருப்போம் என்பதை நினைத்துக்கூடப் பார்க்கமுடியாது. அப்படியொரு துயரத்திலும் இக்கட்டிலும் சிக்கினார் கலாம்.

•

1975-ம் ஆண்டு ஏப்ரல் 19-ம் தேதி அன்று இந்தியா தயாரித்த 'ஆர்யபட்டா' செயற்கைக் கோள் ரஷ்ய ராக்கெட் மூலம் உயரே செலுத்தப்பட்டது. இந்தியா உருவாக்கிய செயற்கைக் கோள் ஒன்று உயரே செல்வது அதுவே முதல் தடவை. இது ஏன் இந்தியாவில் செலுத்தப்படவில்லை? இப்போது தயாராகிக் கொண்டிருக்கும் ஏவுகலத்தால் ஆர்யபட்டா செயற்கோளை விண்ணில் ஏவமுடியாதா என்கிற கேள்விகள் உங்களுக்கு எழலாம்.

ஆர்யபட்டா செயற்கைக் கோளின் எடை 360 கிலோகிராம். எஸ்.எல்.வி - 3 ஏவுகலத்தின் மூலம் செலுத்தப்பட இருக்கும்

ரோகிணி 1-A செயற்கைக் கோளின் எடையோ வெறும் 35 கிலோ கிராம். ரோகிணியை விடப் பத்து மடங்கு எடை கொண்ட ஆர்ய பட்டா செயற்கைக் கோளை உயரே சுமந்து செல்லும் அளவுக்குத் திறன் படைத்த ராக்கெட் இந்தியாவிடம் அப்போது இல்லை. அந்தக் காரணத்தால் அது சோவியத் யூனியனுக்கு எடுத்துச் செல்லப்பட்டு ரஷ்ய ராக்கெட் மூலம் உயரே செலுத்தப்பட்டது.

செயற்கைக் கோளைச் செலுத்தும் திறன் படைத்த ராக்கெட்டு களை உருவாக்கும்வரை காத்திராமல், இந்தியா முதலில் செயற்கைக் கோள்களை உருவாக்குவதில் கவனம் செலுத்தியது. செயற்கைக் கோள்களைத் தயாரிப்பதையும் அவற்றைச் செலுத்துவதற்கான ராக்கெட்டுகளைத் தயாரிப்பதையும் ஒன் றோடு ஒன்று கலக்கவில்லை. சக்தி மிக்க ராக்கெட்டுகளைச் சொந்தமாகத் தயாரிக்கும் வரை காத்திருக்காமல், தானாகவே தயாரித்த செயற்கைக் கோள் ஒன்றை, நட்பு நாட்டின் ராக் கெட்டின் உதவிகொண்டு வானில் செலுத்தியது.

ஒருமுறை எஸ்.எல்.வி. விண்கலம் பற்றி நாடாளுமன்றத்தில் பேசினார் இந்திரா காந்தி.

'இந்தியாவின் முதல் செயற்கைக்கொள் ஏவுகலம் அதன் இறுதிக் கட்டத்தை நெருங்கிக் கொண்டிருக்கிறது. அதன் பணிகள் திருப்திகரமாக முன்னேறிக்கொண்டிருக்கின்றன. இந்தியா தன் முதல் ஏவுகலத்தை 1978-ம் ஆண்டு விண்ணில் செலுத்தத் திட்டமிட்டுள்ளது.'

ஒருவழியாக எஸ்.எல்.வி-3 தன் தோற்றத்தை அடைந்து கொண்டிருந்தது. இறுதி சோதனைக்கு முன் முன்னேற்பாடாக சில சோதனை ஓட்டங்கள் திட்டமிடப்பட்டன.

எஸ்.எல்.வி. விண்கலத்தில் திட எரிபொருள் பயன்படுத்தப் பட்டது. ஆனால் தானியங்கி ஏவுகணையில் திரவ எரிபொருள் பயன்படுத்தப்படவேண்டும். பொதுவாக, ஒரு ராக்கெட்டுக்கு திட எரிபொருள் பெரிதாகத் திறனை அளித்து விடுவதில்லை. மாறாக, திரவ எரிபொருள் அதிகத் திறனை அளிப்பவை. அப்போது திரவ எரிபொருளைக் கொண்டு ஓர் ஏவுகணை தயாரிக்கும் தொழில் நுட்பம் இந்தியாவிடம் கிடையாது.

1979-ம் ஆண்டு ரோகிணி 1-A செயற்கைக்கோளை ஏற்றிக் கொண்டு எஸ்.எல்.வி-3 ஏவுகலம் விண்ணில் செலுத்தப்

படுவதாக திட்டமிடப்பட்டது. ஐந்து ஆண்டுகள் கழித்து விண்ணில் செலுத்தப்படுவதற்கு முன்பு சில முக்கியக் காரியங்களை நிறைவேற்றவேண்டியிருந்தது.

பரிசோதனை முயற்சி. மூன்று ஆண்டுகளுக்கு முன் அதைப் பரிசோதித்துப் பார்ப்பதற்காக சவுண்டிங் ராக்கெட்டுகளைப் பயன்படுத்துவது. திட்டமிட்ட பாதையில் செலுத்துவதற்கான சோதனைகளை 1976-க்குள் முடித்துவிடவேண்டும். 1978க்குள் அதனை இறுதிக்கட்ட சுற்றுப்பாதையில் செலுத்தி சோதித்துப் பார்ப்பது.

1974 ஜூன் மாதத்தில் சென்டார் என்கிற சவுண்டிங் ராக்கெட் சோதனைக்கு உட்படுத்தப்பட்டது. ராக்கெட் பறக்கும்போது அதன் செயல்பாட்டுக்கு உதவக்கூடிய கருவிகள் எல்லாம் சென்டார் ராக்கெட்டில் பொருத்தப்பட்டன. இஸ்ரோ தொடங்கி இதுவரை எந்தத் திட்டமும் பரிசோதனைக்கு உட்படாத நிலையில் சென்டார் ராக்கெட் சோதனை ஓட்டம் முக்கியப் பங்கு வகித்தது. இந்திய விண்வெளித் திட்டம் நிஜமாகிக்கொண்டிருப்பதை இந்தியர்கள் உணர்ந்த சமயம் அது.

திருமண வயதெல்லாம் கடந்து விஞ்ஞானமே மெய்ஞானம் என்று வாழ்ந்துகொண்டிருந்த கலாமுக்கு வரிசையாக அதிர்ச்சிச் செய்திகள் காத்திருந்தன. முதல் அதிர்ச்சியாக அவருடைய சகோதரியின் கணவர் ஜலாலுதீனின் மறைவு.

கலாமின் வாசிப்பு ஆர்வத்தைத் தொடங்கி வைத்து விடாது ஊக்கப்படுத்தியவர். பண நெருக்கடி வந்தபோதெல்லாம் கலாமுக்கு ஜலாலுதீனின் ஞாபகம்தான் வரும். கஷ்டங்களைப் போக்குபவர் கடவுள். மனிதக் கடவுளாக பூமியில் வாழ்ந்தவர் இப்போது நிஜமாகவே சாமியாகிவிட்டார். இதனால் தன் சகோதரியின் நிலைமையை எண்ணியபோது கலாமுக்குத் துயரம் நெஞ்சை அடைத்தது.

திட்ட துணை இயக்குநரிடம் பொறுப்புகளை ஒப்படைத்து விட்டு ராமேஸ்வரத்துக்கு ஓடோடிச் சென்றார் கலாம். அழக் கூடாது என்று வைராக்கியத்தோடு வீட்டுக்குள் நுழைந்த கலாமை அழுகுரலும் ஒப்பாரிகளும்தான் வரவேற்றன. நீண்டநாள் கழித்து கலாமின் கண்கள் தாரைதாரையாக கண்ணீர் வடித்தன.

கலாம் எப்போது வீட்டுக்குச் சென்றாலும் அங்கு சந்தோஷமும் பெருமிதமும் நிலவும். ஆனால் இந்தமுறை எங்கு பார்த்தாலும் அழுத முகங்களே அவர் கண்களுக்குத் தென்பட்டன. அனைவரின் துக்கத்தைப் பார்க்க மனமில்லாமல் உடனே தும்பா திரும்பிவிட்டார்.

ஆனாலும் அவரால் நிம்மதியாக இருக்கமுடியவில்லை. வீட்டின் துயரத்திலிருந்து விலகிவந்தது மாயை என்பது அவருக்கு அப்போது புரிந்தது. எந்நேரமும் வீட்டு நினைப்பாகவே இருந்தது அவருக்கு. திரும்பத் திரும்ப ஜலாலுதீனின் புன்னகை முகமும் வீட்டாரின் துயர முகங்களுமே அவர்முன் நிழலாடின.

தவான், கலாமின் நிலையை நன்கு புரிந்துகொண்டு ஆறுதல் கூறினார். கலாமின் மனத்தை மாற்ற முயற்சித்தார்.

'கலாம், எஸ்.எல்.வி. திட்டத்தால் மட்டுமே நீங்கள் இந்தத் துயரத்திலிருந்து மீள முடியும். வேறெதையும் விட உங்கள் வேலையால் மட்டுமே துக்கத்தைத் தொலைக்கமுடியும். உங்கள் வேதனை குறைய பணியில் கவனம் செலுத்துவதே சிறந்த மருந்து.'

கலாம் நிதர்சனம் உணர்ந்தார். வேலையில் மூழ்கினார். அவர் ஒருவாறு தன்னை தேற்றிக் கொள்ள முனைந்த போது அடுத்தடுத்த இரண்டு இடிகள் அவரைத் தாக்கின. அவருடைய அப்பாவும் அம்மாவும் குறுகிய கால இடைவெளியில் ஒருவருக்குப் பின் ஒருவராக கலாமை விட்டுப் பிரிந்துபோனார்கள்.

1976-ல் கலாமின் தந்தை மரமணமடைந்தார். ராமேஸ்வரம் சென்ற கலாம் தனது துக்கத்தை வெளிக்காட்டாமல் விழுங்கியபடி, அம்மாவின் நலனே முக்கியம் என்று அவர் பக்கத்தில் உட்கார்ந்து அரவணைத்து ஆறுதல் கூறினார். சிறிது நாள்கள் அன்னைக்குத் துணையாக அங்கேயே இருந்தார்.

பின் மீண்டும் தும்பாவுக்கு வந்தார். இந்தமுறை தவானின் தயவு தேவைப்படவில்லை. தன்னைத் தானே தேற்றிக்கொள்வதில் பழகிப் போயிருந்தார் கலாம்.

எஸ்.எல்.வி. ஏவுகலம் (விண்கலம், ஏவுகலம், ஏவுகணை எல்லாம் ஒன்றுதான்) தொடர்பான வேலைக்காக பிரான்ஸ் செல்வதாக இருந்தார் கலாம். அதற்கு முன் ஒருமுறை ராமேஸ்வரம் சென்றுவரலாம் என்று எண்ணியிருந்த சமயத்தில் பயணம்

கைகூடாமல் போனது. பிற்பகலில் பிரான்ஸுக்குக் கிளம்பிக் கொண்டிருந்தவரைத் தேடி அந்த அதிர்ச்சித் தகவல் வந்தது. கலாமின் அம்மா இறந்துவிட்டார். உடனே ராமேஸ்வரம் விரைந்தார்.

எல்லா காரியங்களும் முடிந்தபிறகு ராமேஸ்வர மசூதியில் அமர்ந்து இறைவனிடம் அழுதார் கலாம். 'எனக்கு மட்டும் ஏன் இப்படியொரு துன்பத்தை அளித்தாய்? என்னைத் தனியாக விட்டுவிட்டாயே?'

கடவுளிடமிருந்து கலாமுக்குப் பதில் கிடைத்தது.

'நீ ஏன் துக்கப்படுகிறாய். உன் முன்னே உள்ள பொறுப்புகளில் கவனம் செலுத்து. உன்னுடைய செயல்கள் மூலம் என்னைப் பெருமைப்படுத்து. நீ தனி ஆள் என்று எப்போதும் உணராதது போல ஒரு வாழ்க்கை அமையும்.'

கடவுள் இவ்வாறு தன்னிடம் பேசியதாகத்தான் உணர்ந்தார் கலாம். ஆனால் கலாமால் அவ்வளவு சுலபமாக தாயின் நினைவை மறக்கமுடியவில்லை. கலாமின் அம்மா எப்போதும் கலாமிடம் மட்டும் அதிக அன்பும் அக்கறையும் கொண்டிருந் தார். படிக்கிற வயதில் அதிகாலையில் எழுந்து வேலைக்கு சென்றதில் கலாம்மீது அவருக்கு அதிகப் பிரியம். மற்றவர் களுக்கு மூன்று இட்லி என்றால் கலாமுக்கு மட்டும் ஒரு இட்லி கூடுதலாக கிடைக்கும்.

அப்போது கலாம் பள்ளிச் சிறுவன். இரவு உணவுவேளை. கலாமுக்கு சப்பாத்தி சுட்டுக் கொடுத்தார் அவர் அம்மா. வயிறு நிறைய சாப்பிட்ட பிறகே எழுந்தார் கலாம். சில நிமிடங்களில் கலாமைத் தனியாக அழைத்தார் அவர் அண்ணன். 'என்ன நீ இப்படிப் பண்ணிட்ட. வீட்டு நிலவரம் உனக்குத் தெரிய வேணாமா? அம்மா சாப்பிடறதுக்காக சுட்டு வெச்சிருந்த சப்பாத்தியையும் நீ காலி பண்ணிட்ட. போ. இன்னைக்கு அம்மா வெறும் வயிறோடதான் படுக்கப் போறாங்க. இனிமேலாவது பொறுப்பான பையனா நடந்துக்கோ. அம்மாவைப் பட்டினி போடாதே' என்று கடுமையோடு பேசினார். கலாம் நடுங்கிப் போனார். தன்னால் தன் அன்னை துன்பப்படுகிறார் என்பதை அவரால் எண்ணிப் பார்க்கமுடியவில்லை. உடனே ஓடிச்சென்று அம்மாவைக் கட்டிக்கொண்டு அழுதார்.

கல்விக்காக அம்மாவை விட்டு சிறிய வயதில் பிரிந்தது இப்போது நிரந்தரமாகப் பிரியும்படி ஆகிவிட்டதே என்று வருந்தினார். கலாம் குடியரசுத் தலைவர் ஆனபிறகும்கூட பலபேரிடம் தன் தாயை நினைவுகூர்ந்துள்ளார். தனக்கு இனிப்பு வாங்கி வருபவர்களிடம், 'என் அம்மாவின் அதிரசம்போல இருக்குமா' என்று நெகிழ்ந்துபோவார்.

கனத்த இதயத்தோடு ராமேஸ்வரத்திலிருந்து கிளம்பினார் கலாம். உடனே பிரான்ஸ் சென்று எஸ்.எல்.வி. அபோகி மோட்டார் சோதனையை செய்துவிட்டு இந்தியா திரும்பியபோது அவருக்கு ஓர் ஆச்சரியம் காத்திருந்தது.

வெர்னர் வான் பிரான் (Wernher Von Braun) தும்பாவுக்கு வருகை தருகிறார்!

ஜெர்மன் ராணுவ அதிகாரியாக தன் வாழ்க்கையைத் துவங்கிய வெர்னர் பிற்பாடு உலகப்புகழ் பெற்ற விஞ்ஞானியாகப் புகழ்பெற்றார். வி-2 ராக்கெட்டின் சூத்திரதாரி. இரண்டாம் உலகப் போரின் சமயம் இரண்டாயிரம் வி-2 ராக்கெட்டுகளைத் தயாரித்தது ஜெர்மனி. போரின் இறுதியில் அவர் சிறைப்படுத்தப்பட்டாலும் அவருடைய திறமைக்காக நாசாவில் உயர் பதவி வழங்கப்பட்டது. அமெரிக்காவுக்காக அவர் தயாரித்த ஜூபிடர் ஏவுகணை, 3000 கிலோ மீட்டர் தாண்டித் தாக்கும் வல்லமை கொண்டது.

சென்னையிலிருந்து அவரை அழைத்துவரவேண்டிய பொறுப்பு கலாமுக்கு வழங்கப்பட்டது. நவீன ராக்கெட் தொழில் நுட்பத்தின் தந்தையான வெர்னர் கலாமிடம் நிறைய பேசினார். கலாமை நிறைய பேச வைத்தார். இந்தியாவில் ஏற்பட்டு வரும் அறிவியல் மாற்றங்கள் எல்லாவற்றையும் முடிந்தவரை சொல்லி பெருமைப்பட்டுக் கொண்டார் கலாம்.

எஸ்.எல்.வி. பற்றி கலாம் விவரித்தபோது வெர்னர் ஓர் எச்சரிக்கை விடுத்தார். 'ஏவுகலத்தின் உயரத்துக்கும் விட்டத்துக்கும் அதிக வித்தியாசம் இருக்கிறது. இதனால் பாதிப்புகள் ஏற்படலாம்' என்று தன் ஆலோசனையைச் சொன்னார்.

அமெரிக்காவில் உங்களுக்கு எந்தளவுக்கு வரவேற்பு உண்டு என்று கேட்டதற்கு சோகமாகவே பதில் சொன்னார் வெர்னர். 'அமெரிக்கர்கள் அல்லாத யார் சாதனை செய்தாலும் அவர்களுக்கு ஏற்புடையதாக இருப்பதில்லை. அந்நியத் தொழில்

நுட்பங்கள் எல்லாம் அவர்களுக்கு இரண்டாம் பட்சம். எந்தக் கருவியாக இருந்தாலும் நீங்களே சொந்தமாகத் தயாரித்து விடுங்கள்' என்று தன் உணர்வுகளைப் பகிந்துகொண்டபோது கலாம் ஆச்சரியப்பட்டார். இப்படியொரு பதிலை அவர் எதிர்பார்க்கவில்லை.

மேலும் வெர்னருக்குக் கலாமை மிகவும் பிடித்துப் போனதால் கலாம்மீது அக்கறை கொண்டு நிறைய முன்னேற்றக் குறிப்பு களை உதிர்த்துவிட்டுப் போனார்.

★ முழுமையான பொறுப்புணர்வால் மட்டும் ஒரு காரி யத்தைச் சாதித்துவிட முடியாது

★ இலக்கை எட்டுவதில் தெளிவான கண்ணோட்டம் தேவை

★ வெற்றிகளால் மட்டுமே நாம் உயர்வை அடைந்துவிட முடியாது. தோல்வியும் நம்மை செம்மைப்படுத்தும் என்பதை மறந்துவிடக்கூடாது

★ ராக்கெட் தொழில்நுட்பத்தில் வெற்றி பெற கடுமையான உழைப்பு மட்டும் போதாது. இலக்கை தீர்மானித்துக் கொண்டால் மட்டும் அதில் ஜெயித்துவிட்டதாக அர்த்தம் இல்லை. இலக்கை விரைவாக எட்டுவதற்கான வியூகங் கள் வகுப்பதால் மட்டுமே ஒரு காரியம் சீக்கிரம் முடி வடையும்

★ உங்கள் பணியை வெறும் வேலையாக மட்டும் கருதாதீர்கள். அதை உங்களுடைய லட்சியமாக ஆக்கிக்கொள்ளுங்கள்

●

எஸ்.எல்.வி ஏவுகலம் திட்டம் அதன் இறுதி கட்டத்தை நெருங்கிக்கொண்டிருந்தது. நாள்கள் போகப் போக கலாம் வெர்னர் சொன்னதுபோல வேலையில் முழுவதுமாக தம்மை மூழ்கடித்துக்கொண்டார். தன் எல்லா சுக சௌகரியங்களையும் உதறித் தள்ளினார். பேய் போல் வேலை பார்த்தார்.

இறுதிப் பரிசோதனை முயற்சியின்போது ஓர் அசம்பாவிதச் சம்பவம் நடந்தது.

Static Test என்றொரு சோதனை செய்துபார்க்க கலாமும் அவரது குழுவும் தயாரானார்கள். ராக்கெட்டிற்குள் இருக்கும் எரி

பொருள் பற்றிக்கொண்டு கண்ணிமைப்பதற்குள் அதன் அடிப்புறத்திலிருந்து ஆரஞ்சு நிறத்தில் பெரும் தீப்பிழம்பு வெளிப்படுகிறது. அதன் வெப்பம் பல ஆயிரம் டிகிரி சென்டிகிரேட். நெருப்புடன் வெளியேற்றும் சக்திக்கு ஏற்ப ராக்கெட் மேல் நோக்கிப் பாயும். இந்த வெளியேற்ற சக்தி குறித்த சோதனை மிக முக்கியம். இந்தச் சோதனையில் ஏராளமான வெப்பம் வெளியேறும் என்பதால் இதைப் படுக்கவைத்து சோதிப்பார்கள்.

இந்தச் சோதனையின்போது நைட்ரிக் ஆசிட் நிரப்பப்பட்டிருந்த ஆக்ஸிடைசர் டாங்க் வெடித்துச் சிதறி அதனருகே அருகே இருந்த குழு உறுப்பினர்கள் முகத்தின் மீது தெறித்தது. ஆறு பேரின் முகம் கடுமையாகப் பாதிக்கப்பட்டது. உடனே அருகிலிருந்த திருவனந்தபுர மருத்துவமனைக்கு அவர்கள் எடுத்துச் செல்லப்பட்டனர். பலர் மயக்க நிலைக்குத் தள்ளப்பட்டனர்.

மருத்துவமனையில் மயக்கம் தெளிந்த சிவராம கிருஷ்ணன் என்கிற பொறியாளர் உடனே நடந்த சம்பவத்துக்கு கலாமிடம் மன்னிப்பு கேட்டார். உடல் சற்றுக் குணமானதுமே உடனடியாக ஆராய்ச்சி நிலையத்துக்கு வந்துவிடுகிறேன் என்று கலாமிடம் மன்றாடினார். தனக்கு ஏற்பட்ட ஆபத்தையும் பொருட்படுத்தாமல் கடமையில் பற்று கொண்ட தன் சக பணியாளர் குறித்து கலாம் மிகவும் நெக்குருகிப் போனார்.

இதேபோல சிவகாமிநாதன் என்றொரு பொறியாளரும் உயிரைத் துச்சமென எண்ணி ஒரு காரியத்தில் ஈடுபட்டார்.

எஸ்.எல்.வி ஏவுகலத்தில் பொருத்துவதற்காக சி.பாண்ட் டிரான்ஸ்பாண்டரை திருவனந்தபுரத்திலிருந்து ஸ்ரீஹரிகோட்டாவுக்குக் கொண்டுசெல்லும் பொறுப்பு சிவகாமி நாதனுக்கு வழங்கப்பட்டது. சி.பாண்ட் டிரான்ஸ்பாண்டரை ஏவுகலத்தில் பொருத்திவிட்டால் அது ராடார் சிக்னல்களைத் தொடர்ந்து கொடுத்துக் கொண்டிருக்கும். இதன்மூலம் ஏவுகலம் விண்ணில் என்னென்ன காரியங்கள் செய்கிறது என்பதை அறிந்துகொள்ள முடியும்.

சிவகாமிநாதன் விமானத்தில் சென்னை நோக்கி வந்து கொண்டிருந்தபோது விபத்து ஒன்றில் சிக்கினார். சென்னையில் தரையிறங்கிய விமானம் தன் கட்டுப்பாட்டை இழந்து தாறுமாறாக ஓடியது. விமானம் முழுக்க திடீரென புகைமண்டல

மானது. பயணிகள் அத்தனை பேரும் விழுந்தடித்துக்கொண்டு விமானத்திலிருந்து குதிக்கப் பார்த்தார்கள். ஆனால் அப்போது சிவகாமிநாதன் மட்டும் தன் கையில் இருந்த டிரான்ஸ்பாண்டருக்கு எந்தப் பாதிப்பும் நேராமல் காத்து, புகைமூட்டத்தினூடே இறுதியாக விமானத்தை விட்டு வெளியேறினார்.

இதுபோன்ற கடுமையான உழைப்பாளிகளால்தான் எஸ்.எல்.வி இன்னும் சில மாதங்களில் வெற்றிகரமாக வானத்தில் பறக்கப் போகிறது என்பதைப் பூரணமாக உணர்ந்தார் கலாம்.

ஸ்ரீஹரிகோட்டா ஏவுகல வளாகத்தில் எஸ்.எல்.வி-3 விண்ணேற்றலை 1979-ம் ஆண்டு ஆகஸ்ட் 10-ம் தேதி நிகழ்த்துவதாக செய்தி வெளியானது.

ராக்கெட்டைச் செலுத்துவதற்கு முன்கூட்டியே முகூர்த்த நேரத்தைக் குறிப்பிடுவது வழக்கம். அதற்கு 3 மணி நேரத்துக்கு முன்னாலிருந்தே ராக்கெட்டின் பல பகுதிகளும் சரியான நிலையில் உள்ளனவா என்று சோதிக்க ஆரம்பித்து விடுவார்கள். ராக்கெட்டின் உச்சந்தலை முதல் உள்ளங்கால்வரை அடங்கிய ஒவ்வொரு பகுதிக்கும் ஒவ்வொருவர் பொறுப்பு. ஒவ்வொரு பகுதிகளும் தயார் நிலையில் இருக்கின்றனவா என்பதை அவரவருக்கு முன்னால் இருக்கும் சாய்வு மேஜையில் உள்ள கருவிகள் காட்டிக் கொண்டிருக்கும்.

எஸ்.எல்.வி. ராக்கெட் ஒன்றன்மீது ஒன்றாக செருகப்பட்ட 3 அடுக்கு ராக்கெட்டாக விளங்கியது. 23 மீட்டர் நீளமும் 17 டன் எடையும் கொண்ட எஸ்.எல்.வி. - 3 ராக்கெட் காலை 7.58க்கு தன் இயக்கத்தைத் தொடங்கத் தயாரானது. அனைவரின் கண்களும் தங்களுக்கு முன்பாக உள்ள தொலைக்காட்சித் திரையை நோக்குகின்றன.

ஏவுகலம் கிளம்புவதற்கு இன்னும் இவ்வளவு நிமிடங்கள், இவ்வளவு வினாடி பாக்கி இருக்கிறது என்பதை ஒரு கடிகாரம் காட்டிக்கொண்டிருந்தது. ராக்கெட்டைச் செலுத்துவதற்குப் பொறுப்பான தலைமையாளர் ராக்கெட்டின் ஒவ்வோர் இயக்கப் பகுதியையும் மைக் மூலம் குறிப்பிட்டு, இது சரியா அது சரியா என்று கேட்கிறார். சம்பந்தப்பட்டவர்கள் பதில் அளிக்கிறார்கள்.

நிமிடங்கள் வினாடிகளாகி, இன்னும் 40 வினாடி, இன்னும் 30 வினாடி என்று நேரம் குறைந்து கொண்டே வருகிறது.

ராக்கெட்டைப் பிடித்து, நிறுத்திக் கொண்டிருந்த நீண்டு உயர்ந்த கோபுரத்தின் இரும்புக்கரங்கள் அகன்று அந்தக் கோபுரம் பின்னால் விலகுகிறது. அதுவரை ராக்கெட்டின் உட்புறக் கருவிகளுக்கு மின்சாரத்தை அளித்து வந்த கேபிள்கள் விடுபட்டு ராக்கெட் தன்னுள் கிடக்கிற விசையைப் பெற ஆரம்பிக்கிறது.

பொத்தான் அழுத்தப்படுகிறது.

ராக்கெட்டிற்குள் இருக்கும் எரிபொருள் பற்றிக்கொள்கிறது. கண்ணிமைப்பதற்குள் அதன் அடிப்புறத்திலிருந்து ஆரஞ்சு நிறத்தில் பெரும் தீப்பிழம்பு வெளிப்படுகிறது. அதன் வெப்பம் பல ஆயிரம் டிகிரி சென்டிகிரேட். அந்தப் பயங்கர வெப்பத்தின் விளைவாக கீழே உள்ள உருக்கினால் ஆன வெப்பத்தடுப்புச் சாதனம் உருகி விடாதபடி தடுக்கத் தண்ணீர் பாய்கிறது.

சில வினாடிகளில் ராக்கெட் எங்கும் எதிரொலிக்கும் உறுமலுடன், செலுத்து மேடையிலிருந்து கம்பீரமாக வானை நோக்கி மெதுவாக எழுகிறது. கொஞ்சம் கொஞ்சமாக அதன் வேகம் அதிகரிக்கிறது.

தீ ஜுவாலையைப் பீய்ச்சியபடி அது மேலே எழுவதை அனைவரும் கவனித்துக் கொண்டிருக்கிறார்கள்.

எஸ்.எல்.வி- 3 ஏவுகலம் கிளம்பியதிலிருந்து நேரக்கணக்கு தொடங்குகிறது. பிளஸ் 4 வினாடி, பிளஸ் 6 வினாடி எனக் கடிகாரம் காட்டிக் கொண்டிருக்கிறது. ராக்கெட் உயர உயர செல்லச் செல்ல, அதன் வடிவம் சிறியதாகிறது.

ராக்கெட் எவ்வளவு உயரம் சென்றிருக்கிறது, அதன் வேகம் வினாடிக்கு எவ்வளவு கிலோமீட்டர் போன்ற விவரங்கள் விண்வெளிக் கேந்திர கண்ட்ரோல் அறையில் உள்ள ஒரு பலகையில் வினாடிக்கு வினாடி மாறிக் கொண்டிருக்கின்றன.

முதல்கட்டப் பயணம் முடிவடைந்து அடுத்தக் கட்டத்தில் எஸ்.எல்.வி ஏவுகலம் தன் கட்டுப்பாட்டை இழந்தது. 5 நிமிடங்களில் அதன் நான்காவது கட்டத்தை உள்ளடக்கிய ஏவுகலத்தின் மிஞ்சிய பகுதி கடலில் விழுந்தது.

வெற்றிக்காக கூக்குரல் இடத் தயாராக இருந்த அத்தனை விஞ்ஞானிகளும் உறைந்து போனார்கள். கலாம் அரண்டு போய்விட்டார். அவர் தலைமையில் செய்துமுடித்த ஒரு வேலை

அவர் கண்முன்னாலேயே கடலில் விழுந்து மறைந்துவிட்டது. இத்தனை ஆண்டுகளாகப் பாடுபட்ட அத்தனையும் வீண்.

பத்திரிகையாளர்கள் மத்தியில் கலாமைப் பேசவிடவில்லை தவான். தான் பொறுப்பேற்பதாக சொன்னார். கலாமுக்கு இதுமேலும் தர்மசங்கடத்தைக் கொடுத்தது.

உலக நாடுகள் அனைத்தும் இந்தியாவின் அறிவியல் முன்னேற்றத்தைக் கணக்கெடுக்க எஸ்.எ.வி- 3 ஏவுகலத்தை மாதிரியாகக் கொண்டிருந்தன. ஆனால் இந்தத் திட்டம் தோல்வி அடைந்ததால் கலாமுக்குப் பல்வேறு திசைகளிலிருந்தும் அழுத்தங்கள் கூடின. பிரதமர் முதல் தவான் வரைக்கும் அவர் பதில் சொல்லக் கடமைப்பட்டவர். பத்திரிகையாளர்களிடமிருந்து தப்பித்து விட்டதால் பொறுப்பைக் கழற்றிவிடமுடியாது.

திடீரென்று எல்லா வேலைகளும் தடைபட்டு வெறும் பரபரப்பு மட்டும் மிஞ்சி நின்றது. பொறுமை மீறி தன் மீதே கலாமுக்குக் கோபம் கோபமாக வந்தது. ஒருவாரம் சரியாக தூக்கம் வராமல் அவதிப்பட்டார்.

ஏவுகலம் கடலில் விழுந்த அடுத்த நாள் கலாமைச் சந்திக்க நேரில் வந்தார் தவான். இரவு முழுக்கத் தூக்கம் வராமல் காலையில்தான் படுக்கைக்குச் சென்றிருந்தார் கலாம். இரண்டுமுறை வந்து பார்த்துச் சென்ற தவான் பிறகு மாலையில் வந்தபோது கலாம் விழித்திருந்தார். அதுவரை அன்றுமுழுக்க தவானும் சாப்பிடவில்லை.

உணவு விடுதியில் தவான் எதுவும் சொல்லவில்லை. கேட்கவில்லை. இருவரும் அமைதியாகச் சாப்பிட்டார்கள். இல்லை... பெயருக்கு ஏதோ கொறித்தார்கள்.

இறுதியாக தவான் விடைபெறும்போது, 'உங்கள் தோழர்கள் அனைவரும் உங்களுடன்தான் இருக்கின்றனர்' என்று மட்டும் சொன்னார். அந்தக் கணத்தில் அந்தச் சொற்கள் நெஞ்சுக்கு இதமாக இருந்தன.

கலாமிடம் ஒரு பழக்கம் உண்டு. எப்போது கேண்டீன் வந்தாலும் நேராக கேண்டீன் சமையலறைக்குச் சென்று சமையல்காரருக்கு நன்றி சொல்வார். அன்று கலாம் இருந்த மனநிலையிலும் அவர் தன் பழக்கத்தை விடவில்லை. முகத்தை கொஞ்சம் மாற்றிக் கொண்டு, தயிர் சாதம் அபாரம் என்று பாராட்டிவிட்டு வந்தார்.

6. புதிய வாய்ப்பு

எஸ். எல்.வி - 3 ஏவுகலம் கலாமுக்கு ஏற்பட்ட முதல் தோல்வியல்ல. அவருடைய கன்னி முயற்சியான நந்தி ஹோவர் விமானம் எந்த முன்னேற்றமும் இல்லாமல் முடக்கப்பட்டது. ராட்டோ திட்டம் கைவிடப்பட்டது. பிரான்ஸில் பரிசோதித்துப் பார்க்க இருந்த எஸ்.எல்.வி, - டயமண்ட் திட்டம் நிறைவேற்றப்படாமலேயே தோல்வி கண்டது. அடுத்ததாக எஸ்.எல்.வி - 3.

தோல்விக்கான ஆய்வு நடந்தது. எஸ்.கே. ஆதித்தன் தலைமையில் நடந்த ஆய்வு கீழ்கண்டவாறு அறிக்கை சமர்ப்பித்தது.

- இரண்டாவது கட்ட கட்டுப்பாடு அமைப்பின் கோளாறு ஏற்பட்டதே விபத்துக்குக் காரணம்

- நைட்ரிக் அமிலம் உள்ள டாங்கில் வால்வு ஒன்று பழுதுபட்டதால் கிளம்புவதற்கு எட்டு நிமிடங்களுக்கு முன்னால் அது திறந்து கொண்டுவிட்டது. எரிபொருளுக்குத் தேவையான ஆக்ஸிஜன் வழங்கும் நைட்ரிக் அமிலம் கசிந்து வெளியேறிருக்கிறது.

கலாம்மீது யாரும் கைவைக்கவில்லை. மனிதனால் சரிசெய்யப் படமுடியாத அல்லது கண்டுபிடிக்கமுடியாத குறை ஏற்பட்ட தாலேயே திட்டத்தில் தோல்வி ஏற்பட்டதாக தவான் தலைமை யில் கூடிய கூட்டம் முடிவு செய்தது. ஆனால் இவையெதையும் கலாமினால் ஏற்றுக்கொள்ளமுடியவில்லை.

கலாம் எழுந்தார்.

'தொழில்நுட்பக் காரணங்களைக் காட்டி நான் தப்பித்துக் கொள்ள விரும்பவில்லை. என் தவறை ஒப்புக்கொள்கிறேன். ஏவுகலம் புறப்படுகிற சமயத்தில் நைட்ரிக் அமிலக் கசிவு கண்டு பிடிக்கப்பட்டது. உடனே நான் அத்தனை ஏற்பாடுகளையும் நிறுத்தியிருக்கவேண்டும். பெரிய ஆபத்து எதுவும் ஏற்படாது என்று கருதிவிட்டேன். இதுபோல ஒரு தோல்வி ஏற்பட்டால் திட்ட இயக்குநர்தான் பொறுப்பேற்று பதவி விலகவேண்டும். வெளிநாடுகளில் இதுதான் முறை.'

நிசப்தம்.

சில நிமிடங்கள் நீடித்த மௌனத்தைத் தவான் உடைத்தார். கலாம் தொடர்ந்து பணியாற்றுவார்.

தவானின் இந்த முடிவு எல்லோருக்கும் நிம்மதியைத் தந்தது.

உடனடியாக எஸ்.எல்.வி - 3 விண்கலத்தை மீண்டும் விண்ணில் செலுத்துவதற்கான அடுத்தக்கட்டப் பணிகள் தொடங்கின.

இப்போது பத்திரிகைகள் எஸ்.எல்.வி - 3 விண்கலம் பற்றி நிறைய செய்திகள் வெளியிட்டன. குறிப்பாக அப்துல் கலாமுக்கு முக்கியத்துவம் கொடுத்தார்கள். இந்திய விண்வெளித் திட்டத் தின் முதல் முயற்சி எதனால் தோல்வி அடைந்தது என்று ஒவ் வொரு பத்திரிகைகளும் ஒவ்வொரு காரணம் சொல்லியது. தேசம் முழுக்க இரண்டாவது எஸ்.எல்.வி - 3 விண்கலத்தின்மீது கவனம் வைத்தது.

எதற்காகவும் சமரசம் செய்வதாக இல்லை. ஏவுகலத்தை விண்வெளியில் செலுத்துவதற்கு முன்னர், கடும் பரிசோதனை களுக்கு உள்ளாக்கினார் கலாம்.

ராக்கெட்டின் முனையில் வைத்து விண்வெளியில் செலுத்தப் படுகையில், ராக்கெட் பாயும் வேகம், ராக்கெட்டில் ஏற்படுகிற

அதிர்வுகள் இவை அனைத்தையும் செயற்கைக் கோள் தனது சுற்றுப் பாதையை அடைகிறவரை சில நிமிஷ நேரத்துக்குத் தாங்கி நின்றாக வேண்டும். மின்சார உறுப்புகள் சீராகத் தகவல்களை அனுப்புமா என்றும் சோதிக்கப்பட்டன.

பல சோதனைகளைக் கடந்த பிறகு, ஏர்கண்டிஷன் செய்யப் பட்ட வாகனத்தில் வைத்து, விண்வெளியில் செலுத்துவதற்கான ராக்கெட் கேந்திரத்துக்கு அனுப்பிவைக்கப்பட்டது.

தரையிலிருந்து கிளம்புகிற ராக்கெட் திட்டமிட்ட பாதையில் செல்ல வேண்டும். இதையும் ஒரு கம்ப்யூட்டர் கவனித்துக் கொள்கிறது. ராக்கெட் தனது பாதையிலிருந்து ஒரு டிகிரி விலகினாலும் அது திட்டமிட்ட பாதையை அடைய முடியாமல் போய்விடும். ராக்கெட்டின் இயக்கத்தை அவ்வப்போது விண் வெளி மையத்துக்குத் தெரிவிக்க ராக்கெட்டில் தகவல் தொடர்பு சாதனங்கள் இடம் பெறுகின்றன. ராக்கெட் சீராகச் செயல்பட அதில் எவ்வளவோ கருவிகளும் சாதனங்களும் வைக்கப் பட்டிருந்தாலும் சில சமயங்களில் எதிர்பாராத கோளாறு ஏற்பட்டு ராக்கெட் தரையில் அல்லது நடுவானில் வெடிப்பது உண்டு. அல்லது வேகத்தை எட்டாமல் போவதும் உண்டு.

ஏற்கெனவே ஒருமுறை சூடு வைத்துக்கொண்டாகிவிட்டது. இந்தமுறை கண்ணில் விளக்கெண்ணெய் ஊற்றிக்கொண்டு ஒவ்வொரு நட்டும் போல்டும்கூட சரிபார்க்கப்பட்டது. ஒவ் வோர் இயக்கப்பகுதியையும் மைக் மூலம் குறிப்பிட்டு, இது சரியா அது சரியா என்று கேட்கப்பட்டது. சம்பந்தப்பட்டவர்கள் திருப்திகரமான பதில் அளித்தபிறகே கலாம் முழு மனதாகத் திருப்தி அடைந்தார். பரிட்சைக்குத் தயாரானார்.

இரண்டாம் எஸ்.எ.வி-3 ஏவுகலத்தில் ரோகிணி 1-B செயற்கைக் கோள் இணைக்கப்பட்டு விண்ணில் ஏவப்பட தயார்நிலையில் இருந்தது. ரோகிணி 1-B செயற்கைக் கோளின் எடை, 35 கிலோகிராம்.

ஒரு செயற்கைக் கோளை பூமியைச் சுற்றும் பாதையில் செலுத்திய பிறகு ராக்கெட்டின் பணி முடிந்து விடுகிறது. அதற்குப் பிறகு ராக்கெட்டுக்கும் செயற்கைக் கோளுக்கும் சம்பந்தமில்லை. செயற்கைக் கோள் பிறகு இயற்கையின் விதிகளுக்கு உட்பட்டு பூமியைச் சுற்ற ஆரம்பிக்கிறது.

செயற்கைக் கோள்கள் கிழக்கு நோக்கிச் செலுத்தப்பட்டு கிழக்கு – மேற்காகச் சுற்றி வருகின்றன. இதற்குக் காரணம் உள்ளது. பூமி மேற்கிலிருந்து கிழக்காகச் சுற்றுகிறது. இதன் காரணமாகவே சூரியன் கிழக்கே உதித்து மேற்கே மறைவது போல நமக்குத் தோன்றுகிறது. சூரியன் பூமியைச் சுற்றவில்லை.எனவே கிழக்கு நோக்கிச் செலுத்தினால் செயற்கைக் கோளுக்கு பூமியின் சுழற்சி வேகமும் கிடைக்கிறது.

செயற்கைக் கோளைச் செலுத்துவதற்கு ஒற்றை அடுக்கு ராக்கெட் பயன்படுத்தப்படுவதில்லை. ஒற்றை ராக்கெட்டால் மணிக்கு 29,000 கிலோமீட்டர் வேகத்தை எட்ட முடியாது. எனவே பல அடுக்கு ராக்கெட்டுகள் பயன்படுத்தப்படுகின்றன. குறைந்த பட்சம் இரு அடுக்கு ராக்கெட்டுகளாவது தேவை.

எஸ்.எல்.வி. ராக்கெட் ஒன்றன்மீது ஒன்றாக செருகப்பட்ட 3 அடுக்கு ராக்கெட்டாக விளங்கியது. ராக்கெட்டின் மொத்த எடை 10 டன். நீளம் 10 மீட்டர். எல்லாமே பரிட்சார்த்தமாக இருந்த நிலையில் அதை சின்னஞ்சிறிய ராக்கெட் என்றுதான் சொல்ல வேண்டும்.

1980. ஜுலை 18, காலை 8.03.

பார்க்கக் கம்பீரமாகக் காட்சி அளித்தது இரண்டாம் எஸ்.எல்.வி - 3 ஏவுகலம்.

சுற்று வட்டாரத்தில் கண்ணுக்கு எட்டிய தூரம்வரை ஆள் நடமாட்டம் இல்லை.

பத்துமாடிக் கட்டடத்தின் அளவுக்கு உயரம் கொண்ட ராக்கெட் ஆயத்தமாக நிற்கிறது. பென்சில் போன்ற வடிவம் கொண்ட அந்த ராக்கெட்டை விண்வெளியில் செலுத்த, ஒரு பொத்தானை அழுத்த வேண்டியதுதான் பாக்கி.

அதிகாலை 4.30க்கு கலாம் தொழுகையில் தன்னை ஆழ்த்திக் கொண்டார். ரோகிணி செயற்கைக்கோளின் திட்ட இயக்குனர், தார்சேம் சிங். கிரந்த சாகிப் புனித நூலை படிக்க ஆரம்பித்தார். ராக்கெட்டின் இயக்குனர் டாக்டர் சீனிவாசன் பகவத் கீதை சுலோகங்களை விடாமல் உச்சரித்துக் கொண்டிருந்தார். மும் மதப் பிரார்த்தனையாக இருந்தாலும் வேண்டுதல் ஒன்று மட்டுமே - எஸ்.எல்.வி. தங்குதடையின்றிப் பறக்கவேண்டும்.

ஷார் மையத்தின் கட்டடத்தில் உள்ள டெக்னீஷியன்களும், என்ஜினீயர்களும் மிகச் சுறுசுறுப்பாகச் செயல்பட்டுக் கொண்டு இருந்தார்கள்.

ஒவ்வொருவரின் இருக்கைக்கு முன்பாகவும் சாய்வான மேஜை. அதில் பச்சை, சிவப்பு நிற ஒளி காட்டும் குமிழ்கள், பல பொத்தான்கள், எண்கள் குறிக்கப்பட்ட மீட்டர் போன்ற சிறு கருவிகள். ஆங்காங்கே அமர்ந்து தம் முன்பாக உள்ள கருவி களைக் கவனித்தபடி இருக்கிற அனைவரிடமும் இனம் தெரி யாத ஒரு படபடப்பு. எந்தக் கணம் என்ன பயங்கரம் நிகழ்ந்து விடுமோ என்கிற நிலைமை.

ராக்கெட் கிளம்ப இன்னும் ஒரு சில நிமிடங்கள் மட்டுமே.

வழக்கம்போல இன்னும் இவ்வளவு நிமிடங்கள், இவ்வளவு வினாடி பாக்கி இருக்கிறது என்பதை ஒரு கடிகாரம் காட்டிக் கொண்டிருந்தது. ராக்கெட்டைப் பிடித்து, நிறுத்திக் கொண்டு இருந்த உயரமான கோபுரம் அகன்று, பின்னால் விலகுகிறது. மின்சார கேபிள்கள் விடுபட, ராக்கெட் தன் விசையைப் பெற ஆரம்பித்தது.

பொத்தான் அழுத்தப்படுகிறது.

அனைவரின் கண்களும் தங்களுக்கு முன்பாக உள்ள தொலைக் காட்சித் திரையை நோக்குகின்றன.

ராக்கெட்டுக்குள் இருக்கும் எரிபொருள் பற்றிக்கொண்டு, அதன் கீழ்ப்பகுதியிலிருந்து பல ஆயிரம் டிகிரி சென்டிகிரேட் கொண்ட பெரும் தீப்பிழம்பு உருவாகிறது. ராக்கெட்டுக்குள் உள்ள எரிபொருள் எரிந்து, ராக்கெட்டின் அடிப்புறத்தில் உள்ள திறப்பு வழியாக எரியும் வாயுக்களாக மிக வேகத்தில் வெளிப்படுகிறது. இப்படி அடிப்புறத்திலிருந்து எரியும் வாயுக்கள் வேகமாகப் பீச்சப்பட்டு ஏவுகலம் உயரே பறந்தது.

சில வினாடிகளில் ராக்கெட் நாலாபக்கமும் கேட்பதுபோல உறுமலுடன், செலுத்து மேடையிலிருந்து எழுந்தது. கொஞ்சம் கொஞ்சமாக அதன் வேகம் அதிகரிக்க, தீ ஜுவாலையைப் பீய்ச்சியபடி வானை நோக்கிப் பறந்தது.

ராக்கெட் கிழக்கு நோக்கித் திரும்பி, சற்று நேரத்தில் வெறும் புள்ளியாகி மறைந்தது.

டேக் ஆஃப் ஆன பத்து நிமிடங்களுக்குப் பிறகு கம்ப்யூட்டரைப் பார்த்தார் கலாம். அதுவரை அவர் எந்த உணர்ச்சிக்கும் இடம் கொடுக்கவில்லை. அவர் கைபட்ட பல முயற்சிகள் தோல்வியைத் தழுவியோ, முடக்கப்பட்டோதான் இருந்திருக்கின்றன. தன் அத்தனை உழைப்புக்கும் எந்தவித மதிப்பும் இல்லாமல் போகிறதே என்று அவர் வருந்தாத நாள் கிடையாது. ஆகவேதான் அவர் தன் வெற்றியை உறுதிப்படுத்திக்கொள்ள பத்து நிமிடங்கள் அவகாசம் எடுத்துக்கொண்டார்.

உடனே மைக்கில் பேசினார் கலாம்.

'எல்லா நிலையங்களுக்கும் திட்ட இயக்குநரிடமிருந்து அழைப்பு. ஒரு முக்கிய அறிவிப்பை வெளியிட உள்ளேன். எல்லா கட்டங்களும் செயல்படுகின்றன. ரோஹிணி செயற்கைக் கோளை அதன் திட்டமிட்ட பாதையில் எஸ்.எல்.வி செலுத்திக் கொண்டிருக்கிறது.'

சில நிமிடங்களில் எஸ்.எல்.வி -3 ஏவுகலம் செயற்கைக் கோளை விண்வெளியில் செலுத்தப்பட்ட செய்தி நாட்டு மக்களுக்கு அறி விக்கப்பட்டது. ஏற்கெனவே போக்ரானில், ஆறு வருடங் களுக்கு முன்பு அணுகுண்டுச் சோதனையை நடத்தியது இந்தியா. இதனால் அணு ஆயுதம் வைத்திருக்கும் நாடுகளில் இந்தியா வுக்கு ஆறாவது இடம் கிடைத்தது. இப்போது எஸ்.எல்.வி. ஏவுகலம் வெற்றிகரமாக விண்ணில் செலுத்தப்பட்டதால் செயற்கைக்கோள் தொழில்நுட்பத்தில் வளர்ச்சி கண்ட ஐந்தாவது நாடு என்கிற பெருமையை ஈட்டியது இந்தியா.

அதுவரை அப்படியொரு சந்தோஷத்தை கலாம் சந்தித்ததில்லை. எல்லோர் முகத்திலும் புன்னகை படர்ந்திருந்தது. ஷார் மையத் தில் இருந்த அத்தனை பேரும் கலாமின் கைகளைக் குலுக்கி னார்கள். மையத்தில் இருந்த வெளியே வந்த கலாமை தோளில் தூக்கிக் கொண்டார்கள் அவரது ஊழியர்கள்.

செய்தி உடனடியாக பாராளுமன்றத்துக்கும் சட்டசபைகளுக்கும் போய்ச் சேர்ந்தது. உடனே அனைத்து மையங்களில் இருந்தவர் களும் தங்களது பணியை நிறுத்தி எழுந்து நின்றும் மேஜையைத் தட்டியும் கலாமின் இந்த வெற்றியை நாட்டின் பெரிய சாதனை யாகக் கொண்டாடி மகிழ்ந்தார்கள். அன்றைய வானொலிச் செய்தியின் தலைப்புச் செய்தியாக ஏவுகலம் விண்ணேற்றல் இடம்பெற்றிருந்தது.

பத்திரிகையாளர்களிடம் இந்தமுறை கலாமை பேச அழைத்தார் தவான். எங்கு பார்த்தாலும் எல்லோரும் உணர்ச்சிவசப்பட்டவர்களாகவே இருந்தார்கள். விண்வெளியை ஆய்வு செய்யும் ஆற்றல் நமக்கு வசப்பட்டு விட்டது என்று கருத்து தெரிவித்தார் தவான்.

அன்றுமாலை திட்டத்தில் பணியாற்றிய அனைவரும் தவான் ஏற்பாடு செய்திருந்த விருந்தில் கலந்துகொண்டார்கள்.

அதற்குப் பிறகு கலாம் நாட்டின் முக்கிய வி.ஐ.பி. ஆனார். பல நிறுவனங்கள் அவரை விருந்தினராக தங்கள் விழாக்களுக்கு அழைத்தன. அதுபோன்ற ஒரு விழாவில் கலந்துகொள்வதற்காக மும்பை சென்றபோது கலாமுக்குத் தவானிடமிருந்து தொலை பேசி அழைப்பு வந்தது. அடுத்தநாள் காலை டெல்லி சென்று பிரதமர் இந்திரா காந்தியைத் தொடர்பு கொள்ளவேண்டும்.

கலாம் சற்று தயக்கத்துடன் பேசினார். 'என்னிடம் சாதாரண உடைகளே உள்ளன. ஷூகூட இல்லை. சாதாரண செருப்புதான் அணிந்திருக்கிறேன்.'

'வெற்றி என்ற அழகான ஆடை உடுத்திக்கொண்டிருக்கிறீர்களே அதுபோதும்' என்று மகிழ்ச்சியோடு பேசினார் தவான்.

பிரதமர் இந்திரா காந்தி, தவான், கலாம் இருவரையும் அழைத்திருந்தார். அன்றைய தினம் பிரதமர் தலைமையில் அறிவியல் மற்றும் தொழில்நுட்ப நாடாளுமன்றக்கூட்டம் நடப்பதாக திட்டமிடப்பட்டிருந்தது.

மக்களவை மற்றும் மாநிலங்களவை உறுப்பினர்கள் நிறைந்திருந்த அந்தக் கூட்டத்தில் தவான் நன்றி கூறி பேசினார். உடனே பேசிய இந்திரா, 'கலாம், உங்கள் பேச்சைக் கேட்க ஆவலாக உள்ளோம்' என்றார்.

'தேசத்தை நிர்ணயிப்பவர்கள் கலந்துகொண்ட ஒரு கூட்டத்தில் நானும் கலந்துகொள்வதை நினைத்துப் பெருமைப்படுகிறேன். நமது தாய்நாட்டிலேயே தயாரிக்கப்பட்ட செயற்கைக்கோளை சுமந்துகொண்டு 25,000 கி.மீ வேகத்தில் பறக்கும் ஏவுகலத்தை நம் நாட்டிலேயே தயாரிப்பது என்பது மட்டும் அறிந்தவன் நான்' என்று அவர் தன் உரையை ஆரம்பித்தபோது இந்திரா காந்தி உள்பட அனைவரும் கை தட்டினார்கள். மேலும் அவர்

பேசியபோது, 'ராக்கெட்டுகளையும் செயற்கைக் கோள்களையும் தயாரிப்பதென்பது மிகவும் செலவு பிடித்த விஷயம். அமெரிக்கா 1969-ல் தொடங்கி சந்திரனுக்கு ஒருமுறையும், விண்வெளிக்குப் பலமுறையும் வீரர்களை அனுப்பிய அப்போலோ திட்டத்துக்கு பல ஆயிரம் கோடி ரூபாய்கள் செலவாயின. இன்று உலக அளவில் மிகக்குறைந்த செலவில் ராக்கெட்டுகளைத் தயாரித்து செயற்கைக் கோள்களை வான்வெளிக்கு அனுப்புவதில் இந்தியாதான் முதலிடத்தில் உள்ளது என்று சொல்கிறார்கள்.' என்று சொன்னபோது பெருமிதத்தோடு கலாமைப் பார்த்தார் இந்திரா காந்தி.

உடனடியாக அடுத்தத் திட்டம் தொடங்கப்பட்டது. ஏ.எஸ்.எல்.வி-3. Augmented Satellite Launch Vehicles (ASLV).

எஸ்.எல்.வி. ஏவுகலம் சுமந்துசென்றது 40 கிலோ எடை பேலோட். இந்தமுறை அதை 150 கிலோ எடையாக மாற்றத் திட்டமிடப்பட்டது.

இதற்கு அடுத்த கட்டமான ஜி.எஸ்.எல்.வி (Geo Satellite Launch Vehicle, GSLV). இன்சாட் போன்ற இணைச்சுற்று செயற்கைக் கோள்களை உயரே செலுத்த இந்த ராக்கெட்டுகள் பயன்படுத்தப் படுகின்றன என்ற காரணத்தால் இந்த வகை ராக்கெட்டுகளுக்கு Geostationary Satellite Launch Vehicles என்று பெயரிடப் பட்டது. இதன் எடை சுமார் 400 டன். இதுபற்றி 1980-லிலேயே அச்சாரம் போட்டாலும் நிஜமானது மில்லினியத்துக்குப் பிறகுதான்.

முதல் முறையாக 2001 ஏப்ரலில் ஜி.எஸ்.எல்.வி. ஏவுகலம் மூலம் ஜிசாட் (எடை 1540 கிலோ) செயற்கைக் கோளைச் செலுத்திய போது, அது இணைச்சுற்றுக்கோளுக்கு உரிய சுற்றுப்பாதையை எட்டத் தவறியது. இரண்டாம் முறையாக 2003 மே மாதம் ஜி.எஸ்.எல்.வி. மூலம் ஜிசாட்-2 (எடை 1825 கிலோ) செயற்கைக் கோள் வெற்றிகரமாக உயரே செலுத்தப்பட்டது.

இதனிடையே வளிமண்டல இயக்கவியல் மற்றும் வடிவமைப்புக் குழுவின் (Aerospace Dynamics and Design Group) இயக்குநராக கலாம் பொறுப்பேற்றார்.

ஏ.எஸ்.எல்.வி-3க்கு முன்னதாக எஸ்.எல்.வி-3- D1 ஏவுகலம் 1981-ம் ஆண்டு மே மாதம் விண்ணில் செலுத்தப்பட்டது. இதில்

கலாமின் பங்களிப்பு மிகவும் குறைவு. ஆனாலும் மீடியா கலாமைத்தான் முன்னிலைப்படுத்தி இதுபற்றிய செய்திகளை எழுதின. இதனால் விக்ரம் சாராபாய் ஆய்வு மையத்தின் விஞ்ஞானிகளின் வெறுப்புக்கு ஆளானார் கலாம். இது நான் செய்த தவறில்லையே என்று தனக்குள் புழுங்கினாரே தவிர யாரிடமும் சென்று வாக்குவாதத்தில் ஈடுபடவில்லை.

இந்தச் சமயத்தில் கலாமுக்கு இரண்டு இன்ப அதிர்ச்சிகள் காத்திருந்தன.

1981-ல் டேராடூனில் நடைபெற்ற அறிவியல் கருத்தரங்கு ஒன்றில் எஸ்.எல்.வி. பற்றிப் பேச கலாம் அழைக்கப் பட்டிருந்தார்.

அந்தக் கூட்டத்துக்கு அணு விஞ்ஞானி ராஜா ராமண்ணாவும் வந்திருந்தார். அணு சக்தியில் இந்தியா செய்துவரும் முயற்சிகள் பற்றி அவர் பேசினார்.

சீனா, பாகிஸ்தான் ஆகிய நாடுகளோடு இதுவரை நான்கு போர்களில் ஈடுபட்டுள்ள இந்தியா, சீனாவிடம் இருக்கும் அணு ஆயுதங்களை நினைத்து அச்சம் கொண்டது.இதன் விளை வாகவே 1972-ல் அப்போதைய இந்தியப் பிரதமர் இந்திரா காந்தி, இந்திய அணு சக்தித் துறையினரை, அணு ஆயுதங்களை உரு வாக்குமாறு பணித்தார். விஞ்ஞானி ராஜா ராமண்ணா தலைமை யில் ஒரு குழு போக்ரானில், 18 மே 1974-ல், அணுகுண்டுச் சோதனைகளை நிகழ்த்தியது. ராஜா ராமண்ணா இதுகுறித்த விரிவான விளக்கத்தைக் கொடுத்து அணு சக்தியில் இந்தியாவில் ஏற்பட்டிருக்கும் மாற்றங்கள், முன்னேற்றங்களை எடுத் துரைத்தார்.

அடுத்ததாக, கலாம் எஸ்.எல்.வி. ஏவுகலம் பற்றி தன் சார்பு நிலையை கருத்தரங்கின் முன் வைத்தார்.

மாலையில் ராஜா ராமண்ணாவுடன் தேநீர் அருந்தச் சென்றார் கலாம். ராஜா ராமண்ணா பற்றி கலாம் நிறைய கேள்விப் பட்டிருக்கிறார். வான்வெளி ஆய்வுகளுக்கு ஒரு விக்ரம் சாரா பாய் என்றால் அணு சக்தி முன்னேற்றத்தில் ராஜா ராமண்ணா. இந்தியாவில் அணுகுண்டு சோதனைகளை நடத்தி அமெரிக்கா வையே அலறவிட்டவர். இதனால் அவர் முன்பு பணிவான குரலில் பேசிக்கொண்டிருந்தார் கலாம்.

ராமண்ணா ஒரு கேள்விதான் கேட்டார்.

'DRDO - வில் வந்து சேர்ந்துவிடுகிறீர்களா?'

இலக்கு தாக்கும் ஏவுகணை (Guided Missile) பற்றி ஏற்கனவே பார்த்திருக்கிறோம். ஆயிரக்கணக்கான கி.மீ தொலைவில் பறக்கக்கூடிய ஏவுகணையாகும். குறிப்பிட்ட இலக்கை எட்டி எதிரிகளின் முக்கியக் கேந்திரங்களை அழிப்பது இதன் கடமை யாகும். அது தொடர்பான பணிகளுக்குத் தலைமை தாங்க டி.ஆர்.டி.ஓ-வின் ஓர் அங்கமான Defence Research and Development Laboratory (DRDL)-யில் பணியாற்றுவதற்காகக் கலாமை அழைத்தார் அவர்.

எஸ்.எல்.வி தமக்குப் பழகிப்போய்விட்டதால் வேறு தளத்தில் சென்று பணியாற்றவேண்டும் என்று கலாமும் நீண்டநாள்களாக நினைத்திருந்தார். ஆனால் இஸ்ரோவை விட்டுச் செல்ல நேர்ந் தால் தவானின் கேள்விகளுக்கும் வருத்தங்களுக்கும் ஆளாகி விடுவோம் என்று தன் ஆசையை பூட்டியே வைத்திருந்தார். இப்போது கோரிக்கை பெரிய இடத்திலிருந்து வந்திருக்கிறது.

1981-ம் ஆண்டு பொங்கல் தினத்தன்று இந்தச் செய்தியை தவானிடம் தெரிவித்தார் கலாம். தை பிறந்தால் வழி பிறக்கும் என்கிற பழமொழியில் நம்பிக்கைக் கொண்டதால் அன்றைய தினத்தில் சொன்னாரோ என்னவோ ஆனால் வழி பிறந்தது.

'என்னுடைய ஊழியரின் பணியை இன்னொரு துறை அங்கீகரித் திருப்பதை எண்ணி நான் பெருமைப்படுகிறேன் கலாம். உன் வேண்டுகோளுக்கு எந்தத் தடையும் இல்லை' என்று முகம் மலர கலாமுக்கு வாழ்த்துச் சொன்னார் தவான்.

'எனக்குத் தெரியும். உங்கள் மனம் எப்போதும் டி.ஆர்.டி.ஓ-வைச் சுற்றித்தான் இருந்தது' என்று கலாமை வேடிக்கையாக வம்புக்கு இழுத்தார் தவான். கலாமுக்கு மிகவும் தர்மசங்கட மாகப் போய்விட்டது.

'நான் தில்லி போகிறேன். அப்போது உயர்மட்ட அதிகாரிகளிடம் இதுகுறித்துப் பேசுகிறேன்' என்று மீண்டும் வாழ்த்து சொன்னார் தவான்.

குடியரசு தினத்தன்று, கலாமுக்கு பத்ம பூஷன் விருது வழங்கு வதாக மத்திய அரசு அறிவித்தது. தவானுக்கு பத்ம விபூஷன்.

இஸ்ரோவில் இருந்து பணி விலகிய பிரம்ம பிரகாஷுக்கு தொலைபேசியில் இந்தச் செய்தியைத் தெரிவித்து வாழ்த்து பெற்றார் கலாம். என் மகனுக்குக் கிடைத்ததுபோல உணர் கிறேன் கலாம் என்று அவரும் வாயார வாழ்த்தினார்.

அறைக்கு வந்தார் கலாம். பிஸ்மில்லா கான் இசையை ஒலிக்க விட்டார். (பிஸ்மில்லா கான் படுத்த படுக்கையாக இருந்தபோது ஜனாதிபதியாக இருந்த கலாம் தன் நிதியிலிருந்து ஒரு லட்ச ரூபாயை அவருக்கு அளித்தார். பிஸ்மில்லா கான் இறந்தவுடன் கலாம் ஓர் அறிக்கை வெளியிட்டார். 'நான் தினமும் பிஸ்மில்லா கானின் இசையைக் கேட்டு வாழ்ந்தவன். எனக்குள் அமைதியை யும் சாந்தத்தையும் தந்தது அவருடைய இசை'.)

கலாமுக்கு பத்ம பூஷன் கிடைத்த விஷயம் விக்ரம் சாராபாய் விண்வெளி மையத்தில் சில எதிர்வினைகளையும் உண்டாக்கி யது. எல்லாப் புகழும் கலாமுக்கே சேர்வதா என்று ஒரு கூட்டம் கலாமை மட்டம் தட்டியது. இதுபற்றிக் கேள்விப்பட்ட கலாம், இது ஒன்றும் புதிதில்லையே என்று எந்த சர்ச்சைக்கும் இடம் தராமல் அமைதியானார்.

தவானின் சம்மதம் பெற்றாலும் அவ்வளவு சுலபமாக கலாமால் இஸ்ரோவை விட்டு வெளியேற முடியவில்லை. நிர்வாகம் கலாமை வேறு துறைக்கு அனுப்ப சுணக்கம் காட்டியது. இது தொடர்பாக டி.ஆர்.டி.ஓ நிறையக் கடிதங்களை எழுதி கலாமுக் காகக் காத்திருந்தது. இதுகுறித்து தவானிடம் அப்போது பாது காப்பு அமைச்சராக இருந்த ஆர். வெங்கட்ராமன் ஆலோசித்தார். கலாமை எந்தத் துறைக்குப் பயன்படுத்திக்கொள்வது என்பதான யோசனை எல்லா மட்டங்களிலும் குழப்பம் விளைவித்தது.

கலாமுக்கு பத்ம பூஷன் விருது வழங்கப்பட்ட பிறகு அவரைப் பற்றி தமிழ்ப் பத்திரிகைகள் நிறைய செய்திகள் வெளியிட்டன. தமிழக மக்கள் முதல்முறையாக கலாம் பற்றி அறிந்துகொள்ள அச் சந்தர்ப்பம் உதவியது. கலாமின் வளர்ச்சியில் மகிழ்ச்சி கொண்ட எம்.ஐ.டி கல்லூரி நிர்வாகம் கலாமை கல்லூரிக்கு அழைத்தது. கலாமை சில வகுப்புகள் எடுக்குமாறு வேண்டியது. கலாமும் சந்தோஷத்துடன் தன் தாய்வீட்டுக்கு வந்துவிட்டுப் போனார்.

1981, ஜனவரி 14ம் தேதி தவானிடம் கோரிக்கை வைத்தார் கலாம். ஒருவருடம் கழித்து, 1982, பிப்ரவரி மாதத்தில் கலாமை

டி.ஆர்.டி.எல்-லின் இயக்குநராக நியமிப்பதாக மத்திய அரசு ஆணை பிறப்பித்தது.

டி.ஆர்.டி.எல் - லில் சேர்ந்த சில நாள்களில் ஓர் இனிப்பான செய்தி கலாமைத் தேடி வந்தது.

சென்னை அண்ணா பல்கலைக்கழகம் கலாமுக்கு டாக்டர் பட்டம் வழங்கி கௌரவிக்க முடிவு செய்தது.

கலாம் படித்த எம்.ஐ.டி கல்லூரி பிறகு அண்ணா பல்கலைக் கழகத்தோடு இணைக்கப்பட்டது. இதனால் உணர்ச்சிப்பூர்வ மாக அந்த விழாவில் கலந்துகொண்டார் கலாம். இவ்விழாவுக்கு முக்கிய விருந்தினராக அழைக்கப்பட்டவர், ராஜா ராமண்ணா.

இயக்குநர் ஆனவுடன் கலாமின் வாழ்க்கைத் தரம் அதாவது அவருடைய இருப்பிடம் மாற்றம் செய்யப்படும், இனி கலாம் நாம் நினைத்த நேரத்தில் நெருங்கக்கூடியவர் அல்லர் என்று ஊழியர்கள் ஏக்கமானார்கள். டி.ஆர்.டி.எல் நிறுவனமும் கலாமின் வசதிக்காக பங்களா ஒன்றை ஏற்பாடு செய்தது. வேண் டிய ஏற்பாடுகளைத் தெரிவிக்கவும் என்றும் இயக்குனருக்குத் தேவையான அத்தனை சலுகைகளையும் அளிக்க முன்வந்தது.

கலாமால் இந்த திடீர் உபசரிப்பை ஏற்றுக்கொள்ள முடிய வில்லை. பிறந்தது முதல் எளிமையான வாழ்க்கை, எளிமையான மனிதர்கள் சகவாசம் என்றே வாழ்ந்தவர். அவருக்குப் பட்டுக்கம்பளமும் பஞ்சு மெத்தையும் ஒவ்வாதவை. அதிலும் பங்களா வாழ்க்கை என்பது அவர் அடிப்படைக் கொள்கை களுக்கு முரணானது. அப்போது லேப் மெஸ்ஸுக்கு அருகில் இருந்த சிறிய அறையில்தான் கலாம் தங்கி வந்தார். 'இங்கேயே தங்கிக்கறேனே, எதுக்கு திடீர்னு மாறணும்' என்று சொல்லி விட்டார். மத்திய அரசு நிறுவனத்தின் இயக்குநர், அதுவும் விஞ்ஞானி ஒருவர் மெஸ்ஸுக்கு அருகில் உள்ள ஒண்டுக் குடித்தனத்தில் தங்கியது அப்போதைய டி.ஆர்.டி.எல் வட்டாரத் தில் விவாதப் பொருளாக இருந்தது.

அந்த ஒண்டுக்குடித்தனம்தான் கலாமின் அடுத்த பத்து வருடங் களுக்கான இருப்பிடமாக இருந்தது.

டி.ஆர்.டி.எல்-லில் கலாம் கண்ட ஒரு விஷயம் - பலரும் சோர் வுடன் பணியாற்றிக் கொண்டிருந்ததுதான். ஒரே காரணம்,

அவர்கள் பாடுபட்டுத் தயாரித்த 'டெவில்' திட்டத்தை அரசு எந்தச் சிரமத்தையும் கணக்கில் எடுத்துக்கொள்ளாமல் கிடப்பில் வைத்திருந்ததே. கலாமுக்கு இதுபோல நிறைய சூடுகள் ஏற்பட்டிருப்பதால் அவர்கள் உணர்வுகளை நன்கு புரிந்துகொண்டார். சரி, எத்தனை நாள்தான் டெவில் திட்டத்தை நினைத்து கன்னத்தில் கைவைத்துக்கொண்டு இருக்கமுடியும்?

அவர்களை வேறுபக்கம் திருப்ப திட்டம் தீட்டினார் கலாம்.

கிட்டத்தட்ட டெவில் திட்டத்தை தூசி தட்டி எடுத்ததுபோல அதே குணாதிசயம் கொண்ட இன்னொரு ஏவுகணை தயாரிப்புக்கு கலாம் தயாரானார்.

தந்திர ஏவுகணைத் திட்டம் என்று ஒன்றை உருவாக்கினார். தரையிலிருந்து வானில் பாயும் ஏவுகணைகள், வானிலிருந்து தரைக்குப் பாயும் ஏவுகணைகள் என்று போர் தந்திர ஏவுகணைகள் ஏராளமாகத் தோன்றிவிட்டன. இதுபோன்ற பல குணாதிசயம் கொண்ட ஏவுகணைகளை ஒரே ஏவுகணையாகத் தயாரித்தால் என்ன? இதைப் பற்றி கடற்படைத் தளபதி ஓ.எஸ். டாவ்ஸனிடம் கலந்து பேசினார் கலாம்.

இதன்மூலமாக ஏற்கெனவே தயாரித்து வைத்திருந்த தானியங்கி ஏவுகணைத் தொழில்நுட்பங்களை இந்த ஏவுகணைக்குப் பயன்படுத்திக்கொள்ள முடியும். உழைப்பு வீண் போகவில்லை என்பதை விஞ்ஞானிகள் உணர்ந்து மகிழ்வார்கள் என்று எண்ணினார் கலாம்.

இஸ்ரோவிலும் சரி டி.ஆர்.டி.எல்-லிலும் சரி, ஒரு விஷயம் கலாமை மிகவும் உறுத்திக்கொண்டிருந்தது. அவரைப் பொருத்தவரைக்கும் எதிலும் ஒளிவு மறைவு கிடையாது. தனக்குத் தெரிந்த தொழில்நுட்பங்களை அடுத்தவர்களுடன் பகிர்ந்து கொள்வதிலும் விவாதம் செய்வதிலும் அவர் எப்போதும் தயாராக இருந்தார்.

ஆனால் இதே குணநலன்களை அவர் அடுத்தவர்களிடம் எதிர்பார்த்தபோது ஏமாற்றமே அவருக்கு மிஞ்சியது. பலரும் தங்கள் தொழில்நுட்பங்களை வெளியே சொல்ல தயக்கம் காட்டினார்கள். தங்களுடைய உழைப்பும் கண்டுபிடிப்பும் அடுத்தவர்களால் திருடப்பட்டு விடுமோ என்று அஞ்சினார்கள். கலாம் இதை உணர்ந்துகொண்டார்.

இதுகுறித்து தனித்தனியே பிரசங்கம் செய்தால் யாரும் கேட்கப் போவதில்லை. ஒரு முடிவு செய்தார். டி.ஆர்.டி.எல் மையத்தில் ஏவுகணைத் தொழில்நுட்பக் குழு என்ற ஓர் அமைப்பை ஆரம்பித்தார். ஆகவே என்ன வேலை நடந்தாலும் அது குறித்து பொதுக்குழுவில் முடிவு செய்தபிறகே பின்னர் அந்தப் பணி சம்பந்தப்பட்ட பொறியாளருக்கு ஒதுக்கப்படும். இதனால் யார் ஆலோசனையும் வீண் போகாது அதே சமயம் மறைத்து வைக்கவேண்டிய அவசியமும் இருக்காது.

கலாம் தன் ஊழியர்களுக்கு வழங்கும் சலுகை என்ன? தவறுகள் செய்ய தாராளமாக அனுமதிப்பார். ஆனால் அதில் ஒரு நேர்மை யையும் விடாமுயற்சியையும் எதிர்பார்ப்பார். தவறுகளை வெளிப்படையாக சொல்லச் சொல்வார். அதிலிருந்து பிழை களைக் கற்றுக் கொள்ள வைப்பார். எந்த ஒரு விஞ்ஞானியாவது தன் கருத்தைச் சொல்லி அதற்கு கலாமும் சம்மதம் கொடுத்து விட்டால் அந்தக் கணத்தில் கலாம் சொல்கிற வார்த்தை, 'யு கோ அஹெட்.' கவனம், வெறும் கோ அஹெட் அல்ல. யு என்கிற வார்த்தையைச் சேர்க்கிறபோது அதுவும் கலாமிடமிருந்து அந்த வார்த்தையை வாங்குகிறபோது எல்லையில்லா உத்வேகத்தை ஊழியர்கள் பெறுவார்கள்.

வேலையைப் பார்வையிட வரும்போது 'What breakthroughs?' என்று கேட்பது கலாமின் வழக்கம். வேலை என்று இருந்தால் அது பல கட்டங்கள் தாண்டவேண்டும் என்பார் கலாம். ஆகவேதான் அந்தக் கேள்வி. இதனால் கலாம் வருவதற்குள் வேலையின் முன்னேற்றத்தைச் சொல்லவேண்டும் என்று விஞ்ஞானிகள் எண்ணி அதற்கேற்றவாறு வேலை செய்வார்கள்.

கலாமுக்குப் பிடிக்காத கருத்தை யாராவது சொல்லும்போது அதற்காக கோபம் கொள்ளமாட்டார். எரிந்து விழ மாட்டார். 'அப்படியா சொல்றீங்க! சரி, உங்க இஷ்டப்படியே செய்யுங்க. பார்க்கலாமே, முடிவு எப்படி வருதுன்னு. நான் இதை உங்ககிட்டயே விட்டுடறேன்.' கலாமுடைய இந்த மயிலிறகு பதிலிலேயே ஊழியர்கள் புரிந்துகொள்வார்கள், கலாமுக்கு இந்தக் கருத்தில் இஷ்டமில்லை.

டி.ஆர்.டி.எல் இயக்குநர் என்கிற முறையில் அரசுக்கு அடுத்த 12 வருடங்களுக்குத் தேவையான ஏவுகணை திட்ட நிதி கோரு வதற்காக தனது சகாக்களிடம் கலந்து பேசினார் கலாம்.

1974-ல் இந்தியா அணுகுண்டுச் சோதனை செய்ததும், அமெரிக்கா இந்தியாமீது கடும் தடைகளை விதித்தது. அமெரிக்காவோடு சேர்ந்து பல நாடுகள் இந்தியாவுடனான தொழில்நுட்ப உறவுகளை ரத்து செய்திருந்தன. அதனால் இந்தியா சொந்தக் காலில் நிற்கவேண்டிய சூழல்.

இருந்தபோதிலும், இந்தியா தனது அறிவியல் முன்னேற்றத்தில் எந்தக் குறையும் ஏற்படுத்திக்கொள்ளவில்லை. தடை செய்யப்பட்டாலும் அணுத் தொழில்நுட்பத்தில் கையூன்றி கரணம் போட்டது. உத்தரப் பிரதேசத்தில் நாரோராவிலும், குஜராத் மாநிலம் காக்ராபாரிலும், கர்நாடக மாநிலம் கைகாவிலும், ராவத்பாடாவிலும், தாராப்பூரிலும், கைகாவிலும் அணு மின் நிலையங்களை அமைத்தது. சொந்தமாக செயற்கைக் கோள் தயாரித்து அதை வெளிநாட்டில் வைத்து விண்ணில் செலுத்தியது. சொந்தமாக விண்கலங்கள் தயாரித்து தொடர்ந்து அதில் முன்னேற்றங்கள் கண்டு வந்தது. இதுபோல ஏவுகணை தொழில்நுட்பத்திலும் பல அடிகள் முன்னேற வேண்டிய கட்டாயத்தில் இருந்தது இந்தியா.

முப்படைகளைச் சேர்ந்த உயர் அதிகாரிகளுடன் ஆலோசனை நடத்தினார் கலாம். தந்திர ஏவுகணை, தரையிலிருந்து தரைக்குப் பாயும் ஏவுகணை, இலக்கைத் தேடிச் சென்று தாக்கும் பீரங்கி தகர்ப்பு ஏவுகணை போன்ற ஏவுகணைகளை உருவாக்கத் திட்டம் தீட்டி அடுத்த பன்னிரண்டு வருடங்களுக்கு 390 கோடி நிதி உதவி தேவை என்று மத்திய அரசுக்குத் திட்டக் குறிப்பு ஒன்றை எழுதி அனுப்பினார் கலாம்.

ஏவுகணையில் இரண்டு பிரிவுகள் உள்ளன. தந்திர ஏவுகணை மற்றும் இலக்கு தாக்கும் ஏவுகணை.

இலக்கு தாக்கும் ஏவுகணை என்பது ஆயிரக்கணக்கான கி.மீ தொலைவில் பறக்கக்கூடிய ஏவுகணையாகும். குறிப்பிட்ட இலக்கை எட்டி எதிரிகளின் முக்கியக் கேந்திரங்களை அழிப்பது இதன் கடமையாகும். நிலம், நீர், வானம் என இந்த மூன்று பகுதிகளிலும் போர் மூண்டால் அதன் போக்கை திசை மாற்றக்கூடிய வல்லமை தந்திர ஏவுகணைகளுக்கு உண்டு.

திட்டம் தொடர்பான ஆலோசனைக் கூட்டத்தில் கலந்து கொண்ட பாதுகாப்பு அமைச்சர் ஆர்.வெங்கட்ராமன் தன்

அலுவலகத்தில் வந்து சந்திக்குமாறு கலாமுக்கு உத்தரவு பிறப்பித்தார்.

குழப்பத்துடன் சென்றார் கலாம். ஒருவேளை நூறுகோடிதான் ஒதுக்கமுடியும் என்று அரசு சொல்லிவிட்டால் என்ன செய்வது? எந்தத் திட்டத்துக்கு முன்னுரிமை கொடுப்பது? ஒருவேளை அரசிடமிருந்து கிடைக்கக்கூடிய நிதி தாமதமானால் எல்லாத் திட்டங்களும் முடங்கிப் போய்விடுமே?

பாதுகாப்புத் துறை உலோகவியல் ஆராய்ச்சி பரிசோதனைக்கூட இயக்குநர் வி.எஸ். அருணாச்சலும் கலாமும் ஒன்றாகச் சென்று வெங்கட்ராமனைச் சந்தித்தபோது அவர் நேர்மாறாகப் பேசி இருவரையும் ஆச்சரியப்படுத்தினார்.

'ஏன் துண்டு துண்டாகத் திட்டங்கள் போடுகிறீர்கள்? நம் நாட்டின் பாதுகாப்புக்கு முழுமையாகச் செய்யவேண்டிய காரியங்கள் என்னென்ன? எதுமாதிரியான ஏவுகணைகள் நம் நாட்டைப் பலப்படுத்தும்? ஒருங்கிணைந்த ஏவுகணை வளர்ச்சித் திட்டமொன்றை உருவாக்கலாமா?'

வெங்கட்ராமன் கலாமிடம் கோரியது - இன்னமும் பெரிய திட்டங்களோடு வாருங்கள். அமர்ந்து பேசி ஒரு முடிவு எடுப்போம்.

இன்னமும் விரிவான திட்டங்கள் வகுப்பதற்காக தன் குழு வினரோடு மீண்டும் பேசினார் கலாம். நமது சொந்த முயற்சியால் எவ்வாறு இந்திய ராணுவத்தைப் பலப்படுத்த முடியும் என்று அதற்கேற்றாற்போல திட்டங்கள் தீட்டப்பட்டன.

புதிய நவீன நுட்பங்களைப் பயன்படுத்தி ஏவுகணைகளைத் தயாரித்தல், ஆய்வுகளுக்குப் போதிய வசதி வாய்ப்புகளை ஏற்படுத்தித் தருவது, பழங்காலப் போர் ஆயுதங்களை தொலைத்துத் தலை முழுகிவிட்டு சமகால நவீன ஆயுதங்களை வீரர்களுக்கு வழங்குவது என்று வரிசையாகத் திட்டமிட்டுக் கொண்டிருந்தபோது கலாமுக்கு சுளீர் என்று ஒரு விஷயம் நினைவுக்கு வந்தது.

அன்று அவருடைய மருமகள் ஜமீலாவின் திருமணம். தான் திருமணத்தில் கலந்துகொள்வதில் அவள் பெருமிதமாக உணர் வாளே என்று அவர் நினைத்துக்கொண்டு கடிகாரத்தைப்

பார்த்தபோது முகூர்த்தத்துக்கு சில மணி நேரங்களே இருந்தன. ஏவுகலத்தில் பறந்து சென்றால் மட்டும்தான் அவ்வளவு விரைவாக ராமேஸ்வரம் சென்றடைய முடியும்! ஆனால் விண்கலத்தில் மனிதனை ஏற்றிச் செல்லும் தொழில்நுட்பத்தில் இந்தியா இன்னமும் முன்னேறவில்லையே!

நிறைய சொந்த சுகங்களை இழந்துதான் கலாம் தன் துறையில் மேன்மை அடைந்துகொண்டிருக்கிறார். தன்னையே நொந்து கொண்டு மீண்டும் அன்று மாலை திட்ட அறிக்கையோடு வெங்கட்ராமனைச் சந்தித்தார் கலாம்.

ஒரு அடித்தல்திருத்தல் இல்லை. உடனே கையெழுத்திட்டு ஒருங் கிணைந்த ஏவுகணைத் திட்டத்துக்கு (Intergrated Guided Missile Dvelopment Programme) அனுமதி வழங்கிவிட்டார் வெங்கட் ராமன். கலாம் கோரியதைவிடவும் அதிகமாக 388 கோடி ரூபாயை திட்டத்துக்கு வழங்கினார். இந்தத் திட்டங்கள் எல்லாம் பலிக்கவேண்டும் என்று கலாம் இறைவனை வேண்டிக் கொண்டார்.

'உங்களை நான் டி.ஆர்.டி.ஓ. கொண்டுவந்தது இதற்குத்தான்' என்று மௌனமாகச் சிரித்துக்கொண்டு சொன்னபோதுதான் கலாமுக்கு தாம் டி.ஆர்.டி.ஓவுக்கு அழைக்கப்பட்டதன் விவரம் புரிந்தது. 'ஆமாம். இந்தத் திட்ட வரைவறிக்கைக்காக தன் மருமகள் திருமணத்தைக்கூட தவறவிட்டு விட்டார்' என்று வெங்கட்ராமனிடம் கூடவந்த அருணாச்சலம் கலாமின் அர்ப்பணிப்புகளைச் சொல்லிக் கொண்டிருந்தார்.

சொல்லியதோடு நில்லாமல், 'தாமதமாகப் போனாலும் நீங்கள் திருமணத்தில் கலந்துகொள்வது உங்கள் குடும்பத்தாரை மிகவும் மகிழ்ச்சியடையச் செய்யும்' என்று சென்னைக்கும் மதுரைக்கும் சென்றுகொண்டிருந்த விமானப்படை ஹெலிகாப்டரை ஏற்பாடு செய்துகொடுத்தார் அருணாச்சலம். உடனே கைக்குக் கிடைத்த விமானத்தில் சென்னை சென்று விமானப்படை விமானம் வழியாக மதுரை போய் அங்கிருந்து ரயில் வழியாக ராமேஸ் வரம் சென்று சரியான நேரத்தில் திருமணத்தில் கலந்து கொண்டார் கலாம்.

அரசின் நிதி ஒதுக்கீடும் திட்ட அனுமதியும் டி.ஆர்.டி.எல்-லில் பழைய சந்தோஷத்தை மீட்டுத் தந்தது. முதல்வேலையாக ஏவுகணைகளுக்கு திருநாமம் இடும் பணி நடைபெற்றது.

தரையிலிருந்து தரைக்குத் தாவும் ஏவுகணை - பிருத்வி

அதிமுக்கிய தந்திர ஏவுகணை - திரிஷூல்

தரையிலிருந்து வானில் பாயும் வாகனம் - ஆகாஷ்

பீரங்கித் தகர்ப்பு ஏவுகணை - நாக்

ரெக்ஸ் (Re-entry Experiment Launch Vechicle) திட்டம் - அக்னி

இஸ்ரோவில் கலாம் தயாரித்துக் கொடுத்த ஏவுகலங்கள் அனைத்தும் விண்வெளி பரிசோதனைக்கு உட்பட்டவை. ஆனால் இந்த ஏவுகணைகள் அனைத்தும் போர்களில் பயன்பட வேண்டியவை. இந்திய ராணுவத்தின் பலத்தை அதிகரிப்பவை. இந்தியப் பாதுகாப்பு குறித்த கேள்விகளுக்கு விடையாக இருப்பவை.

1983-ம் ஆண்டு ஜூலை 27-ம் தேதி ஒருங்கிணைந்த ஏவுகணைத் திட்டம் தொடங்கப்பட்டது. இதற்கு நாட்டில் இருந்த அத்தனை விஞ்ஞானிகள், வான்வெளி ஆராய்ச்சியில் ஈடுபடும் பொறியாளர்கள் என்று இந்திய அறிவியல் முன்னேற்றத்தில் தம்மை ஈடுபடுத்திக் கொண்டிருக்கும் ஒவ்வொருவரும் அவ்விழாவுக்கு அழைக்கப்பட்டனர்.

7. கேலிச்சித்திரம்!

அப்துல் கலாமை தலையில் தூக்கி வைத்துக் கொண்டாடித்தான் பத்திரிகைகளுக்கு வழக்கம். இரண்டாம் உலகப் போரில் ஜெர்மனிக்கும், போருக்குப் பிறகு அமெரிக்காவுக்கும் ராணுவ ராக்கெட்டுகளை சிருஷ்டித்துக் கொடுத்த ராக்கெட் விஞ்ஞானி வெர்னெர் வான் பிரானுக்கு இணையாக அப்துல் கலாமைப் போற்றிப் புகழ்ந்து வந்தன பத்திரிகைகள். ஆனால் ஒருகட்டத்தில் நிலைமை அப்படியே தலைகீழாக மாறி ஒரு பத்திரிகை விடாமல் கலாமை முடிந்தவரை கேலி செய்து கார்ட்டூன்கள் வெளியிட்டன. அவருடைய திட்டம் ஒன்று கன்னாபின்னாவென்று விமரிசனத்துக்கு ஆளாகப்பட்டது.

ஒருங்கிணைந்த ஏவுகணைத் திட்டத்தில் கலாமுக்கு நேர்ந்த சறுக்கல்தான் அவரை விமரிசன கிடுக்கிப் பிடியில் சிக்கவைத்தது.

ஆனால் டி.ஆர்.டி.எல்-லில் ஒருங்கிணைந்த ஏவு கணைத் திட்டத்தை ஆரம்பிக்கும்போது கலாமுக்கு எல்லாமே எண்ணியதுபோலவே நடந்தது. அவருடைய ஒவ்வொரு அடியும் இந்தியா அறிவியல் தொழில்நுட்பத்தின் வளர்ச்சியில் அடுத்த அடி எடுத்துவைப்பதாகவே உணரப்பட்டது.

வெங்கட்ராமன் நிதி உதவி ஒதுக்கியவுடனே திட்டத்தில் பத்து சதவிகிதம் முடிந்துவிட்டதாக கலாம் உணர்ந்தார். இனி கவலை யில்லை. யார் கையையும் ஏந்தி நிற்கவேண்டாம். எஸ்.எல்.வி ஏவுகலத் திட்டத்தின்போது நினைத்த நிதி உதவி கைக்கு வரவில்லை என்று கலாம் ஒரு போடு போட்டார். ஆனால் இப்போது கேட்டதற்கு அதிகமாகவே செய்துகொடுத்துவிட்டது இந்திரா காந்தி அரசு. இனி சொன்னபடி அனைத்தையும் குறித்த காலத்தில் முடித்துக் கொடுக்கவேண்டிய பொறுப்பு கலாமி னுடையது.

பிருத்வி, திரிஷூல், ஆகாஷ், நாக், அக்னி ஆகிய ஐந்து ஏவு கணைகளுக்கான வேலைகள் மளமளவெனத் தொடங்கின. நானூறு விஞ்ஞானிகளைக் களத்தில் இறக்கினார் கலாம். இப்போது கலாமுக்கு ஒரு சவாலான வேலை காத்திருந்தது. ஐந்து ஏவுகணைத் திட்டங்களுக்கான தலைவர்களை அதாவது திட்ட இயக்குநர்களைத் தேர்ந்தெடுக்கவேண்டும்.

இஸ்ரோவில் கலாமுக்கு நிறைய படிப்பினைகள் இருந்தன. நல்ல தலைமை, மோசமான தலைமை இரண்டும் எப்படி ஒரு காரியத்தை வழிநடத்தும் அல்லது குட்டிச் சுவராக்கும் என்பதை யெல்லாம் அவர் தன் அனுபவத்தில் நிறையக் கற்றிருந்தார். நிச்சயம் மூத்தவர் என்பதால் மட்டுமே ஒருவரை தலைமைப் பதவிக்கு அழைக்கக்கூடாது. அப்படிப் பார்த்திருந்தால் கலாமி னால் இளவயதில் எஸ்.எல்.விக்குப் பொறுப்பேற்றிருக்க முடி யாது. தன் திறமையை அறிந்து எப்படி ஒருவர் தமக்கும் திட்டத் துக்கு ஒளியேற்றினாரோ அதேபோல தானும் செயல்பட வேண்டும் என்று திடமாக இருந்தார்.

மேலும், திட்ட இயக்குநராக இருக்கவேண்டியவர் சுயநலம் அற்றவராக இருக்கவேண்டும். இடைவிடாமல் புதியவர்களை அறிமுகப்படுத்திக்கொண்டே இருக்கவேண்டும்.

பிருத்வி ஏவுகணைத் திட்டத்துக்கு அவர் தேர்ந்தெடுத்தது, கர்னல் வி.ஜே. சுந்தரம். விமான வடிவமைப்பில் முதுகலைப் பட்டம் பெற்றவர். டி.ஆர்.டி.எல்-லில் பணிபுரியும் விஞ்ஞானி களில் மிகத்திறமையானவர் என்கிற பெயரை எடுத்தவர். இந்தத் தருணத்தில் சுந்தரத்துக்கு இப்படியொரு வாய்ப்பு வழங்குவது மிகவும் பொருத்தமாக இருக்கும் என்று அவரை பிருத்வி திட்டத்துக்கு இயக்குநராக்கினார்.

திரிஷூல் ஏவுகணை திட்ட இயக்குநர் இரண்டு துறைகளில் வல்லவராக இருக்கவேண்டும் என்று கலாம் விரும்பினார். எலெக்ட்ரானிக்ஸ் மற்றும் ஏவுகணை போர் முறைகள் என இந்த இரண்டு துறைகளிலும் தேர்ச்சி உள்ளவராக கலாம் கண்ணில் பட்ட வர், இந்தியக் கடற்படையில் பணியாற்றிய எஸ்.ஆர். மோகன்.

அக்னி ஏவுகணை என்பது மிகப்பெரிய திட்டம். இந்தியாவை சர்வதேச அரங்கில் நிலைநிறுத்தும் ஒரு திட்டம். அதன் திட்ட இயக்குநராக தேர்ந்தெடுக்கப்பட்டவர் டி.ஆர்.டி.எல்-லில் விமான சோதனைப் பிரிவில் பணியாற்றிய எம்.ஐ.டி கல்லூரியின் முன்னாள் மாணவரான ஆர்.என். அகர்வால்.

ஆகாஷ் திட்டத்துக்கு பிரஹலாதாவையும் நாக் திட்டத்துக்கு என்.ஆர். அய்யரையும் தேர்வு செய்தார் கலாம். இவ்விருவரும் இளைஞர்கள்.

முதலில் பிருத்வி, திரிஷூல் மற்றும் அக்னி ஆகிய மூன்று திட்டங்களுக்கு முதல் முக்கியத்துவம் கொடுக்கப்பட்டு வேலை ஆரம்பிக்கப்பட்டது.

இந்தத் திட்டங்களை நிறைவேற்றுவதற்கு ஹைதராபாத் டி.ஆர்.டி.எல் வளாகம் போதுமானதாக இல்லை. வேறு சில தளங்களைத் தேடி கலாம் தேடுதலில் இறங்கினார்.

டி.ஆர்.டி.எல்-லுக்கு அருகே உள்ள இம்ரத் கஞ்சா என்கிற வெட்டவெளிப் பிரதேசம் தேர்ந்தெடுக்கப்பட்டது. அந்த இடம் முழுக்க பாறாங்கற்கள் இருந்தன. உடனே அங்கு இம்ரத் ஆய்வு மையத்தை நிறுவ ஏற்பாடு செய்யப்பட்டது. அந்த இடம் சீரமைக்கப்பட்டது. சாலைகள் அமைக்கப்பட்டன. நீர் வசதி ஏற்படுத்தப்பட்டது. இந்த ஏற்பாடுகளின் போது இம்ரத் கஞ்சா பாறைகளுக்கு நடுவே துர்க்கையின் பழைய கோயில் ஒன்று இருந்தது கண்டுபிடிக்கப்பட்டது. கற்களால் மூடப்பட்டிருந்தது. ஆன்மிகத்தில் நம்பிக்கை கொண்ட கலாமுக்கு இது நல்ல சகுனமாகப்பட்டது. உடனே அந்தக் கோயிலை பராமரிக்கச் சொல்லி அதிகாரிகளுக்கு கட்டளையிட்டார். இம்ரத் மையம் போல ஒரிஸாவில் உள்ள சாந்திபூரிலும் இன்னொரு மையம் ஏற்படுத்தப்பட்டது.

திட்டத்தை அபாரமாக ஆரம்பித்து வைத்த ஆர். வெங்கட்ராமன் 1983, செப்டெம்பர் மாதத்தில் டி.ஆர்.டி.எல்-லுக்கு வருகை தந்து

திட்டத்தின் முன்னேற்றங்களை அலசினார். ‘அடுத்தது என்ன செய்வதாக உத்தேசித்துள்ளீர்கள்’ என்று கலாமின் அடுத்தக்கட்ட நடவடிக்கைகள் பற்றி கேட்டறிந்துகொண்டார். அரசின் முழு ஆதரவு உங்களுக்கு உண்டு. சீக்கிரம் நல்ல சேதியைச் சொல்லுங் கள் என்று அனைத்து விஞ்ஞானிகளையும் ஊக்கப்படுத்திவிட்டு டெல்லி சென்றார் வெங்கட்ராமன்.

விஞ்ஞான கவுன்சில் கூட்டத்தில் அனைத்து டி.ஆர்.டி.எல். விஞ்ஞானிகளும் கலந்துகொண்டார்கள். அப்போது சிக்கலான கேள்வி ஒன்றை எதிர்கொண்டார் கலாம்.

‘டெவில் திட்டம்போல இந்தத் திட்டங்களும் முடங்கிப் போகாது என்று என்ன நிச்சயம்?’

இன்னமும் டெவில் பாதிப்பிலிருந்து விஞ்ஞானிகள் மீள வில்லை என்பதைக் கலாம் புரிந்துகொண்டார். ஏற்கெனவே இதுபற்றி நீண்ட விளக்கம் கொடுத்திருந்தார் கலாம். ‘விற்பனை செய்யத் தகுதியில்லாத எந்தப் பொருளையும் உருவாக்காதீர்கள். அதேபோல உங்கள் வாழ்க்கையை ஒரேயொரு காரியத்துக்காக முழுமையாக அர்ப்பணிக்காதீர்கள். ஏவுகணை என்பது நாளுக்கு நாள் பல்வேறு பரிமாணங்கள் காண்பது. அதற்கேற்றவாறு உங்கள் மனநிலையை மாற்றிக் கொள்ளுங்கள்’ என்று மனத்தில் ஆணி அடித்தாற்போல ஒரு பிரசங்கம் நடத்தியும் இன்னமும் ஆறாத வடுவில் உள்ளனர் விஞ்ஞானிகள்.

‘இவை ஆரம்பத்திலேயே அரசாங்கத்தில் அனுமதிக்கப்பட்ட திட்டங்கள். இவற்றில்தான் இந்தியாவின் எதிர்காலம் அடங்கி யுள்ளது. ஆகவே இது பாதியில் நின்றுவிடும் என்கிற பேச்சுக்கே இடமில்லை. வேண்டுமானால் மேலும் புதுப் புது திட்டங் களுக்கு நாம் உட்படுத்தப்படலாம். இந்தத் திட்டத்தைப் பற்றிக் கேட்கிறீர்கள். நாளை டெவில் திட்டத்தையே நாம் மீண்டும் ஆரம்பித்து அதிலும் வெற்றி காணமுடியும்’ என்று ஆணித்தர மாக தன் நிலையை எடுத்துச் சொன்னார் கலாம்.

கலாமின் வாய்முகூர்த்தம், டெவில் திட்டத்தை மீண்டும் அமல் படுத்த டி.ஆர்.டி.எல். நிர்வாகம் முடிவு செய்தது. அதில் சில தொழில்நுட்ப மாற்றங்களைச் செய்து தானியங்கி ஏவுகணையை (Guided Missile) *1984*, ஜூலை *24*-ம் தேதி சோதனை ரீதியில் அதை விண்ணில் வெடிக்க வைத்தனர்.

இந்த வெற்றிச் செய்தியைக் கேள்விப்பட்ட பின்னர் பிரதமர் இந்திரா காந்திக்கு இருப்புக் கொள்ளவில்லை. ஏற்கெனவே டி.ஆர்.டி.எல்-லில் நடக்கும் ஏவுகணைத் திட்டங்கள் பற்றி வெங்கட்ராமன் இந்திரா காந்தியிடம் நிறைய சொல்லியிருந்தார். இப்போது ஒரு திட்டம் வெற்றிகரமாகப் பரிசோதிக்கப்பட்ட செய்தி கேட்ட மறுவிநாடி டி.ஆர்.டி.எல்-லுக்குத் தகவல் பறந்தது. 'ஜூலை 19ம் தேதி பிரதமர் டி.ஆர்.டி.எல்-லுக்கு வருகை புரிகிறார்.'

2000 பேர் கொண்ட டி.ஆர்.டி.எல் ஊழியர்கள் மத்தியில் உணர்ச்சி கரமாக தென்பட்டார் இந்திரா காந்தி. 'நாட்டின் எதிர்காலத்தை நிர்ணயிக்கக்கூடிய சக்திகளாக இந்திய விஞ்ஞானிகள் இருப்ப தாக புளகாங்கிதம் அடைந்து பேசினார். ஆயிரம் பேர் நமக்கு தடைகள் போட்டாலும் நம்மால் நம் சொந்த முயற்சியில் அனைத்தையும் உருவாக்கிவிடமுடியும் என்கிற நம்பிக்கை உங்களைப் பார்த்தபோது எழுகிறது' என்று பேசி பலத்த கைத்தட்டல் வாங்கினார்.

'கலாம், பிருத்வியை எப்போது விண்ணில் செலுத்தப் போகிறீர் கள்' என்று இந்திரா காந்தி கேள்வி எழுப்பினார்.

'1987, ஜூன் மாதத்தில்.'

திட்டம் ஆரம்பித்து ஒருவருடம் ஆனபின்பு ஒருங்கிணைந்த ஏவுகணைத் திட்டத்தின் வளர்ச்சி குறித்து ஆய்வு செய்யப் பட்டது. வெங்கட்ராமனுக்குப் பிறகு பாதுகாப்புத் துறை அமைச்சரான எஸ்.பி. சவான் ஹைதராபாத் வந்து நிலை மையைப் பரிசோதித்துவிட்டுச் சென்றார். டி.ஆர்.டி.எல்-லிலும் மும்முரமாக ஆய்வறிக்கைத் தயார் செய்யப்பட்டது.

அப்போது கலாம் மீண்டும் டி.என். சேஷனை சந்தித்தார். அப்போது சேஷன் பாதுகாப்புத் துறை செயலாளராக இருந்தார். திட்டத்துக்கு வேண்டிய நிதி உதவி குறித்து அவர் கலாமிடம் ஆலோசனை நடத்தினார். ஆவுல் பக்கீர் ஜைனுல்லாபுதீன் அப்துல் கலாம் என்கிற கலாமின் முழுப்பெயரையும் சொல்லி அழைக்கும் ஒரே நபர் சேஷன் மட்டும்தான். இதனாலேயே கலாமுக்கு சேஷனை ஒருபடி அதிகமாகவே பிடிக்கும்.

ஆய்வறிக்கையில் கலாம் ஒரு யோசனை சொன்னார். இந்த ஐந்து திட்டங்களும் சோதித்துப் பார்க்கப்பட்ட பின்பு அதோடு முடிந்து

போவதில்லை. ஆகவே நாளைய விஞ்ஞானிகளையும் உரு வாக்குவது நம் கடமை. விமான வடிவமைப்பு பயிலும் மாணவர் களையும் நம் திட்டத்தில் சேர்த்து வருங்கால இந்தியாவுக்கு அடித்தளமிடவேண்டும்.

ஒப்புக்கொள்ளப்பட்டது. கலாமும் அவரது முக்கியச் சகாக் களும் கல்வி நிறுவனங்களுக்கு நேரடியாகச் சென்று மாணவர் களிடம் ஒருங்கிணைந்த ஏவுகணைத் திட்டத்தை விளக்கிச் சொன்னார்கள். கலாம் பற்றிக் கேள்விப்பட்டு ஏற்கெனவே பத்திரிகைகளிலும் வானொலி, டிவியிலும் பார்த்து வசீகரிக்கப் பட்டிருந்த மாணவர்கள் அவரை இன்முகத்துடன் வரவேற்றார் கள். நிறைய பேர் அவரிடம் ஆலோசனைகள் கேட்டார்கள். மாணவர்களைத் தேர்ந்தெடுப்பதில் கலாமுக்கு சிக்கலே ஏற்படவில்லை. எல்லா மாணவர்களும் கலாமின் சொல்லைக் கேட்கத் தயாராக இருந்தார்கள். 300 மாணவர்களும் பேராசிரியர் களும் திட்டத்தில் தங்களை இணைத்துக்கொண்டனர்.

இதுதவிர டி.ஆர்.டி.ஓ-வில் பணியாற்றும் விஞ்ஞானிகளின் சராசரி வயது 42-ஆக இருந்ததைத் தன் காலத்தில் 33-ஆக மாற்றினார் கலாம். நிறைய இளைஞர்களுக்கு வாய்ப்பளித்தார். ஐந்து திட்ட இயக்குநர்களுக்கும் அவர் விதித்த விதிமுறையில் அவர்கள் அடுத்த தலைமுறையினருக்கு நிறைய ஊக்கமளிக்கவேண்டும் என்றொரு தகுதி வைத்திருந்தார். அதை அவரே முன்நின்று நிரூபித்துக் காட்டி ஒரு தலைவன் என்றால் எப்படியிருக்க வேண்டும் என்பதற்கு நல்ல உதாரணமாக செயல்பட்டார்.

இந்தச் சமயத்தில் இந்திரா காந்தி படுகொலை செய்யப்பட்ட சேதி கேட்டு துடிதுடித்துப் போனார் கலாம். அந்தப் பதற்றத்திலும் டி.ஆர்.டி.ஓ ஊழியர்கள் பத்திரமாக வீடு போய்ச் சேரவேண்டும் என்று அதற்கான ஏற்பாடுகளில் கட்டளை பிறப்பித்தார். தகவல் வந்த ஒரு மணி நேரத்தில் மையம் ஆட்கள் இன்றி, அரவம் அன்றி, இயக்கம் இன்றி ஓய்ந்துபோய் வெறுமையாகக் கிடந்தது. கலாமும் பாதுகாப்பு காவலர்களும் மட்டுமே அங்கு இருந்தனர்.

இந்திராவின் மறைவால் ஒருங்கிணைந்த ஏவுகணைத் திட்டத் துக்கு எந்தப் பாதிப்பும் ஏற்படவில்லை. அதன்பின் ஆட்சியில் அமர்ந்த ராஜீவ் காந்தியும் கலாமுக்கு அனுசரணையாகவே இருந்தார். இமரத் ஆய்வு மையத்துக்கு நேரில் வந்து அடிக்கல் நாட்டினார்.

டி.ஆர்.டி.ஓவில் பணியாற்றும் பெரிய அதிகாரிகள் அடிக்கடி வெளிநாட்டுக்குச் செல்வது வழக்கம். இந்தியாவுக்கும் இதர நாடுகளின் தொழில்நுட்பத்துக்கும் உள்ள வேறுபாட்டை அறிந்துகொள்வதற்காக அலுவலகப் பயணமாக வெளிநாடு களுக்குச் செல்வார்கள். ஆனால் கலாம் டி.ஆர்.டி.ஓவில் பணியாற்றிய ஏழு வருடங்களில் அதிகபட்சமாக நான்குமுறை வெளிநாடு சென்றிருந்தாலே அதிகம்.

பெரும்பாலும் வெளிநாட்டுச் சுற்றுப்பயணத்துக்கு பெரிய தலைகள்தான் செல்வார்கள். அவர்களைப் பார்த்து ஜூனியர்கள் ஏக்கப்பெருமூச்சு விட்டுக்கொள்ள வேண்டியதுதான். கலாம் டி.ஆர்.டி.ஓவின் இயக்குநர் ஆனபிறகு இதில் பெரிய மாற்றங்கள் கொண்டு வந்தார். இதுதொடர்பான கோப்புகள் அனைத்தும் பட்டவர்த்தனமாக அனைவருக்கும் அறியும்படிச் செய்தார். தவிர, ஒவ்வொரு வருடமும் ஜூனியர்களும் வெளிநாடு சென்று தொழில்நுட்பம் கற்றுக்கொள்ளவேண்டும் என்கிற புதிய நடைமுறையைக் கொண்டு வந்தார்.

எந்த ஒரு அதிகாரியாவது டி.ஆர்.டி.ஓவில் இருந்து வெளியேறு கிறார் என்றால் அவர் தகுந்த கௌரவத்துடன் வெளியேறுமாறு பார்த்துக்கொள்வார். இறுதி நாளில் தன் அறைக்கு அழைத்து அதுவரை அவர் ஆற்றிய பணிகளை நினைவு கூர்வார். கலாம் தன்னை இவ்வளவு தூரம் கவனித்தாரா என்று வெளியே செல்பவர் ஆச்சரியப்படுவார்கள். அட, இதிலென்ன இருக்கு. எல்லோரும் சம்பிரதாயமாகச் செய்வதுதானே என்று சொல்வீர் கள். அந்த ஊழியர் இன்னொரு கம்பெனிக்கு செல்லும் நாளை சரியாக நினைவு வைத்திருப்பார். ‘என்ன ஓய், எப்படி இருக்கு புது வேலை, பிடிச்சிருக்கா? எங்களையெல்லாம் மறந்துறாதீர்’ என்பார். யாராக இருந்தாலும் கலாமின் இந்த அணுகுமுறையில் திண்டாடிப் போய்விடுவார்கள்.

ராஜீவ் காந்தி அடிக்கல் நாட்டி விட்டுச் சென்றபிறகு அதற்கு அடுத்தவாரம் அமெரிக்காவுக்குச் சென்றார் கலாம். அமெரிக்க விமானப்படை கலாமை அழைத்திருந்தது. அமெரிக்க ராணுவக் கேந்திரமான பெண்டகனுக்குச் சென்று அமெரிக்க ராணுவ அதிகாரிகளுடன் உரையாடினார் கலாம்.

ஐந்து திட்டங்களில், முதலில் சோதனைக்குத் தயாராக நின்றது, திரிஷூல் ஏவுகணை.

1985, செப்டெம்பர் 16-ம் தேதி ஸ்ரீஹரிகோட்டாவில் திரிசூல் ஏவுகணை விண்ணில் செலுத்தப்பட்டது. இது சோதனை ரீதியிலான முயற்சி என்றாலும் எந்தவித இடர்பாடுகளும் இன்றி ஏவுகணை சீறிப் பாய்ந்துகொண்டு விண்ணில் பறந்தது.

முதல் மூன்று ஏவுகணைத் திட்டங்களில் பிருத்வி ஏவுகணையும் நாளுக்கு நாள் நல்ல வளர்ச்சி கண்டிருந்தது. 1988, பிப்ரவரி 25-ம் தேதி விண்ணில் ஏவுவதாகத் தகவல் அறிவிக்கப்பட்டது.

பிருத்வி போர் ஏவுகணை பற்றி சில விஷயங்களை இங்கே நாம் தெரிந்துகொள்ள வேண்டும். இது ஒரு தரைப்படை ஏவுகணை. தரையிலிருந்து செலுத்தப்பட்டு தரைப்படையைத் தாக்கும் ஏவுகணை. சுமார் ஆயிரம் கிலோ எடை கொண்ட குண்டுகளை 150 கி.மீ தூரம் வரைக்கும் எடுத்துச் செல்லக்கூடியது. இது முப்படைக்கும் ஏற்ற ஒரு போர்வாகனம்.

இந்த ஏவுகணையால் ஓர் இலக்கைத் துல்லியமாகத் தாக்க முடியும் என்று சொல்லிவிடமுடியாது. ஒரு விமானப்படைத் தளத்தைக் குறிவைக்க பிருத்வியை அனுப்புவதைக் காட்டிலும் ஒரு பெரிய பரப்பைக் குறிவைத்து பிருத்வியைச் செலுத்தினால் அதன் விளைவுகள் பயங்கரமானதாக இருக்கும். இரண்டாம் உலகப் போரில் இதுமாதிரியான ஏவுகணைகளே அதிகம் பயன்படுத்தப்பட்டன.

தன் இலக்கில் இருந்து அதிகபட்ச தூரம் எவ்வளவு தூர வட்டத் துக்குள் தாக்கும் என்கிற கணக்கு எல்லா ஏவுகணைகளுக்கும் இருக்கின்றன. இதுதான் ஒரு ஏவுகணையின் துல்லியத்தையும் பலத்தையும் நிர்ணயம் செய்யக்கூடியது. இதன் அடிப்படையில் பிருத்வி, தன் இலக்கில் இருந்து 50 மீட்டர் சுற்றளவுக்குள் துல்லியமாகத் தாக்கும் திறன் கொண்டது.

போர்முறை தொடங்கிய காலத்திலிருந்து அதிக தூரம் சென்று தாக்கக்கூடிய, அதிக அழிவை ஏற்படுத்தக்கூடிய போர்க்கருவி களை உருவாக்குவதில்தான் நாடுகளும் அதன் ராணுவ அமைப்புகளும் ஈடுபட்டு வந்திருக்கின்றன. வில், அம்பு, துப்பாக்கி, பீரங்கி, போர் விமானம், போர்க்கப்பல் என்று முன்னேறிய போர் முறைகள் அடுத்ததாக ஏவுகணையில் வந்து நின்றது. அணு ஆயுதங்களை முகப்பில் கொண்ட ஏவுகணைகள் தான் ஈடில்லாத போர்க் கருவிகள்.

சில ஆயிரம் கிலோமீட்டர் தூரம் பறந்து செல்லும் திறன் படைத்த பல அடுக்கு ராக்கெட்டுகளை உருவாக்கி, அவற்றின் முகப்பில் ஹைட்ரஜன் குண்டை வைத்து அனுப்ப முடிந்தால், உண்மையில் அது மிகப் பயங்கர ஆயுதமாக விளங்கும். அப்படிப்பட்ட தகுதி கொண்ட ஏவுகணைதான் பிருத்வி.

1988, பிப்ரவரி 25-ம் தேதி அன்று பிருத்வி ஏவுகணை விண்ணில் செலுத்தப்பட்டது.

அவ்வளவுதான்! இந்தியா அணு ஆயுதத்தைப் பயன்படுத்துவதற்கான வழிகளில் இறங்கிவிட்டது என்று அமெரிக்கா உள்ளிட்ட ஏழு நாடுகள் தையத்தக்கா என்று குதித்தன. உடனே இந்தியாவுக்கு இனி எந்தத் தொழில்நுட்ப உதவிகளும் அளிக்கப் போவதில்லை என்று இந்த நாடுகள் தீர்மானம் நிறைவேற்றின.

ஆனால் உலகுக்கு அகிம்சையைப் போதித்த இந்தியாவுக்கு இந்தப் போர் தளவாடங்கள் காலத்தின் கட்டாயமாக கருதப்பட்டன. சீனா, பாகிஸ்தானுடனான போருக்குப் பின்னர் தன் பாதுகாப்பில் எந்தக் குறையும் இருக்கக்கூடாது என்று இந்தியா நினைத்தது. இதனால் தான் மத்திய அரசு ஒருங்கிணைந்த ஏவுகணைத் திட்டத்துக்கு உடனே அனுமதியும் நிதி உதவியும் வழங்கியது.

தரையிலிருந்து தரைக்கு ஏவப்படும் ஏவுகணைகளில் பிருத்வி சிறந்த ஏவுகணையாக மெச்சப்பட்டது. ஆயிரம் கிலோ எடையுள்ள குண்டுகளை 250 கி.மீ தூரம் வரை சென்று தாக்கும் சக்தி கொண்டதால் இது இந்திய ராணுவத்துக்கு மிகவும் பயன்படும் என்று எதிர்பார்க்கப்பட்டது.

பிருத்வி சோதனைக்குப் பிறகு உடனே அனைத்துக் கண்களும் அக்னி சோதனையை எதிர்பார்த்தன.

அக்னி ஏவுகணை சிறந்த போர் ஆயுதம். இதில் குண்டுகளைப் பொருத்தி விண்ணில் அதிவேகத்தில் பறக்கவைக்கமுடியும்.

இங்கே ஒரு கேள்வி எழலாம்!

செயற்கைக் கோளில் அணுகுண்டு அல்லது வேறு குண்டுகளை வைத்து அனுப்பி, போர் மூளும்போது எதிரிநாட்டின் மீது அதைப் போடும்படி செய்யலாமே!

ஆனால் இதற்குக் கட்டுப்பாடு உள்ளது. போர்க்காரியங்களுக்கு விண்வெளியை யாரும் பயன்படுத்தாதபடி தடுக்க ஐ.நா.

அமைப்பின் ஆதரவின் கீழ் சர்வதேச ஒப்பந்தம் ஒன்று உரு வாக்கப்பட்டிருக்கிறது. விண்வெளியில் செயற்கைக் கோளைச் செலுத்துகிற நாடுகள், அது பற்றி ஐ.நா.வுக்குத் தகவல் தெரிவிக்க வேண்டும் என்று கூறுகிற சர்வதேச ஒப்பந்த மும் நடைமுறையில் இருக்கிறது. இந்த ஒப்பந்தங்களில் அமெரிக்கா, ரஷ்யா, இந்தியா போன்ற நாடுகள் கையெழுத்திட்டிருக்கின்றன.

எனவேதான் எந்த நாடும் அணு குண்டுகளை அல்லது வேறு குண்டுகளைக் கொண்ட செயற்கைக்கோள்களைப் பறக்க விடுவதில்லை.

அக்னி ஏவுகணையில் இரண்டு கட்ட ஏவுகணைகள் உள்ளன. ஒன்றில் திட எரிபொருளும் இன்னொன்றில் திரவ எரிபொருளும் பயன்படுத்தப்படுகின்றன.

அக்னி தயாரிப்பில் இருக்கும்போது ஓர் சிக்கல் ஏற்பட்டது. விண்ணில் ஏவப்படும் ஏவுகணை குறிப்பிட்ட தூரம் கழித்து, இலக்கைத் தாக்குவதற்காக காற்று மண்டலத்தில் நுழையும்போது காற்றின் வேகத்தைவிடவும் அதிகமாகச் செல்லவேண்டிய சூழல். இதுபோன்ற ராட்சத வேகத்தில் செல்லும் ஏவுகணையை சோதித்துப் பார்க்காமல் பரிசோதனைக்கு உட்படுத்தமுடியாது. இதற்குரிய கட்டுப்பாட்டுச் சாதனங்கள் இந்தியாவில் கிடையாது. இதற்கு என்று தனி சாஃப்ட்வேர் தேவைப்பட்டது.

என்ன செய்யலாம்? அந்நிய நாட்டில் உதவி கேட்டால் பிறகு இது சுதேசி ஏவுகணை என்று மார் தட்டிக் கொள்ளமுடியாது. ஒருவேளை அமெரிக்காவோ ரஷ்யாவோ உதவியிருந்தால் உடனே எங்களால்தான் இந்தியாவில் அக்னியை விண்ணில் ஏவமுடிந்தது என்று டமாரம் அடித்து இந்தியாவின் பெரு மைக்குப் பங்கம் விளைவித்துவிடுவார்கள்.

வேறு வழியேயில்லை. சொந்தமாகப் போராடி ஏதாவது செய் தாகவேண்டும்.

அதுதான் நடந்தது. இந்திய விஞ்ஞானிகளே சாஃப்ட்வேர் ஒன்றைத் தயார் செய்து, ஏவுகணை செல்லக்கூடிய பாதை வடிவத்தை நிர்ணயித்துவிட்டார்கள். பிருத்வியை விடவும் அக்னி பெரிய ஏவுகணை. போர்களில் இது பயன்படுத்தப் படும்போது இதன் வீச்சு மிகவும் அதிகமாக இருக்கும்.

1991-ல் தொடங்கிய வளைகுடாப் போரில் குவைத் நாட்டை இராக் நாட்டின் ஆக்கிரமிப்பிலிருந்து விடுவிப்பதற்காக அமெரிக்கா தலைமையில் பல நாடுகளைச் சேர்ந்த படைகள் இராக் மீது போர் தொடுத்தன. அப்போரில் இராக் தன் வசமிருந்த ஸ்கட் (Scud) எனப்படும் ஏவுகணைகளை இஸ்ரேல் மீதும், சவூதி அரேபியா மீதும் செலுத்தியது. இந்த ஸ்கட் ஏவுகணைகள் சில நூறு கிலோ மீட்டர் தூரம் சென்று தாக்கக்கூடியவை. அதேபோல இராக்கின் இந்த ஏவுகணைகளை முறியடிக்க அமெரிக்கா பேட்ரியட் (Patriot) எனப்படும் ஏவுகணையைப் பயன்படுத்தியது. ஸ்கட் ஏவுகணை வானில் இருக்கும்போதே பேட்ரியட் எதிர்கொண்டு அதைத் தாக்கி அழிக்கும் சக்தி படைத்தது.

அக்னி ஏவுகணை இவை இரண்டையும்விட வலுவானது, சக்தி மிக்கது.

அக்னியின் தயாரிப்பில் 500 விஞ்ஞானிகள் ஈடுபட்டு குறுகிய காலத்தில் முடித்துக் காட்டினார்கள். உடனே அக்னியைச் சோதித்துப் பார்க்க முகூர்த்த நேரம் குறிக்கப்பட்டது.

1989, ஏப்ரல் 20-ம் தேதி ஒரிஸாவில் உள்ள சாந்திபூரில் அக்னியை ஏவுவதற்கான எல்லா ஏற்பாடுகளும் செய்யப்பட்டன. ஏவுகணை செல்லும் பாதையைக் கண்காணிப்பதற்காக இரண்டு ரேடார்கள், தொலைக்கட்டுப்பாட்டு நிலையம், மூன்று டெலி-மெட்ரி நிலையங்கள் நிறுவப்பட்டன.

ஏவுகணை புறப்படுவதற்கு 36 மணி நேரங்களுக்கு முன்னால் கவுண்ட்-டவுன் ஆரம்பமாகும்.

பாதுகாப்பு கருதி சாந்திபூர் அருகில் இருந்த கிராம மக்களை அப்புறப்படுத்தியபோது முதல் சர்ச்சை கிளம்பியது. 'ஆ! இது மாதிரி செய்வது தகுமா? ஊர் பொறுக்குமா? உலகம் பொறுக் குமா? தர்மம் என்னவாகும்?' என்று பத்திரிகைகள் அக்னியின் பாதுகாப்பு குறித்து சர்ச்சைகள் கிளப்பின. கலாமிடம் கருத்து எதுவும் கேட்காமல் தாமாகவே ஏதேதோ எழுதி மக்களிடையே இத்திட்டத்தைப் பற்றிய குழப்பங்களுக்கு இடம்கொடுத்து விட்டன.

ஏற்கெனவே ப்ருதிவி ஏவுகணைக்குக் கண்டனம் தெரிவித்த உலகநாடுகள் இப்போது அக்னி விண்ணேற்றலை எப்படியாவது தடுத்திடவேண்டும் என்று பல முயற்சிகள் செய்தன. முக்கியமாக

அமெரிக்கா இந்தியாவுக்குக் கடும் கண்டனம் தெரிவித்து அறிக்கை வெளியிட்டது. தொழில்நுட்பத் தடையோடு இந்தியாமீது பொருளாதாரத் தடையும் விழுமோ என்று அச்சம் நிலவியது.

எல்லா எதிர்ப்புகளையும் எதிர்த்து நின்று சாதித்துக்காட்ட வேண்டும் என்கிற கலாமின் ஆசை ஒரே நொடியில் நிராசையாகிப் போனது. ஏவுகணை செலுத்துவதற்கு 14 விநாடிகள் இருந்தபோது கம்ப்யூட்டரில் ஏவுகணையின் ஒரு பகுதி மட்டும் செயலிழந்து போனது தெரியவந்தது. மின்சக்தி பயன்பாட்டில் உள்ள கோளா றால் ஏவுகணை தன் முழு இயக்கத்தையும் இழந்தது.

வேறுவழி? ஏவுகணையை விண்ணில் செலுத்தி சோதித்துப் பார்க்கும் திட்டம் நிறுத்தப்பட்டது.

முகம் தொய்ந்து போயிருந்த தன் குழுவினரை சமாதானப் படுத்தினார் கலாம்.

'இதற்கு முன் நான் தயாரித்த எஸ்.எல்.வி. ஏவுகலத்தைக் கடலுக்குப் பறிகொடுத்துவிட்டு நின்றேன். ஆனால் அக்னி இங்குதானே நிற்கிறது. புறப்படும் நேரத்தில் ஏற்படும் தடங்கல் கள் வெளிநாட்டில் சர்வசாதாரணம். தவறைச் சரிசெய்து உடனே விண்ணில் பறக்கவிடப்போகிறோம். அதுவரை மனத் திடத்தோடு வேலை பாருங்கள்.'

விஞ்ஞானிகள் திருப்தி அடைந்தாலும் பரபரப்புக்குக் காத்துக் கிடந்த பத்திரிகைகளுக்கு அவல் கிடைத்தது போல ஆயிற்று. கார்ட்டூனிஸ்டுகளுக்கு கலாமை வரைவதென்றால் லட்டு போல. வருடத்துக்கு இரண்டுமுறை மட்டுமே கத்திரிக்கப்படும் அந்தக் கூந்தலை வரைந்தாலே கலாம் கண்முன் வந்து நின்று விடுவார். எனவே அந்தச் சமயத்தில் கேலிச்சித்திரங்கள் சகட்டுமேனிக்கு வரையப்பட்டன.

கார்ட்டூன் 1 - வாங்கிய பொருளைக் கடைக்காரரிடம் கொடுக்கும் நபர் சொல்கிறார், இது அக்னிமாதிரி உதவாக்கரையா இருக்கு.

கார்ட்டூன் 2 - பிரஸ் பட்டன் சரியாக வேலை செய்யலை என்று அக்னியின் தோல்விக்குக் கலாம் விளக்கம் கொடுக்கிறார்.

கார்ட்டூன் 3 - கவலை வேண்டாம். இது அஹிம்சை ஏவுகணை என்று ஒரு தலைவர் பத்திரிகைகளுக்கு விளக்கம் கொடுக் கிறார்.

அத்தனையும் கலாம் பார்வைகளுக்கு வந்தது. டி.ஆர்.டி.ஓ.வில் ஒருவிதப் பதற்றம் தொற்றிக்கொண்டது. முதல்முறையாக டி.ஆர்.டி.ஓ. மையத்தின் வேலைப்பாடுகள் பத்திரிகைகளால் கடுமையாக விமர்சிக்கப்பட்டுள்ளன.

ஆனால் இதையெல்லாம் கலாம் கண்டுகொள்ளவேயில்லை. அவர் எதிர்பார்த்ததுதான் நடந்திருக்கிறது. இதற்கு முன்பு எப்படி சம்பந்தம் இல்லாமல் இவர் சம்பந்தப்படாத திட்டங்களுக்குத் தூக்கிவைத்துக் கொண்டாடினார்களோ அதுபோல இந்தமுறையும் அதே போன்ற ஒரு தவறுதான் நடந்திருக்கிறது. தன் புத்தக அலமாரியிலிருந்து 'The Light from many lamps' நூலை எடுத்தார். சில பக்கங்கள் புரட்டினார். வில்லியம் ஆஸ்லர் சொன்னதாக அந்தப் புத்தகத்தில் எழுதியிருந்ததைத் திரும்பத் திரும்பப் படித்தார்.

'நம்பிக்கை இல்லாவிட்டால் எதையும் சாதிக்கமுடியாது. அது மட்டும் இருந்துவிட்டால் எதையும் சாதிக்காமல் இருக்க முடியாது.'

அடுத்த பத்தாவது நாளில் மீண்டும் அக்னிக்கு நேரம் குறித்தார்.

ஆனால் இந்தமுறையும் அக்னி அலம்பல் பண்ணியது. மறுபடியும் தொழில்நுட்பத் தடங்கல். ஆகவே மீண்டும் அக்னி விண்ணில் செலுத்தப்படுவது நிறுத்தி வைக்கப்பட்டது.

இந்தமுறை இந்தியாவிலுள்ள அத்தனைப் பத்திரிகைகளுக்கும் கொண்டாட்டமாகப் போய்விட்டது. ஹிந்துவில் கேசவ் வரைந்த கார்ட்டூன் உச்சம்.

கையில் ரூபாய் நோட்டுகளுடன் இருந்த கிராமத்து ஆசாமி பக்கத்து நபரிடம் கூறுகிறார்.

'இந்தச் சோதனைக்காக குடிசையைக் காலி செய்யச் சொல்லி கையில பணமும் கொடுத்தாங்க. இந்த மாதிரி நிறைய தடவை தள்ளிவைச்சாங்கன்னா நான் சொந்தவீடு வாங்கிடுவேன்!'

மீண்டும் தம் விஞ்ஞானிகளிடம் பேசி உற்சாகமூட்டினார் கலாம். வெற்றியை எதிர்பார்த்துச் செல்லும் வழியில் இதுபோல முட்கள் இருக்கத்தான் செய்யும் என்று ஆய்வுக்கூட்டம் கூட்டி அவர்களுக்கு ஊக்கம் கொடுத்தார். திட்டத்தை மறு ஆய்வு

செய்யும் பொறுப்பு டி.ஆர்.டி.ஓ-இஸ்ரோ நிறுவனங்களிடம் ஒப்படைக்கப்பட்டது. திரவ எரிபொருள் சாதனத்தில் உள்ள குறைகள் கண்டறியப்பட்டு சரிசெய்யப்பட்டன.

அடுத்த இருபதாவது நாளில் மீண்டும் அக்னி ஏவப்படுவதாக கலாம் அறிவித்தார்.

இந்தமுறை மத்திய அரசு கொஞ்சம் படபடப்பாகி பாதுகாப்பு அமைச்சர் கே.சி.பந்தை சாந்திபூருக்கு அனுப்பியது.

அடுத்த நாள் அக்னி சோதனை. அதற்கு முதல்நாள் இரவு, கலாமும் கேசி பந்தும் வங்காள விரிகுடா கடலை ரசித்துக் கொண்டிருந்தார்கள். விஞ்ஞானிகள் முதல் பாமரன்வரை அக்னி யின் வெற்றியை எதிர்பார்த்திருந்த சமயத்தில் எந்த அழுத்தமும் இல்லாமல் கலாம் அன்றைய பௌர்ணமி நிலவை ரசித்துக் கொண்டிருந்தார்.

'நாளை அக்னி வெற்றிகரமாக செலுத்தப்பட்டால் என்னிட மிருந்து நீங்கள் என்ன எதிர்பார்க்கிறீர்கள்' என்று கேட்டார் கே.சி.பந்த்.

'இமரத் ஆய்வு மையத்தில் ஒரு லட்சம் செடிகளை நட உதவி செய்யுங்கள்' என்று சொன்ன கலாமை ஆச்சரியத்துடன் பார்த்தார் கே.சி.பந்த். 'பூமித்தாயின் ஆசிர்வாதம் எப்போதும் உங்களுக்கு உண்டு' - ஆசிவழங்கிவிட்டுச் சென்றார் பந்த்.

இது ஏதோ அந்தக் கணத்தில் சொன்ன வார்த்தைகள் கிடையாது. கலாம் தன் குழுவினருக்கு விதித்த முக்கியமான கட்டளைகளில் ஒன்று - எங்கெல்லாம் மரம் வெட்டப்படவேண்டிய சூழல் வருகிறதோ அந்த இடத்துக்கு அருகில் அதற்கு மாற்றாக ஏராள மான செடிகளை நடவேண்டும்.

கே.சி.பந்த், கலாம் கேட்டபடி ஒரு லட்சம் செடிகளை வழங்கி னார். இமரத் மையத்திலும் அதற்கு அருகிலும் அவை நடப் பட்டன. இன்று பசுமைச் சோலையாக இமரத் காட்சி தருவதற்கு அன்று கலாம் விடுத்த வேண்டுகோள்தான் காரணம்.

ஐந்து வருட உழைப்புக்கான பலனை என்று அனுபவிப்போம் என்று புரியாத படபடப்பில் இருந்தார்கள் விஞ்ஞானிகள். 1989-ம் ஆண்டு மே 22-ம் தேதி எந்தச் சிக்கலும் கொடுக்காமல் அக்னி விண்ணில் பறந்தது.

அவ்வப்போது தன் உணர்ச்சிகளை தன் நாட்குறிப்பில் வெளிப் படுத்துவது கலாமின் வழக்கம். வெற்றியைச் சுவைத்த அன்று இரவு ஆசைதீர கவிதை எழுதிவிட்டுப் படுத்தார் கலாம். அவர் அப்படி மகிழ்ந்து நீண்ட நாள்கள் ஆகியிருந்தன.

பிரதமர் ராஜீவ்காந்தி வாழ்த்து அறிக்கை விடுத்தார். சிம்லாவில் இருந்து ஆர்.வெங்கட்ராமன் வாழ்த்துத் தந்தி அனுப்பினார். ஆம். இந்தத் திட்டம் தொடங்கும்போது பாதுகாப்பு மந்திரியாக இருந்த வெங்கட்ராமன் அப்போது இந்தியாவின் முதல்குடிமகன்.

வழக்கம்போல அந்நிய நாடுகள் வானுக்கும் மண்ணுக்கும் குதிக்க ஆரம்பித்தன.

இந்தியாவுக்கு வழங்கிவரும் எல்லா உதவிகளையும் நிறுத்தப் போவதாக அமெரிக்க அறிவித்தது. மேற்கு ஜெர்மனியில் இருந்து வெளியிடப்பட்ட செய்தி ஒன்றில் ஜெர்மனியின் தொழில்நுட்பத்தைப் பயன்படுத்தித்தான் இந்தியாவால் அக்னி ஏவுகணையை விண்ணில் செலுத்தமுடிந்தது என்று எழுதி யிருந்தது. அக்னியின் எலெக்ட்ரானிக்ஸ் தொழில்நுட்பம் அனைத்தும் ஜெர்மனியையே சாரும் என்று ஜெர்மனி விண் வெளி அமைப்பு வேகவேகமாக அறிக்கை தயார் செய்தது.

அமெரிக்காவிலிருந்து புதுக் குற்றச்சாட்டு ஒன்றும் கிளம்பியது. நைக்-அபாத் திட்டத்துக்கு முன்பு கலாம் நாஸா சென்றார் நினைவிருக்கிறதா?அப்போது அக்னி தயாரிப்புக்கு வேண்டிய தொழில்நுட்ப உதவிகளை நாஸாவிடமிருந்து கற்றுக்கொண்டு அதைத் தன் சொந்தத் தயாரிப்பாகக் காண்பித்துவிட்டார் என்று அமெரிக்க செனட்சபை உறுப்பினர் கலாம்மீது பழிபோட்டார். இதில் பெரிய உண்மை என்னவென்றால் இருபத்தைந்து வருடங்களுக்கு முன்னால் அக்னியில் பயன்படுத்தப்பட்ட தொழில்நுட்பங்கள் நாஸாவிலேயே கிடையாது!

ஆனால் இந்திய அரசு கலாமின் சாதனைகளுக்கு பெரிய கௌரவம் கொடுக்க எண்ணி 1990 குடியரசு தின விழாவில் கலாமுக்கும் டாக்டர் அருணாச்சலத்துக்கும் பத்ம விபூஷன் விருது கொடுத்தது. மேலும் மூன்று விஞ்ஞானிகளுக்கு ஜே.சி.பட்டாச் சார்யா விருதும் பத்மஸ்ரீ விருதும் கிடைத்தன. டி.ஆர்.டி.ஓ. வரலாற்றில் அதன் விஞ்ஞானிகள் ஐந்து பேர் ஒரே சமயத்தில் நாட்டின் கௌரவ விருது வாங்குவது இதுவே முதல்முறை.

கலாம் அப்போதே அடிக்கடி செய்திகளில் அடிபட ஆரம்பித்தார். இதனால் அவருக்கென்று தனி அடையாளம் உருவானது. 1990ல் மதுரை காமராஜ் பல்கலைக் கழகம் அவரை அழைத்தது. பட்டமளிப்பு விழாவுக்காக. அப்போது கலாமுக்கு ஒரு தகவல் கிடைத்தது. ஸ்வார்ட்ஜ் பள்ளியில் கலாமுக்குத் தாயும் தந்தையு மாக இருந்த அய்யாதுரை சாலமன் மதுரையில் கிறிஸ்துவ பாதிரியாக உள்ளார் என்று. உடனே கலாம் அவரை எப்படியோ தேடிப் பிடித்தார். மதுரை காமராஜ் பல்கலைக்கழகத்தில் பேசினார். அய்யாதுரை சாலமன் பல்கலைக் கழகத்துக்கு அழைக்கப்பட்டார். கலாமின் அருகே அவருக்கு இருக்கை. அன்றைய தன் உரையில் அய்யாதுரையின் அன்பும் ஆலோ சனைகளும் தன்னை எப்படி சரியான பாதைக்குக் கொண்டு சென்றன என்று பெருமையாகப் பேசினார் கலாம்.

கலாம் அப்போதும் பிரம்மச்சாரிதான். தும்பாவில் வசித்த அறைபோலவே அவருக்கு ஹைதராபாத்திலும் சிறு அறையே வாய்த்தது. ஒரே வித்தியாசம், நல்ல உணவுக்காகப் பலமைல் தூரம் நடக்கவேண்டியதில்லை. இப்போது அது அவர் இடத்துக்கே வந்தது. விருது வாங்கிய அடுத்தநாள் கலாமை உணவு கொண்டுவந்த ஊழியர் கலாமுக்கு பாராட்டு தெரிவித்தபோது மிகவும் நெகிழ்ந்துபோனார் கலாம். ‘இதுபோன்ற சாமானியர்களின் முன்னேற்றத்துக்காகத்தானே என் வாழ்க்கையைத் தியாகம் செய்திருக்கிறேன்’ என்று அவர் அந்தப் பாராட்டுக்கு மிகவும் உணர்ச்சிவசப்பட்டார்.

இதன்பின்பு அடுத்த சில நாள்களில் நாக் ஏவுகணை விண்ணில் ஏவப்பட்டது.

1991ல் வளைகுடா போர் வந்தபோது ஒருங்கிணைந்த ஏவுகணை திட்டம் பற்றி மக்களிடையே விழிப்புணர்வு ஏற்பட்டது. இந்தியாவில் ஸ்கட், பேட்ரியாட் ஏவுகணைகளுக்கு நிகரான போர் ஏவுகணைகள் உண்டா என்கிற கேள்வி எழுந்தன. இதுபற்றிப் பத்திரிகைகளிடம் பேட்டியளித்த கலாம், ‘நம் ஆயுத பலம் யாருக்கும் குறைந்தது அல்ல, அமெரிக்காவின் ஆயுதங்களில் வளர்ந்த தொழில்நுட்பங்கள் இருந்தன. ஆனால் இராக் பயன்படுத்திய போர்ச்சாதனங்கள் மிகவும் பழையவை. நாம் யாருக்கும் சளைத்தவர்கள் அல்ல. யாருக்கும் எந்தச் சந்தேகமும் வேண்டாம்.’ என்று தெளிவுபடுத்தினார்.

ஆனால் வளைகுடா போர் இந்திய ராணுவத்தையும் மத்திய அரசையும் உசுப்பிவிட்டது. நாளை இந்தியா இதுபோல ஒரு போரைச் சந்திக்க நேரும்போது நாம் அதற்கு முழுவதும் தயாராக இருக்கவேண்டும் என்கிற ஜாக்கிரதை உணர்வு செயல் வடிவமாக மாறியது. உடனே கலாம் உள்பட 500 விஞ்ஞானிகள் ஒன்றுகூடி வளைகுடா போரின் விளைவுகள் பற்றி விவாதித் தார்கள். அதில் ஏவுகணை வளர்ச்சித் திட்டம் பற்றிப் பலமாக விவாதிக்கப்பட்டு புதிய திட்டங்கள் தீட்டப்பட்டன. அதன்படி, ஒருங்கிணைந்த ஏவுகணைத் திட்டத்தால் தயாரிக்கப்பட்ட ஐந்து ஏவுகணைகளையும் மேம்படுத்தி அதைத் தொழில்நுட்ப மேன்மை கொண்டதாக மாற்றவேண்டும் என்று முடிவு செய்யப்பட்டது.

இதன்பின்பு அப்துல் கலாம் வாழ்க்கை திசைமாறத் தொடங்கியது. அவரை பெரும்பாலான விழாக்களில் கலந்துகொள்ளுமாறு பல்வேறு துறைகளில் இருந்தும் அழைப்பு விடுத்தனர். பல பல்கலைக் கழகங்களின் பட்டமளிப்பு விழாவில் பங்கேற்று மாணவர்களுக்கு நம்பிக்கையூட்டும் விதமாகப் பேசினார் கலாம். திருச்சி சென்று தன் பழைய ஆசிரியர்கள், நண்பர்களைச் சந்தித்தார். 1990ல் ஜாதவ்பூர் பல்கலைக்கழகமும் மும்பை ஐஐடியும் கலாமுக்கு டாக்டர் பட்டம் வழங்கின. இன்றுவரை 26 பல் கலைக்கழகங்கள் கலாமுக்கு கௌரவ டாக்டர் பட்டம் கொடுத் துள்ளன.

1991ம் வருடம் கலாம் ஓய்வு பெற்றார்.

டி.ஆர்.டி.ஓவில் பணியாற்றியபோது கலாம் சில இடங்களில் சறுக்கியிருப்பதாக கூறப்படுகிறது.

1983ல் தொடங்கப்பட்டு 50முறை சோதித்துப் பார்க்கப்பட்ட திரிஷூல் ஏவுகணைத் திட்டம் 2006ல் கைவிடப்பட்டது. மத்திய அரசு இதற்காக 200 கோடி செலவு செய்து அனைத்தும் உபயோகம் இல்லாமல் போனது. இதற்குப் பதிலாக இந்திய ராணுவம் இஸ்ரேலின் பராக் ஏவுகணைகளைப் பயன்படுத்து வதாக அறிவித்தது.

கலாம் டி.ஆர்.டி.ஓ.வில் பணியாற்றியவரை விண்ணில் செலுத்தப் பட்ட பிருத்வி, அக்னி ஏவுகணைகளை இந்திய ராணுவம் தன் போர்த்தளவாடமாக ஏற்றுக்கொள்ளவில்லை. அவர்கள் மேலும் சில கூடுதல் தொழில்நுட்பங்களை எதிர்பார்த்ததாகக் கூறப்பட்டது.

கலாம் ஓய்வுக்குப் பிறகு பிருத்வி மற்றும் அக்னியின் மேம்பட்ட வர்ஷன்களைப் பலமுறை சோதித்து பார்த்தது டி.ஆர்.டி.ஓ. இறுதியாக 1994ல் ராணுவம் தரையிலிருந்து தாக்கும் ஏவுகணையான பிருத்வியை ஏற்றுக்கொண்டது.

அக்னியைப் பொருத்தவரை அது பெரிய வெற்றி. அக்னி 4 வரைக்கும் தயாரித்தாகிவிட்டது. ஆகாஷ் அமெரிக்காவின் MIM-104 Patriotவைவிட சக்தி கொண்டது என்று பெயர் வாங்கி விட்டது. இந்தியாவின் போர் ஆயுதங்களிலேயே மிகவும் விலை மதிப்பானது என்று ஆகாஷைத்தான் சொல்வார்கள்.

கலாமின் இன்னொரு பெரிய முயற்சியாகச் சொல்லப்படுவது பிரமோஸ் (Brahmos) போர்க்கருவி. ரஷ்ய நிறுவனமான Federal State Unitary Enterprise NPO Mashinostroyenia (NPOM) - உடன் இணைந்து ஒரு கப்பலெதிர்ப்பு மிகைஒலி தன்போக்கு ஏவுகணையை (Anti-Ship Supersonic Cruise Missile) உருவாக்க முனைந்தது டி.ஆர்.டி.ஓ. 1998 பிப்ரவரி மாதத்தில் இந்திய-ரஷ்ய கூட்டு முயற்சியில் பிரமோஸ் நிறுவனம் தொடங்கப்பட்டது. இந்த ஏவுகணை 2001ம் அண்டு வெற்றிகரமாக ஏவப்பட்டு இன்று இந்திய ராணுவத்தில் ஒரு போர் ஏவுகணையாக ஏற்றுக்கொள்ளப்பட்டிருக்கிறது.

ஒருங்கிணைந்த ஏவுகணைத் திட்டங்கள் இந்தியாவின் ஏவுகணைத் திட்டத்தில் பெரிய மைல்கல்லாகப் பார்க்கப்பட்டாலும் அதை நடைமுறைப்படுத்துவதில் நிறையச் சிக்கல்கள் ஏற்பட்டன. இந்திய ராணுவம் அவ்வளவு சுலபமாக ஏற்றுக் கொள்ளவில்லை. நிறையப் பரிசோதித்து பார்த்தது. பலதடவை டி.ஆர்.டி.ஓவோடு கருத்து வேறுபாடு கொண்டது. கலாம் சொன்ன நேரத்தில் வேலையை முடித்தாலும் உடனே அவற்றைச் செயல்பாட்டுக்குக் கொண்டுசெல்லமுடியவில்லை என்பது பெரிய குறைதான். ஆனாலும் இந்தியாவின் பல ஏவுகணை திட்டங்களுக்கு அடிநாதமாக இருந்தது ஒருங்கிணைந்த ஏவுகணைத் திட்டம்தான். அது கொடுத்த ஊக்கம்தான் பல திட்டங்களுக்குக் காரணமாக இருந்தது. இதை யாராலும் மறுக்கமுடியாது.

8. போக்ரன்

1999-ல் நடந்த கார்கில் போரில் ஏன் இந்தியாவிடம் பாகிஸ்தான் தோற்றுப்போனது?

காரணம், போக்ரன்.

இந்தியாவிடம் அணு ஆயுத திறன் இருந்த ஒரே காரணத்தால் பாகிஸ்தான் இந்தியாவைக் கண்டு அஞ்சியது.

யுரேனிய அணுவை மெதுவாகச் செல்லும் ஒரு நியூட்ரான் தாக்கும்போது யுரேனியம் அணு பிளவு படுகிறது; அப்போது பெருமளவு சக்தியும் வெளிப் படுகிறது. இதுதான் அணுகுண்டின் அடிப்படை அறிவியல்.

1941-ல் இரண்டாம் உலகப்போரில் ஜெர்மனியின் நேசநாடாகிய ஜப்பான், அமெரிக்காவின் பெர்ல் ஹார்பர் துறைமுகம் மீது குண்டுவீசித் தாக்கியது.

இதனால் கடும் கோபம் அடைந்த அமெரிக்கா, இரண்டாம் உலகப் போரில் குதித்து ஆகஸ்ட் 1945-ல் ஜப்பானின் முக்கிய நகரங்களான ஹிரோஷிமா, நாகசாகியில் அணுகுண்டுகளை வீசியது.

அணுகுண்டு தாக்குதலினால் ஹிரோஷிமாவில் 70 ஆயிரம் பேர் உயிரிழந்தனர். நாகசாகியில் கிடந்த மனிதச் சடலங்களின் எண்ணிக்கை 40 ஆயிரம்.

மனிதன் தோன்றி, நாகரிகம் வளர்ந்து, அரசியல் சட்டங்கள் இயற்றப்பட்டு, சட்டத்தின் கட்டத்துக்குள் பாதுகாப்பாக வாழ்ந்து வந்த மனிதச் சமூகத்தில் ஒரு நாட்டின் மீது அணுகுண்டு வீசப்பட்டது அதுவே முதல் தடவை. அதுவே கடைசி தடவையாக இருக்கவேண்டும் என்பதால்தான் எல்லோருக்கும் கலாம் மீது கோபம் வருகிறது. இதர பிரிவினருக்கு அமெரிக்க பாணியில் இந்தியாவும் வல்லரசாகிவிட்டதே என்கிற திருப்தி.

போக்ரனில் வெடித்தவை அணுகுண்டு என்று அதற்குப் பொதுவானப் பெயரிட்டாலும் ஒவ்வொன்றும் வெவ்வேறு வகையைச் சார்ந்தவை. 1998, மே 11 அன்று வெடித்த மூன்றில் இரண்டு, அதிகச் சக்தி வாய்ந்தவை.

சக்தி 1, ஹைட்ரஜன் பாம் வகையைச் சேர்ந்தது. முதலில் சிறிய அளவில் அணுப்பிளவு நடக்கும். அதிலிருந்து வெளியாகும் கடுமையான வெப்பத்தில் ஹைட்ரஜன் அணுக்கள் சேர்ந்து ஹீலியம் அணுவாக மாறி, மேலும் கடுமையான வெப்பத்தை வெளியேற்றும். அதேபோல சக்தி 5 சோதனை குண்டும் மிகச் சக்தி வாய்ந்தவை.

முதல் சோதனை முடிந்ததுமே வாஜ்பாயி பத்திரிகையாளர் சந்திப்பில் நடந்தவற்றைத் தெரிவித்தார். கலாம் உள்பட இந்திய விஞ்ஞானிகளுக்கு தன் வந்தனத்தைத் தெரிவித்துக் கொண்டார்.

போக்ரன் சோதனைகள் பூமிக்கு அடியில் நடந்ததால், கதிர்வீச்சு ஏதும் காற்றுமண்டலத்துக்குப் பரவவில்லை என்று அரசு தரப்பில் தெரிவிக்கப்பட்டது. எதற்கு இப்படியொரு விளக்கம்?

ஜப்பானில் ஹிரோஷிமா நகர் மீது அணுகுண்டு வீசப்பட்டதன் விளைவாக 80 ஆயிரம் பேர் இறந்தனர். ஆனால் கதிரியக்கம் காரணமாக 1945 கடைசிக்குள்ளாக மேலும் 60 ஆயிரம் பேர் இறந்தனர். நாகசாகியிலும் இதே போன்ற நிலைதான். கதிரியக்கத்தால் ஏற்பட்ட விளைவுகளால் 1945 க்குப் பிறகு மேலும் பல ஆயிரம் பேர் இறந்தனர். ஒரு கணக்குப்படி 2004 ஆகஸ்ட் 6 வரை இந்த இரு நகரங்களிலும் அணுகுண்டுகளாலும் கதிரியக்கத்தின் விளைவுகளாலும் மொத்தம் 2 லட்சத்து 37 ஆயிரம் பேர்

மடிந்துள்ளனர். இதனால்தான் சோதனை முடிந்த கையோடு சட்டென்று விளக்க அறிக்கை கொடுத்தது இந்திய அரசு.

இதற்கு முன்னால் அணுகுண்டு வெடிப்புச் சோதனைகள் நடத்தப்பட்ட போது கதிரியக்கத் தன்மை கொண்ட மிக நுண்ணிய துகள்கள் காற்று மண்டலத்தில் கலந்தன. பிற்பாடு அப்படியே கீழிறங்கி மண்ணில் கலந்தன. நீரில் கலந்தன. இதனால் நீர் மாசுபட்டு மனித உயிருக்கே அச்சுறுத்தலாக விளங்கின.

இந்தக் காரணங்களினால்தான் அணுகுண்டுச் சோதனைகளுக்கு எப்போதும் எதிர்ப்பு இருந்து வருகின்றன. காற்று மண்டலத்திலும், நீருக்கு அடியிலும், நிலத்திலும் அணுகுண்டு சோதனைகளை நடத்தக்கூடாது என்று உலக நாடுகள் வல்லரசு நாடுகளைக் கடுமையாக எச்சரித்தன. இத்தனை எதிர்ப்புகள், கண்டனங்கள் இருந்தபோதிலும் நிலத்துக்கு அடியில் அணுகுண்டுச் சோதனைகள் நடத்தப்படுவது தொடர்ந்துகொண்டுதான் இருக்கிறது.

போக்ரன் குண்டுவெடிப்புக்கு ஒருமாதத்துக்கு முன்புதான் வாஜ்பாயி பிரதமராகி இருந்தார். பதவியேற்ற சில நாள்களிலேயே வாஜ்பாயி அப்துல் கலாமிடமும் இந்திய அணுசக்தித் துறை தலைவர் ஆர்.சிதம்பரத்திடம் இதுபற்றித் திட்டம் தீட்டினார். எதனால்? என்ன அத்தனை அவசரம்?

சீனா, பாகிஸ்தான் ஆகிய நாடுகளோடு நான்கு போர்களைப் புரிந்துள்ளது இந்தியா. இப்படிப்பட்ட நிலையில், சீனாவுடன் மற்றுமொரு போர் மூண்டால், இந்தியாவை யார் காப்பாற்றப் போகிறார்கள்? இதனால்தான் 1974ல் இந்தியா அணுகுண்டுச் சோதனையைச் செய்தது. வாஜ்பாயிக்கு முன்னால் அணுகுண்டு விஷயத்தில் மிகவும் தீவிரமாக இருந்தவர் இந்திரா காந்தி.

அதே போக்ரனில் 1974ம் ஆண்டில் அதே புத்த ஜெயந்தி முழு நிலவு நாளில் அணுகுண்டுச் சோதனை நடத்தப்பட்டது. உலகமே அதிர்ச்சியடைந்தது.

1968ல், சோவியத் யூனியன், அமெரிக்கா, பிரிட்டன் ஆகிய அணு ஆயுத நாடுகள் சேர்ந்து அணு ஆயுத பரவல் தடை ஒப்பந்தம் (Nuclear Nonproliferation Treaty - NPT) என்கிற ஒரு கைக்கட்டை உலகுக்கு அறிமுகம் செய்துவைத்தன. இனிமேல்

அணு ஆயுதங்கள் உள்ள நாடுகளைத் தவிர வேறு யாரும் அணு ஆயுத சோதனை நடத்தக்கூடாது. ஐந்து நாடுகள் மட்டுமே இனிஅணு ஆயுத நாடுகளாகும்.

ஜப்பான் மீது 1945-ல் அணுகுண்டுகளை வீசியதற்குப் பிறகு உலகில் வேறு எந்தப் போரிலும் அணுகுண்டு பயன்படுத்தப் படவில்லை. என்றாலும் அணு ஆயுதத்தைத் தவறாகப் பயன் படுத்துவதைத் தடுக்கவே இத்திட்டம்.

போக்ரன் சோதனைக்கு அடுத்த 15வது நாள் பாகிஸ்தானும் அணுகுண்டுச் சோதனைகளைச் செய்தது.

அமெரிக்கா வானுக்கும் பூமிக்கும் குதித்தது. நாஸாவில் பயிற்சி எடுத்துக்கொண்டிருந்த நான்கு டி.ஆர்.டி.ஓ விஞ்ஞானிகள் உடனடியாக இந்தியாவுக்குத் திருப்பி அனுப்பப்பட்டார்கள். இளம்வயதில் அமெரிக்காவில் பயிற்சி எடுக்கிறேன் என்று வந்து தொழில் கற்றவர்தான் அப்துல் கலாம் என்று அமெரிக்க பத்திரிகைகள் கலாமை சாடின.

போக்ரனுக்குப் பிறகு தொழில்நுட்பத்தில், முதலீடுகளில், அந்நியச் செலாவணியில் என்று அனைத்திலும் இந்தியா ஒதுக்கி வைக்கப்பட்டது. சில மாதங்கள் கழித்து ஆர்.சிதம்பரம் உள்பட அமெரிக்கா செல்லவிருந்த நான்கு இந்திய விஞ்ஞானிகளுக்கு விசா அளிக்க மறுத்தது அமெரிக்கா. இத்தனைக்கும் இதே அமெரிக்காதான் 1969ல் சிதம்பரத்தைத் தங்கள் நாட்டுக்கு அழைத்து அணுஆயுத கிடங்குகளைப் பார்வையிடச் செய்து அவருடைய ஆலோசனைகளைப் பெற்றுக்கொண்டது. ஆனால் போக்ரனுக்குப் பிறகு இந்திய விஞ்ஞானிகள் அமெரிக்கா வந்து மேலும் மேலும் தொழில்நுட்பங்களைக் கற்றுக்கொண்டு அதை அடுத்தடுத்த அணு ஆயுத சோதனைகளுக்கு உட்படுத்துவார்கள் என்று அமெரிக்கா அஞ்சியது.

'ஏன் கலாம் போக்ரன் குண்டுவெடிப்பை நிகழ்த்தினீர்கள்? அடிப்படை வசதிகளுக்கே நாம் தள்ளாடிக்கொண்டிருக் கிறோம். இந்தியா அணு ஆயுத வல்லமை கொண்ட நாடு என்கிற பெயர் எடுத்து என்ன சாதிக்கப் போகிறது?'

1998க்குப் பிறகு எங்கு சென்றாலும் கலாம் எதிர்கொள்ளும் கேள்வி இது. போக்ரன் குண்டு வெடிப்பினால் கலாம் பெரிய

அடையாளம் பெற்றவர் என்பதால் அவரை எப்போதும் இந்தக் கேள்வி துரத்திக்கொண்டிருக்கிறது. கிட்டதட்ட எல்லோருக்கும் ஒரே மாதிரியான பதிலைத்தான் சொல்வார் கலாம். சலிக்காமல்.

'நண்பர்களே, கடந்த 3 ஆயிரம் ஆண்டுகளில் இந்தியாமீது எத்தனை அந்நிய நாடுகள், பேரரசுகள் படையெடுத்தன? கிரேக்கர், போர்ச்சுக்கீசியர், பிரிட்டிஷார், பிரஞ்சு, டச்சுக்காரர் என்று இந்தியாவுக்குள் புகுந்து நம் சொத்துகளைக் கைப்பற்றி சென்றவர்கள் எத்தனையெத்தனைப் பேர். நாம் அதுபோல் யார் மீதும் படை எடுக்கவில்லை. எந்த நாட்டையும் கைப்பற்றவில்லை. யாருடைய நாட்டையும், கலாசாரத்தையும் வரலாற்றையும் மாற்றி அமைத்துச் சீரழிக்கவில்லை.

நேரு யு.என்.ஓவில் என்ன பேசினார்? எந்த நாட்டிலும் அணு ஆயுதம் இருக்கக்கூடாது என்றார். ஆனால் உண்மை நிலவரம் என்ன? அமெரிக்கா, ரஷ்யா,இங்கிலாந்து, சீனா, பாகிஸ்தான் என எல்லா பெரிய நாடுகளிலும் அணு ஆயுதங்கள் உள்ளன. பத்தாயிரத்துக்கும் அதிகமான அணு ஆயுதங்களைக் கொண்ட அமெரிக்காவும், ரஷ்யாவும் சமீபத்தில் அதை இரண்டாயிரமாகக் குறைக்கலாம் என்றுதான் பேசிக்கொள்கிறார்கள். நம் அண்டை நாடுகள் அதன் கைகளில் அணு ஆயுதங்களோடு மிரட்டும்போது நாம் அதற்கு ஈடு கொடுக்கவேண்டாமா?'

போக்ரன் குண்டு வெடிப்புக்குப் பிறகு நாடு முழுக்க விதவிதமான கருத்துகள் உலவின. பாராளுமன்றம் முன்பு கலாமுக்கு எதிரான கோஷங்களும் விழுந்தன. கலாம் பொறுமையாகச் சொன்னார்.

'இவர்கள் எல்லாம் ஏன் அமெரிக்கா, ரஷ்யா சென்று வெள்ளை மாளிகை முன்போ க்ரம்லின் முன்போ போராடக்கூடாது?'

போக்ரன் குண்டுவெடிப்புக்குப் பிறகுதான் கலாமின் வாழ்க்கைத் தரம் மாறியது. டி.ஆர்.டி.ஓ இயக்குநராக இருந்தபோது அவருக்கு ஏசி கார் வழங்கப்பட்டது. கார் நன்றாக இருக்கிறது. ஆனால் எனக்குத் தேவையில்லை என்று மறுத்துவிட்டார் கலாம். மத்திய அரசின் காரியதரிசியாக ஆனபிறகு அம்பாசிடர் கார் வைத்துக் கொண்டார். ஆனால் புல்லட் ப்ரூஃப் வாகனத்தை மட்டும் அவர் ஏற்றுக்கொள்ளவேயில்லை. போக்ரன் நிகழ்வுக்குப் பிறகு கலாம்

எதுவும் சொல்லவில்லை. புல்லட் ப்ரூஃப் கார் அவர் வாசல் முன்பு வந்தது. அரசின் பாதுகாப்பு ஏற்பாடுகளை ஏற்றுக்கொள் வதாக சம்மதித்தார் அவர். இருந்தபோதும் ஏஷியாட் கிராமத்தில் உள்ள விடுதியில் தனியாளாகவே வசித்துவந்தார். பலமுறை நினைவூட்டியும் தமக்கு அரசு பங்களா தேவையில்லை என்று மறுத்துவிட்டார்.

டெல்லி வந்தபிறகு கலாமால் வழக்கம்போல அடிக்கடி வீணைக்கு நேரம் ஒதுக்கமுடியாமல் போனது. ஆனாலும் அவர் எளிமையை விடவில்லை. இங்கும் அதே ரெண்டு சப்பாத்தி, பருப்பு மற்றும் கொஞ்சம் தயிர். இதுதான் அவருடைய நீண்ட கால மெனு.

போக்ரன் சம்பவத்துக்குப் பிறகு கலாமின் பாதுகாப்பு அதி கரிக்கப்பட்டது. எங்கு சென்றாலும் கூடவே பாதுகாப்புக் காவலர்கள் பக்கத்துணையாக வந்தனர். ஏஷியாட் கிராமத்தில் இரவு வேளைகளில் கலாம் தனிமையில் நடக்க முயன்ற போதும் காவலர்கள் பின்தொடர்ந்தார்கள். வேண்டாமே என்று மறுத்தும் பார்த்தார். இங்கே என்னை என்ன செய்துவிடமுடியும் என்று கேட்டார். ஆனால் அவர்கள் கலாம் நிழல்போல எங்கும் பின்தொடர்ந்தனர்.

•

ஏவுகணைகளை ஏவியதைவிடவும் அணு ஆயுத சோதனையை விடவும் கலாம் மிகவும் பெருமையாக நினைப்பது ஒரு குழந்தை யின் துயரத்தைப் போக்கியதுதான். கார்பன் கலவையைப் பயன்படுத்திப் பொருள்கள் தயாரிக்கும் பணியில் அப்போது கலாம் ஈடுபட்டுக்கொண்டிருந்தார். போலியாவால் பாதிக்கப் பட்ட குழந்தைகளின் காலிப்பர்கள் (செயற்கைக்கால்) மிகவும் கடினமான பொருள்களால் தயாரிக்கப்படுவதால் குழந்தைகள் நடக்கச் சிரமப்படுகிறார்கள் என்று ஒரு மருத்துவர் கலாமிடம் தெரிவித்தார். பிறகு கலாமை அவருடைய மருத்து மனைக்கு அழைத்துச் சென்றார். அங்கு போலியோ நோயால் பாதிக்கப் பட்ட குழந்தைகள் மூன்று கிலோ எடையுள்ள காலிப்பர்களை அணிந்து நடக்க சிரமப்படுவதைக் கண்டு மனம் நெகிழ்ந்தார். எப்படியாவது இந்தக் குழந்தைகளின் வலியை அகற்றுங்கள் என்று மருத்துவர் கேட்டுக்கொண்டது கலாமை கனிய வைத்தது.

உடனே கலவைப் பொருள்களைக் கொண்டு ஃப்ளோர் ரியாக்ஷன் ஆர்தோஸிஸ் என்கிற குறைந்த எடையிலான காலிப்பர்களைத் தயாரித்தார். இதன் எடை- 300 கிராம்.

அந்த காலிப்பர்களை அணிந்த சிறுவர்கள் ஓடத் தொடங்கினர். அதுவரைத் தன் மகனைச் சுமந்து பள்ளிக்குச் சென்றுவந்த தாய் ஒருவர், யார் உதவியும் இன்றி தன் மகன் ஓடுவது கண்டு கண்களில் நீர்சொரிய நின்றிருந்ததைப் பார்த்தார் கலாம். அந்தத் தாயின் கண்ணீர் அவருக்கு அளவற்ற ஆனந்தத்தைக் கொடுத்தது. இது போலியா நோயாளிகளுக்கான மிகப்பெரிய சேவையாக இன்றுவரையிலும் மெச்சப்படுகிறது.

•

இந்திய அறிவியல் கழக ரெக்கார்டுகள்தான் கலாம் ஓய்வு பெற்றதாகப் பதிவு செய்தன. ஆனால் மத்திய அரசு கலாமின் உதவி தேசத்துக்குத் தேவை என்று கருதி அவரை அரசின் அறிவியல் ஆலோசகராக நியமித்தது. ஜுலை 1992 முதல் நவம்பர் 2001 வரை மத்திய அரசின் அறிவியல் ஆலோசகராக இருந்தார் கலாம். டி.ஆர்.டி.ஓ கலாமின் சேவை தொடர்ந்து தேவை என்று கூறி அவரை டைரக்டராக அமர்த்தி அழகு பார்த்தது. தங்கள் பின்புலத்தில் கலாம் இருந்தால் அது தார்மீக பலத்தைக் கொடுக்கும் என்று மத்திய அரசும் டி.ஆர்.டி.ஓவும் கருதின. கற்றாரைக் கற்றாரே காமுறுவர்.

இதுதவிர கலாம் ஓய்வு பெற்ற செய்தி கிடைத்தவுடன் சென்னைப் பல்கலைக் கழகம் கலாமை அழைத்தது. பல்கலைக் கழகத்தின் துணை வேந்தர் பதவிக்கு அவரை அமர்த்தத் திட்டமிட்டிருந்தது. கலாமுக்கும் ஆசிரியப் பணி என்றால் கொள்ளை இஷ்டம். தன்னைச் செதுக்கிய ஆசிரியர்களுக்கு நன்றி செலுத்தும்விதமாகத் தானும் ஒரு நல்ல ஆசிரியராக ஆகவேண்டும் என்பது அவருடைய நீண்ட நாள் கனவு. இதுபற்றிய பேச்சு வார்த்தையில் அவர் ஈடுபட்டிருந்த போதுதான் மத்திய அரசு கலாமை அழைத்தது. பின்னாலேயே டி.ஆர்.டி.ஓவும் இவரை விடமறுத்தது. ஏக்கத்துடன் சென்னைப் பல்கலைக் கழக வாய்ப்பைத் துறந்தார் கலாம்.

தேவ கௌடா அமைச்சரவையில் முலாயம் சிங் யாதவ் பாதுகாப்பு அமைச்சராக இருந்தபோது கலாம், முலாயமின் அறிவியல் ஆலோசகராக இருந்தார். முலாயம் சிபாரிசு செய்ய, 1997ல்

கலாமுக்கு பாரத ரத்னா விருது வழங்கப்பட்டது. ஹோமி பாபாவுக்குப் பிறகு ஒரு விஞ்ஞானிக்கு வழங்கப்பட்ட இரண்டாவது பாரத ரத்னா விருது அது.போக்ரன் நிகழ்வுக்கு ஒரு வருடத்துக்கு முன்பு கலாமுக்குக் கிடைத்த உயரிய விருது. அதனால் போக்ரன் சாதனைக்கும் இதற்கும் எந்தத் தொடர்பும் இல்லை.

தங்கள் தலைவருக்குப் பாரத ரத்னா கிடைத்துவிட்டது என்கிற சந்தோஷத்தில் டி.ஆர்.டி.ஓவும் இதர பிரிவினரும் கலாமை 'பாரத் ரத்னா கலாம்' என்று குறிப்பிட்டுச் சொல்ல ஆரம்பித்தனர். கலாமுக்கு இது மிகவும் தர்மசங்கடமாகிவிட்டது. உடனே டி.ஆர்.டி.ஓவில் உள்ள அத்தனை விஞ்ஞானிகளுக்கும் சர்குலர் பறந்தது. 'இன்றுமுதல் யாரும் யாரையும் பத்மஸ்ரீ என்றோ பத்மபூஷன் என்றோ விளித்துக் கூப்பிடக்கூடாது.' இப்படியும் புகழுக்கு ஏங்காத மனுஷனா என்று தலையில் அடித்துக் கொண்டார்கள் டி.ஆர்.டி.ஓ ஊழியர்கள்.

•

1999, நவம்பர் 25 அன்று மைய அரசின் தலைமை அறிவியல் ஆலோசகரானார் கலாம். ஒரு காபினெட் மந்திரிக்குள்ள அந்தஸ்தைக் கொண்ட பதவி அது.

போக்ரனுக்குப் பிறகு அதுவும் கலாம் பிரதமரின் முதன்மை ஆலோசகராக ஆனபிறகு அவருக்குப் பாதுகாப்பு மேலும் அதிகரிக்கப்பட்டது. துப்பாகி ஏந்திய காவலர்கள் கொண்ட சைரன் ஒலியுடன் கூடிய பைலட் கார் ஒன்று அவர் எங்கு சென்றாலும் வால்போல வந்தது. இதனால் சாலைகளில் கலாமின் கார் கவனத்துக்கு உட்பட்டது. காருக்குள் கவர்னரோ என்று மக்கள் வேடிக்கை பார்க்க ஆரம்பித்தார்கள். பலமுறை காவலர்களிடம், என் பின்னால் வாருங்களேன். முன்னால் செல்வது கூச்சமாக இருக்கிறது என்று சொல்லிப் பார்த்தார். காவலர்கள் சிரித்துவிட்டு வழக்கம்போல கலாம் காருக்கு முன்னால் செல்ல ஆரம்பித்தார்கள்.

2001, ஆகஸ்ட் 15 அன்று வாஜ்பாயுடன் பேசினார் கலாம். அரசுப் பணி போதும் என்று எண்ணுகிறேன். நான் ஆசிரியப் பணிக்குச் செல்லவிருக்கிறேன்.

வாஜ்பாயி இதனை விரும்பவில்லை. 'கலாம் உங்கள் சேவை தொடரவேண்டும். சில நாள்கள் எடுத்துக்கொள்ளுங்கள்.

நன்றாக யோசியுங்கள். பிறகு வந்து உங்கள் முடிவைச் சொல்லுங்கள்.'

விஷயம் வெளியே கசிந்த பிறகு பலத்த சர்ச்சை எழுந்தது. வாஜ்பாயிக்கும் கலாமுக்குமிடையே உரசல், அதனால்தான் விலகியிருக்க விரும்புகிறார் என்று செய்திகள் காற்றில் பறந்தன. கலாம் உணர்ச்சிவசப்படாமல் பதில் சொன்னார்.

'நான் இளைஞர்களுக்கு உதவ விரும்புகிறேன். கடந்த சில மாதங்களில் திரிபுரா, ஜார்கண்ட், பிஹார், அசாம், திண்டுக்கல் ஆகிய நகரங்களிலுள்ள 15, 000 மாணவர்களைச் சந்தித்திருக் கிறேன். இந்தியா அறிவியல் வளர்ச்சி பெற அடுத்த தலைமுறை அதில் சிறந்து விளங்கவேண்டும். அறிவியல் ஒளியை யாராவது ஒருவர் ஏற்றவேண்டும். அதற்கான பொறுப்பை நான் ஏற்றுக்கொள்ளப் போகிறேன்.

ஒரு சிறந்த தலைவர் எப்படி இருக்கவேண்டும் தெரியுமா? மாற்றத்தை எற்றுக்கொள்ளவேண்டும். இஸ்ரோ மற்றும் டி.ஆர்.டி.ஓ ஆகியவற்றிலிருந்து நான் விலகியபிறகு என்னை விடவும் சிறப்பான விஞ்ஞானிகள் தலைவர் ஆனார்கள்' என்று சொல்லி பிரச்னைக்கு முற்றுப்புள்ளி வைத்தார்.

'அடுத்ததாக என்ன செய்யப்போகிறீர்கள்?'

'பெங்களூர் செல்வேன். இந்தியன் இண்ஸ்டியூட் ஆஃப் சயின்ஸ் நிலையத்தில் பேராசிரியராகப் பணியாற்றுவேன்.'

ஆனால் நடந்தது வேறு!

9. தேர்வு

மக்கள் வாக்களித்துத் தேர்ந்தெடுக்கப்படும் தேர் தலை விடவும், எம்.பி.க்கள், எம்.எல்.ஏ.க்களால் தேர்ந்தெடுக்கும் குடியரசுத் தலைவர் தேர்தல்கள் சில சமயம் பரபரப்பாக அமைந்துவிடும்.

2002, ஜூலை 24ம் தேதியோடு நாராயணனின் பதவிக்காலம் முடியப்போகிறது. ஏப்ரல் மாதத்தில் பத்திரிகைகளில் தேசிய ஜனநாயகக் கூட்டணியின் (National Democratic Alliance, NDA) அடுத்த குடியரசுத் தலைவருக்கான வேட்பாளர் பெயர் என்று ஒவ்வொரு பத்திரிகையும் ஒவ்வொரு பெயரை வெளியிட்டுக் கொண்டிருந்தன.

ஜெத்மலானி போட்டியிட விரும்புவதாக ஒரு செய்தி சொன்னது. அப்போதைய காஷ்மீர் முதலமைச்சர் ஃபரூக் அப்துல்லாவும் போட்டியிட இருப்பதாகச் செய்திகள் வந்தபோது அதை என்.டி.ஏ கூட்டணியில் இருந்த சிவசேனா கடுமையாக எதிர்த்தது. காஷ்மீருக்கு தன்னாட்சி அதிகாரம் என்று சொல்லிக்கொண்டிருப்பவர் ஃபரூக் அப்துல்லா. இப்போது அவரையும் அவர் கருத்துகளையும் ஏற்றுக்கொண்டால் பிறகு முஷரப்பையும் அவர் கருத்துக்களையும் ஏற்றுக்கொண்டாக

வேண்டும் என்று பிரதமர் வாஜ்பாயை நோக்கிக் கேள்வி கேட்டார் சிவசேனா கட்சியின் தலைவரான பால் தாக்கரே.

அந்தச் சமயத்தில் குஜராத் சட்டசபையைக் கலைத்துவிட்டு சட்டசபைத் தேர்தல் நடத்த நரேந்திர மோடி திட்டமிட்டிருந்தார். என்.டி.ஏ.-வின் கூட்டணிக் கட்சிகளான திமுக, தெலுங்கு தேசம் போன்ற கட்சிகள் குஜராத்தைக் கலவரக் காடாக மாற்றிய மோடியின் ஆட்சியைக் கலைக்கச் சொல்லி வாஜ்பாயிக்கு தொடர்ந்து நெருக்கடி கொடுத்துக் கொண்டிருந்தன. ஆனால் வாஜ்பாயின் உத்தரவின் பேரில் அமைதியாக இருந்துவிட்டார் மோடி. குடியரசுத் தலைவர் தேர்தலின்போது தகுந்த வாக்குகள் இருந்தால்தான் பிஜேபி கைகாட்டும் வேட்பாளரால் ஜெயிக்க முடியும். குடியரசுத் தலைவர் தேர்தல் முடியும்வரை பொறுமை யாக இருக்கும்படி மோடிக்குக் கட்டளையிட்டு அத்வானியுடன் உட்கார்ந்து வேட்பாளரைத் தேட ஆரம்பித்தார் வாஜ்பாயி .

ராஜேந்திர பிரசாத், டாக்டர் ராதாகிருஷ்ணன், வி.வி.கிரி, குல்சாரிலால் நந்தா, பி.டி. ஜாட்டி, நீலம் சஞ்சீவ ரெட்டி, ஆர். கியானி ஜெயில்சிங், வெங்கட்ராமன் ஆகியோர் வரை காங்கிரஸ் கட்சி யாரைக் கொண்டு வந்து நிறுத்துகிறதோ அவர்தான் குடியரசுத் தலைவர். 1992 முதல் தனி ஒரு கட்சியின் ஆதரவில் குடியரசுத்தலைவர் வெற்றி பெற முடியாத நிலை உருவானது. சங்கர் தயாள் சர்மா, கே.ஆர்.நாராயணன் ஆகிய இருவரின் தேர்வும் பல கட்சிகள் கைகோர்த்ததால் உண்டானவை.

ஏற்கெனவே மோடி விவகாரத்தில் வாஜ்பாயிக்கு நெருக்கடி கொடுத்துக் கொண்டிருந்த சந்திரபாபு நாயுடு வாஜ்பாயிடம் இரண்டு பரிந்துரைகளை முன்வைத்தார். துணை ஜனாதிபதியான கிருஷ்ண காந்தை ஜனாதிபதியாக்கலாம். அடுத்ததாக ஆந்திர கவர்னர் சி. ரங்கராஜனை துணை ஜனாதிபதியாக்கிவிட்டால் எல்லாப் பிரச்னைகளும் தீர்ந்தது. நான் உங்களுக்கு எந்தத் தொந்தரவும் தரமாட்டேன்.

முடிகொட்டிப் போகும் அளவுக்கு யோசித்துவிட்டார் வாஜ்பாயி. யாரைத் தேர்ந்தெடுத்தால் எந்தப் பிரச்னையும் ஏற்படாது?

மே 11-ம் தேதி கூடிய என்.டி.ஏ செயற்கூட்டம், ஜனாதிபதி வேட்பாளரைத் தேர்ந்தெடுக்க பிரதமருக்கு முழு அதிகாரமும் கொடுத்தது.

குடியரசுத் தலைவர் வேட்பாளர் விவகாரம் குறித்து வாஜ்பாயை நேரில் சந்தித்த சோனியா காந்தி ஓர் இன்ப அதிர்ச்சி கொடுத்தார். நீங்கள் யாரைத் தேர்ந்தெடுத்தாலும் அதற்கு காங்கிரஸ் ஒத்துழைப்புக் கொடுக்கும். ஆனால் மஹாராஷ்டிரா கவர்னரான பி.சி. அலெக்ஸாண்டரைத் தேர்ந்தெடுப்பதாக இருந்தால் மட்டும் வேண்டாம். அதேசமயம் குடியரசுத் தலைவர் வேட்பாளருக்கு நாங்கள் ஆதரவு தருவதால் துணை ஜனாதிபதிக்கான எங்கள் வேட்பாளரை நீங்கள் முழுமனத்தோடு ஆதரிக்கவேண்டும்.

ஆனால் வாஜ்பாயி சோனியாவின் வேண்டுகோளை மறுத்து முதல்முறையாக ஜனாதிபதிக்கான வேட்பாளர் பட்டியலில் பரிசீலனையில் இருக்கும் பி.சி. அலெக்ஸாண்டர் பற்றி வாய் திறந்தார். அலெக்ஸாண்டரை ஜனாதிபதியாக்குவதற்கான யோசனைகளில் பிஜேபி இறங்கியுள்ளதாகத் தெரிவித்தார்.

வேண்டாம். பேசாமல் கே.ஆர்.நாராயணனையே மீண்டும் ஜனாதிபதியாக்கி விடுங்களேன் - இது காங்கிரஸ்

இல்லையில்லை. துணை ஜனாதிபதி கிருஷ்ண காந்தையே ஜனாதி பதியாக்கலாமா என்று யோசிக்கிறோம் - பி.ஜே.பியின் பதில்.

தன்னை சோனியா நிராகரித்ததில் துவண்டு போனார் அலெக் சாண்டர். 9 ஆண்டுகளாக மஹாராஷ்டிரா கவர்னராக அவர் பதவி யில் இருந்து வந்தார். குடியரசுத் தலைவர் தேர்தலில் தன்னை நிச்சயம் வாஜ்பாயி ஆதரிப்பார் என்று நம்பினார். 93ம் ஆண்டு நரசிம்மராவால் மஹாராஷ்டிர மாநிலத்தின் கவர்னர் ஆனார் அலெக்ஸாண்டர். பாரதிய ஜனதாவின் சிவசேனா அரசுக்கும் அவர் ஆதரவாக இருந்ததால் அவர் பதவியை நீட்டிப்புச் செய்தது வாஜ் பாயி அரசு. இந்திரா காந்திக்கும் ராஜீவ் காந்திக்கும் தலைமைச் செயலாளராக இருந்த அனுபவம் வேறு. எப்படியும் தன்னை சோனியா ஆதரிப்பார். எந்தப் பிரச்னையும் வராது என்று நம்பினார். ஆனால் காங்கிரஸ் அவரை முற்றிலும் நிராகரிக்க உடனடியாக அவர் தன் கவர்னர் பதவியை ராஜினாமா செய்தார். அத்வானியிடம் கடிதத்தைக் கொடுத்துவிட்டு சோனியாவைக் கடுமையாகச் சாடி னார். அன்றைய தினத்தோடு குடியரசுத் தலைவர் தேர்தல் தொடர் பான செய்திகளில் இருந்து அலெக்ஸாண்டர் மறைந்துபோனார்.

குடியரசுத் தலைவர் தேர்தலுக்கு 50 நாள்களுக்கு முன்புவரைக் கலாமின் பெயர் எந்தவொரு விவாதத்திலும் இடம்பெற

வில்லை. கலாமும் அவர் உண்டு, அவரது மாணவர்கள் உண்டு என்று சென்னை அண்ணா பல்கலைக் கழகத்தில் உற்சாகமாகப் பாடம் நடத்திக்கொண்டிருந்தார். அண்ணா பல்கலைக்கழகத்தில் Technology and Societal Transformation துறைப் பேராசிரியராகக் கலாம் அப்போது பணியாற்றி வந்தார்.

குடியரசுத் தலைவர் தேர்தல் ஜூலை 15-ம் தேதி என்று அறிவிக்கப்பட்டு விட்டபோதும் ஒரு தெளிவான முடிவெடுக்க முடியாமல் வாஜ்பாயி மிகவும் திணறினார். பேசாமல் கிருஷ்ண காந்தையே மீண்டும் ஜனாதிபதியாக்கிவிடலாம், சிக்கல் தீர்ந்தது என்றுதான் மனத்துக்குள் முடிவெடுத்திருந்தார். ஆனால் ஜூன் 10-ம் தேதி அந்தச் செய்தி வந்தபோது அரசியல் கட்சிகளோடு சேர்ந்து பொதுமக்களும் ஆச்சரியத்துக்கு ஆளானார்கள்.

என்.டி.ஏ சார்பில் விஞ்ஞானி அப்துல் கலாம் ஜனாதிபதி தேர்தலில் போட்டியிடப்போகிறார் என்று பி.ஜே.பி. அறிக்கை வெளியிட்டது. இதுகுறித்து சோனியாவுக்கும் தகவல் தெரிவிக்கப்பட்டு ஆதரவு கோரப்பட்டது.

அவ்வளவுதான். எல்லோரும் தலையைப் பிய்த்துக்கொண்டார்கள். நாராயணன், கிருஷ்ணகாந்த், அலெக்ஸாண்டர் போன்ற பெரிய தலைகளுக்கு நடுவே கலாம் எப்படி உள்ளே நுழைந்தார்? என்ன நடந்தது? இதற்கெல்லாம் யார் காரணம்? என்ன மாயாஜாலம் செய்து கலாம் என்.டி.ஏவின் ஆதரவைப் பெற்றார்?

அடுத்தடுத்த நாள்களில் கலாம் தேர்வுக்கான பின்னணிக் காரணங்கள் தெரிய வந்தன.

சந்திரபாபு நாயுடு, மாயாவதி, முலாயம் சிங் யாதவ், பி.ஏ. சங்மா போன்ற கூட்டணித் தலைவர்களிடம் பேசியபோது ஒருவிஷயம் வாஜ்பாயியை மிகவும் உறுத்தியது.

நாடு முழுக்க பிஜேபிக்கு எதிரான அலை வீசுகிறது. குஜ்ராத் படுகொலைகள் நாட்டு மக்கள் மனத்தில் ஆறாத வடுக்களை ஏற்படுத்தி விட்டன. முடிந்தால் குடியரசுத் தலைவர் வேட்பாளர் தேர்வின் மூலமாக இந்தக் கறையைப் போக்கமுடியுமா என்று பார்க்கவேண்டும்.

இப்படியொரு ஆலோசனை நாலாபக்கம் இருந்தும் வந்தபோது தான் வாஜ்பாயி மிகவும் யோசித்தார். மதம் என்கிற ஒரு

சொல்லால் பிஜேபிக்கு எந்தளவுக்கு அனுகூலங்கள் ஏற் பட்டதோ அதேபோல நிறைய காயங்களும் ஏற்பட்டுள்ளன. நடுநிலைமையுடன் செயல்படுகிற ஆட்சி இது என்று நாட்டு மக்களுக்கு உணர்த்த நினைத்தார் வாஜ்பாயி.

அப்போது கலாம் இந்தியா முழுக்க ஒரு தன்னிரகற்ற நட்சத் திரம். போக்ரன் சோதனைக்குப் பிறகு இளைஞர்களின் மிகச் சிறந்த வழிகாட்டியாகக் கலாமை பத்திரிகைகள் தலைமேல் தூக்கிவைத்துக் கொண்டாடின.

அப்துல் கலாம் ஒருபோதும் தன்னை ஒரு முஸ்லிம் என்று அடையாளப்படுத்திக் கொண்டது கிடையாது. அவருடைய சிந்தனை, பார்வை எல்லாமே பி.ஜே.பிக்கு சாதகமான அலை வரிசையில் இருந்தன. நாடே கொண்டாடும் விஞ்ஞானி. முக்கிய மாக சர்ச்சைகள் அற்ற மனிதர். யோசிக்க ஆரம்பித்தார் வாஜ்பாயி.

எல்லா குடியரசுத் தலைவர்களுக்கும் அரசியல் பின்னணி இருந்தது கிடையாது. இந்தியக் குடியரசுத் தலைவர்களாக இருந்த ராதாகிருஷ்ணன், ஜாகீர் உசைன் ஆகியோர் மட்டுமே அரசியலுக்கு அப்பாற்பட்டவர்கள். ஆனால் அரசியல் கட்சிகளின் உதவியோடு குடியரசுத் தலைவர் பதவிக்கு வந்தவர்கள்.

தேவகௌடா அமைச்சரவையில் முலாயம் சிங் யாதவ் பாதுகாப்பு அமைச்சராக இருந்தபோது கலாம், முலாயமின் அறிவியல் ஆலோசகராக இருந்தார். முலாயம் சிபாரிசின் பேரில் 1997 இறுதியில் கலாமுக்கு பாரத ரத்னா விருது வழங்கப்பட்டது. முலாயம் சிங்கிடம் கலாம் பற்றிப் பேசினார் வாஜ்பாயி. சரியான தேர்வு என்று பச்சைக்கொடி காட்டினார் முலாயம்.

தேசிய ஜனநாயகக் கூட்டணி கலாம் பற்றி யோசிக்கும் முன்பு இரு தரப்பிலிருந்து கலாமுக்குப் பலமான சிபாரிசுகள் கிடைத்தன.

ஃபைனான்சியல் எக்ஸ்பிரஸ் நாளிதழ் மே 20, 2002 இதழில் இவ்வாறு தலையங்கம் எழுதியிருந்தது.

'குடியரசுத் தலைவர் தேர்தலுக்கு மக்களிடையே மிகவும் நன் மதிப்பைப் பெற்ற பாரத ரத்னா அப்துல் கலாமைத் தேர்ந் தெடுப்பது மிகவும் பொருத்தமானதாக இருக்கும். இந்திய அரசியல் அளவின்படி 60 வயதுடைய அவர் மிகவும் இளமை

யானவர். இந்திய ஏவுகணைத் திட்டத்தின் தந்தை என்று அழைக்கப்பட்ட இவருக்கு முப்படைகளிலும் தகுந்த மரியாதை கிடைக்கும். நாட்டுத் தலைவர் என்கிற முறையில் அடிக்கடி உரை நிகழ்த்துகிறபோது இவரால் புத்திசாலித்தனமான கருத்துகளை வழங்கமுடியும். தவிரவும் அவருக்கென்று ஒரு மனம், ஒரு கருத்து இருக்கும் என்று எதிர்பார்க்கலாம். எல்லாவற்றையும் கருத்தில் கொண்டால் கலாம் மிகத் தகுதியானவர். நாங்கள் இவருக்கு ஆதரவளிக்கிறோம்.'

கலாம் குடியரசுத் தலைவர் ஆவார் என்று முன்பே கணித்துச் சொன்னவர் கலாமின் நண்பரும் விஞ்ஞானியுமான ஒய்.எஸ். ராஜன். கலாமுடன் எஸ்.எல்.வி. திட்டத்தில் பணியாற்றியவர். விஞ்ஞானக்கூடத்தில் கலாமுடன் தமிழில் பேசிய சில விஞ்ஞானிகளில் ராஜனும் ஒருவர். கலாம் ஜனாதிபதியாக அறிவிக்கப்படுவதற்கு இரு மாதங்களுக்கு ஒரு கவிதை எழுதினார் ராஜன். அதில் ராமேஸ்வர மணல்கள் விரைவில் ராஷ்டிரபதி பவனுக்குச் செல்லும். அங்கு தன் மணத்தைப் பரப்பும் என்று எழுதினார்.

செய்தி வெளியான பிறகு அண்ணா பல்கலைக்கழகத்தில் பாடம் நடத்திக் கொண்டிருந்த கலாமைச் சந்திக்கப் பத்திரிகையாளர்கள் பேனாவும் கேமராவுமாகக் குவிந்தனர். ஆனால் கல்லூரி நேரத்தில் வேறு பணியில் ஈடுபட விரும்பாத கலாம் தன் ஒருங்கிணைப்பு அலுவலர் ராதா கிருஷ்ணன் மூலமாக சிறு செய்தி ஒன்றை அனுப்பினார். 'மிக்க மகிழ்ச்சி. எல்லாம் முடிவானபிறகு பத்திரிகையாளர்களை நிச்சயம் சந்திக்கிறேன்.'

2001ல் தீவிரவாதிகள் பாராளுமன்றத்தைத் தாக்க முயற்சி செய்தது முதல் கலாமுக்கு Z பிரிவு பாதுகாப்பு வழங்கப்பட்டிருந்தது. ஆனாலும் கலாமைப் பார்க்க விரும்புவர்களுக்கு எந்தத் தடையும் இல்லாத சூழலில் அவர் வேட்பாளராக அறிவிக்கப்பட்ட பின்பு அவருக்குப் பாதுகாப்பு மேலும் பலப்படுத்தப்பட்டு பார்வையாளர் வருகை நுணுக்கமாகச் சல்லடை செய்யப்பட்டது.

கலாம் தேர்வு குறித்து அரசியல் கட்சிகளிடமிருந்து வெவ்வேறு எதிர்வினைகள் வர ஆரம்பித்தன.

கலாமைத் தேர்ந்தெடுத்ததன் மூலமாக இந்த அரசு மதப் பாகுபாடு எதுவும் காண்பிக்கவில்லை என்பது புலனாகிறது. தேசிய உணர்வு கொண்ட முஸ்லிம்களை எங்கள் கட்சி எப்போதும் ஆதரிக்கிறது. கலாம் தேர்வினால் நாட்டில் நிலவும்

இந்து - முஸ்லிம் பிரச்னைகள் தீர்ந்துவிடும் என்று விஷ்வ ஹிந்து பரிஷத் நம்பிக்கை தெரிவித்தது.

வேறு யாராவது என்றால் வரிந்து கட்டிக்கொண்டு காங்கிரஸ் தன் வேட்பாளரை நிறுத்தியிருக்கும். ஆனால் கலாம் என்றவுடன் அவர்களும் கப்சிப் ஆகிவிட்டார்கள். ஆனால் எதிர்க்கட்சி அல்லவா, ஏதாவது சொல்லியாக வேண்டுமே!

கலாமை ஆதரிப்பது குறித்து யோசிக்கவே தேவையில்லை. ஆனால் கலாம் போன்ற ஒருவரைத் தேர்ந்தெடுக்கும்போது ஒருமித்த கருத்துகளுக்காக பிரதமர் மற்ற கட்சிகளுடன் இதைப் பற்றி முடிவெடுத்திருக்கவேண்டும். அதை விட்டுவிட்டு இப்படித் தன்னிச்சையாக முடிவெடுத்திருக்கக்கூடாது என்று காங்கிரஸ் கட்சி சார்பாக அனில் சாஸ்திரி கருத்து தெரிவித்தார்.

கலாம் எந்தக் கட்சியையும் சேராதவர், முக்கியமாக பாரதிய ஜனதா கட்சியின் கொள்கைகளுக்கு சலாம் போடாதவர். ஆகவே அவரை நாங்கள் ஏற்றுக்கொள்கிறோம் என்று பல கட்சிகள் கலாமுக்கு ஆதரவாக இறங்கின.

சிபிஐ-மார்க்சிஸ்ட் கட்சி மட்டும் கலாமின் நியமனத்தை எதிர்த்தது. 'அவரை ஒரு விஞ்ஞானியாக மட்டுமே ஏற்றுக்கொள்ள முடியும்' என்று தன் கருத்தைத் தெரிவித்தார் ஜோதிபாசு. கம்யூனிஸ்ட் கட்சியின் பொதுச்செயலாளர் பரதன், 'ஒரு விஞ்ஞானி ரப்பர் ஸ்டாம்பாக மாற நாங்கள் விரும்பவில்லை' என்று சொன்னதை சமாஜ்வாடி கட்சியின் தலைவரான முலாயம் சிங் யாதவ் ஏற்றுக்கொள்ளவில்லை. இதனால் இடதுசாரி கட்சிகள் உருவாக்கிய மக்கள் முன்னணிக் கூட்டணி உடைந்து போனது.

இத்தனை களேபரங்களுக்கு மத்தியில் தேர்தல் ஆணையம் குடியரசுத் தலைவர் தேர்தலுக்கான தேதி மற்றும் இன்னபிற விவரங்களை அறிவித்தது.

ஜூலை 24-ம் தேதியோடு நாராயணனின் பதவிக்காலம் முடிவடைகிறது. ஜூலை 15ம் தேதி அடுத்த ஜனாதிபதிக்கான தேர்தல் நடைபெறும் என்று அறிவிப்பு வெளியாகியது.

மூன்று நாள்களுக்குப் பிறகு கலாம் வாய் திறந்தார். 'எனக்குக் கிடைத்திருக்கும் ஆதரவு மலைக்க வைக்கிறது. எல்லோரும் என்னிடம் இதுகுறித்த என் கருத்தைக் கேட்கிறார்கள். நான் என்ன சொல்லப் போகிறேன்? எது நடந்ததோ அது நன்றாகவே

நடந்தது; எது நடக்கிறதோ அது நன்றாகவே நடக்கிறது; எது நடக்கப்போகிறதோ அது நன்றாகவே நடக்கும். தனிநபரைவிட நாடு மிகப்பெரியது.

மேலும், நான் ஜனாதிபதியானாலும் மாணவர்களுக்குப் போதிப்பதை நிறுத்தமாட்டேன். டெல்லியில் இருந்துகொண்டு என் மாணவர்களின் ஆராய்ச்சிக்கு உதவுவேன்' என்றார் சுதேசி கலாம்.

இடதுசாரி கட்சிகளால் நடப்பதை வேடிக்கைப் பார்க்கமுடியவில்லை. காங்கிரஸுடன் இணைந்து நாராயணனை ஆதரிக்கலாம் என்று முடிவெடுத்தார்கள். ஆனால் போட்டியிலிருந்து தானாக விலகினார் நாராயணன். சரி, தனியாகப் போராடலாம் என்று முடிவெடுத்தார்கள்.

லஷ்மி சேகால் இடதுசாரி சார்பாக குடியரசுத் தலைவர் தேர்தலில் போட்டியிடுவார் என்று அறிவிக்கப்பட்டது. இந்திய கம்யூனிஸ்ட், இந்திய கம்யூனிஸ்ட் (மார்க்சிஸ்ட்), ஃபார்வர்ட் பிளாக் மற்றும் ரெவல்யூஸ்னரி சோஷியலிஸ்ட் கட்சி ஆகிய கட்சிகள் லஷ்மி சேகாலுக்கு ஆதரவு தெரிவித்தன. சுதந்திரப் போராட்டத்தில் கலந்துகொண்ட ஒரு வீராங்கனைக்கு ஏன் காங்கிரஸ் ஆதரவு தரக்கூடாது என்று கேள்வி எழுப்பின.

88 வயதான டாக்டர் லஷ்மி சேகால். இந்திய குடியரசுத் தலைவர் பதவிக்காகப் போட்டியிட்ட முதல் பெண். நேதாஜி சுபாஷ் சந்திரபோஸுடன் இணைந்து சுதந்தரப் போராட்டத்தில் ஈடுபட்டவர். இந்தியன் நேஷனல் ஆர்மியின் ராணி ஜான்ஸி படையைத் தலைமைத் தாங்கிய அனுபவமும் அவருக்கு உண்டு.

சென்னை மருத்துவக் கல்லூரியில் மருத்துவம் பயின்ற லஷ்மி சேகால், சுதந்தரத்துக்குப் பிறகு கான்பூரில் மருத்துவத் தொழிலில் ஈடுபட்டார். பிறகு சிங்கப்பூரில் மருத்துவராகப் பணியாற்றிய போதுதான் அவர் நேதாஜியின் வீரத்தால் ஈர்க்கப்பட்டு ஐஎன்ஏ-வில் இணைந்தார். ஐஎன் ஏ-வில் நிறைய பெண்கள் சேரவேண்டும் என்று நேதாஜி குரல்கொடுத்தபோது உடனடியாக 30 பெண்களை நேதாஜியின் படையில் இணைத்தார் லஷ்மி சேகால். 98ல் மத்திய அரசு இவருக்கு பத்ம விபூஷண் விருது அளித்தது.

கலாமின் தேர்வு குறித்து இந்தியா முழுக்க ஆச்சரியம் எழுந்த நிலையில் 'கலாம் ஹிந்துத்துவாக்களின் கைக்குள் பப்படமாக உள்ளார்' என்று அவரை லஷ்மி சேகால் கடுமையாகத் தாக்கினார்.

அவர் அதற்குச் சொன்ன காரணங்கள் :

★ இதுவரை குஜராத் சம்பவங்கள் குறித்து கலாம் வாய் திறந்தது இல்லை.

★ கலாம் ஒருமுறைகூட கலவரம் நடந்த குஜராத் பக்கம் எட்டிப் பார்க்கவில்லை

★ கலாமை பிஜேபி தேர்ந்தெடுத்ததற்குக் காரணம், குஜராத் கலவரங்களை மக்களிடம் இருந்து மறக்கடிக்கத்தான். பிஜேபி முஸ்லிம்களுக்கு எதிரானவர்கள் என்கிற முத்தி ரையைத் துடைத்தெடுக்க நினைக்கிறது. ஆனால் அவர்கள் நினைப்பதுபோல எதுவும் நடக்கப்போவதில்லை. கலாம் பிஜேபியின் கைக்காட்டி பொம்மையாக இருக்கிறார் என்பதை மக்கள் நன்கு உணர்ந்துவிட்டார்கள்.

★ சங்க் பரிவார் அமைப்புகளால் கலாம் நெருக்கடிக்கு உள்ளாகியிருக்கிறார். அவருடைய தாய்மொழியான தமிழில் பேட்டி கொடுக்க அவருக்கு அந்த அமைப்பு தடைவிதித்திருக்கிறது. இதை சன் டிவியின் பேட்டிக்காக வந்த நிருபர் என்னிடம் தெரிவித்தார்.

ஆர்.எஸ்.எஸும் சங்க் பரிவாரும் கனவு கண்ட முஸ்லிமாக இருக்கிறார் கலாம். இந்து மத புராணங்கள் மீது அதீத ஆர்வம் கொண்டுள்ளார். அதனால்தான் அவரை இந்த அமைப்புகள் தூக்கிப் பிடிக்கின்றன. கலாம் முஸ்லிமாக இருந்தாலும் சைவ உணவு மட்டுமே சாப்பிடுபவர். குரானுக்குப் பதிலாக பகவத் கீதை படிப்பவர். ராமபிரான் பக்தர்.இந்தியாவிலுள்ள கோடானு கோடி முஸ்லிம்கள் போலல்லாமல் சங்க் பரிவார் அமைப்புகள் விரும்பும் முஸ்லிமாக இருப்பதால்தான் அவர் முன்னிறுத்தப்படுகிறார்.

★ இடது சாரிகளைத் தவிர கலாமை அனைவரும் ஆதரிக்கி றார்கள். ஆனால் இந்தியாவைக் காப்பாற்ற வேண்டிய பொறுப்பு என்னுள் கனலாகக் கொதித்துக்கொண்டிருக் கிறது. நான் ஒரு சுதந்தரப் போராட்ட வீராங்கனை. எந்த ஒரு காரியத்தையும் வெற்றி, தோல்விக்காகப் போராடா மல் ஒரு நோக்கத்துகாகச் செய்யக்கூடியவள். கலாம் போல இல்லாமல் நாட்டைப் பாதிக்கும் எல்லா பிரச்னை களுக்கும் நாங்கள் எங்கள் நிலையைச் சொல்லியாக வேண்டும்.

லஷ்மி சேகால் இப்படிச் சொன்னபிறகு இடதுசாரிகள் கலாம் மீது இன்னமும் அதிகமான தாக்குதல்களைத் தொடுத்தார்கள். கலாமுக்கும் ஆர்.எஸ்.எஸ்-ஸுக்கும் இடையே தொடர்பு உண்டு. அணு ஆயுத சோதனை நடத்திய பிறகு கலாமின் பரம ரசிகர்களாக ஆர்.எஸ்.எஸ் தொண்டர்கள் உள்ளார்கள். ஆர்.எஸ்.எஸ்-ஸின் மலையாள இதழான கேசரியில் கலாம் நிறைய கவிதைகள் எழுதியிருக்கிறார். இதுபோன்ற கட்சி சார்புள்ள பத்திரிகையில் கலாம் கவிதைகள் எழுதுவதே தவறு என்று வாதிட்டார்கள்.

வேட்பு மனு தாக்கல் செய்வதற்கான நாள் நெருங்கியபோது நல்ல நேரம் குறித்து நீங்களே முடிவு செய்துகொள்ளுங்கள் என்று பிரமோத் மகாஜன், கலாமிடம் கேட்டார். .

'பூமி தன்னைத் தானே ஓர் அச்சில் சுற்றிக்கொண்டிருக்கிறது. ஆகவே, இரவும் பகலும் நமக்குக் கிடைக்கிறது. பூமி ஒவ்வொரு முறை சூரியனைச் சுற்றிமுடிக்கும்போதும் நமக்கு ஒரு வருடம் கிடைக்கிறது. அது போல் சூரியன், பால்வீதியில் சுற்றி வருகிறது. இந்த இரு வானவியல் நிகழ்வுகளும் (ஜோசிய நிகழ்வுகள் அல்ல) நடக்கும்வரை எல்லா நேரமும் எனக்கு அதிர்ஷ்டமான நேரம்தான். மேலும் நேரம் என்பது வானியல் நிகழ்ச்சியே தவிர ஜோதிட நிகழ்ச்சி அல்ல' என்று சொல்லிச் சிரித்தார் கலாம்.

ஜூன் 18-ம் தேதி மனு தாக்கல் செய்தார் கலாம். என்.டி.ஏ-வின் தலைவர்கள் அனைவரும் நேரில் வந்து கலாமின் வேட்பு மனுத்தாக்கல் வைபத்தில் கலந்துகொண்டார்கள். பதிவுக் கட்டணமாக 15,000 ரூபாய் கட்டவேண்டும். கலாம்ஜி, நாங்கள் கட்டுகிறோம் என்று முன்வந்த பிரமோத் மகாஜனைத் தடுத்தார். நான்தான் பணம் கொடுக்கவேண்டும். என்னைத் தடுக்க வேண்டாம் என்று அவர் சொந்தப் பணத்திலிருந்து பதிவுக் கட்டணத்தைச் செலுத்தினார் கலாம்.

பிறகு பத்திரிகையாளர்களைச் சந்தித்த கலாம் இரு முக்கியக் கேள்விகளுக்கு பதில் அளித்தார்.

- ★ குஜராத்தில் நடைபெற்ற சம்பவங்கள் மிகக் கொடுமையானது. இதுதான் என் கருத்து.
- ★ அணுகுண்டு சோதனை செய்த ஒருவரை குடியரசுத் தலைவர் ஆக்கினால் இதர நாடுகள் இந்தியாவை என்ன

நினைக்கும் என்று கேட்கிறீர்கள். எதிரி நாடுகள் பயங்கர ஆயுதங்களைத் தயாரித்துக்கொண்டிருக்கும்போது நாம் தியானம் செய்துகொண்டிருக்க முடியாது. கடந்த மூவாயிரம் வருடங்களாக இந்தியா மீது போர் தொடுத்துக் கொண்டே இருக்கிறார்கள். அவர்கள் கையில் துப்பாக்கிகளோடு சண்டைக்கு வரும்போது நாம் கையில் கத்தி மட்டுமே வைத்திருந்தோம். இனி அந்த நிலை மாற வேண்டும்.

அன்றைய தினமே பத்திரிகையாளர்களின் நெருக்கமானார். ஒரு நண்பர்போல அனைவரிடமும் இயல்பாகப் பேசினார். 'சாரிப்பா, எனக்கு மறந்துருச்சு, நான் சொன்னேன் இல்லை! எனக்கு ஞாபக மறதி' என்றெல்லாம் சகஜமாகப் பேச பத்திரிகையாளர்கள் குஷியானார்கள்.

முக்கியமான கேள்வி ஒன்று கேட்டப்பட்டது. 'ஒரு மாநில அரசை டிஸ்மிஸ் செய்யச் சொல்லி மந்திரிசபை பரிந்துரை செய்தால் என்ன செய்வீர்கள்?'

'நாட்டு மக்களின் முடிவு என்ன என்று பார்ப்பேன். சில நாலு பேரின் முடிவுகள் எனக்கு முக்கியமில்லை' - பொட்டில் அடித்ததுபோலப் பதில் சொன்னார் கலாம்.

ரீடிஃப் இணையதளத்தில் கலாம் வேட்பாளராக ஆனது குறித்து இந்திய முஸ்லிம்கள் என்ன சொல்கிறார்கள் என்றொரு கட்டுரை வெளிவந்தது.

'குஜராத் சம்பவத்துக்குப் பிறகு இந்திய முஸ்லிம்கள் பாதுகாப்பற்று இருக்கிறார்கள். இந்தக் கருத்தை மாற்றிப் பார்க்க பிஜேபி அரசு விரும்புகிறது. ஆனால் கலாமால் இந்திய முஸ்லிம்களுக்கு எதுவும் பாதுகாப்பு உள்ளதா என்று எனக்குப் புரியவில்லை. இதற்கு முன்னால் முஸ்லிம் அதிபர்கள் இருந்திருக்கிறார்கள். ஷாகிர் உசைனும், ஃபக்ருதீனும் அரசு சொன்னதற்கு தலையாட்டினார்கள். ஆனால் பொதுமக்களைப் பற்றி யார் எண்ணினார்கள்' என்றார் 60 வயதான ஷஃபி உர் ரஹ்மான்.

முகமது ஷாகிப் சித்திக், 'கலாம் நமாஸ் செய்யமாட்டார். குரான் படிக்க மாட்டார் என்று சொன்னார்கள். ஆனாலும் அவர் முஸ்லிம்களின் பிரதிநிதியாக இருப்பார் என்று நம்பிக்கை இருக்கிறது. கலாம் முஸ்லிம்களுக்குண்டான பழக்கவழக்கங்

கள் இல்லாதவராக இருந்தாலும் அவர் முஸ்லிம்கள் துயரப் படும்போது பார்த்துக்கொண்டு சும்மா இருக்க மாட்டார் என்று நம்புகிறேன்' என்றார்.

இதுகுறித்துப் பேசிய பலரும், குஜராத் கறையைப் போக்குவதற் காகவே கலாம் தேர்ந்தெடுக்கப்பட்டார் என்கிற பட்டவர்த்தனமாக உண்மையைப் போட்டு உடைத்தனர். Majlis-e-Ittehaadul Muslimeen என்கிற ஹைதராபாத் கட்சியைச் சேர்ந்த அசாதுதீன், 'முஸ்லிம்கள் காலைவேளையில் ஃபஜர் வழிபாட்டை நடத்து வோம். ஆனால் கலாமோ காலையிலெழுந்து பகவத் கீதை படிக்கக் கூடியவர். சிலகூட்டங்களில்கூட அவர் பகவத் கீதையிலிருந்து மேற்கோள் காட்டுகிறாரே தவிர குரான் வரிகளை ஒருபோதும் எடுத்துச் சொல்வதில்லை.' என்று குறைபட்டுக் கொண்டார்.

குடியரசுத் தலைவர் தேர்தலில் கலாம், லஷ்மி சேகால் தவிர மேலும் 15 பேர் விண்ணப்பித்திருந்தார்கள். ஆனால் இவர்களில் கலாம், லஷ்மி சேகால் தவிர மற்ற அத்தனை பேர் விண்ணப்பங் களும் நிராகரிக்கப்பட்டன. இதில் 5 பேர் போலியாக எம்.பி கையெழுத்தைப் போட்டதால் நிராகரிக்கப்பட்டார்கள். மீதி பேர் செலுத்த வேண்டிய கட்டணைத் தொகையான 15,000 ரூபாயைச் செலுத்தத் தவறியதால் அவர்களுடைய விண்ணப்பங் கள் தள்ளுபடி செய்யப்பட்டன.

வேட்பு மனுத் தாக்கல் செய்தபிறகு தொடர்ந்து ஆன்மிகத் தலங் களுக்குச் சென்றுகொண்டிருந்தார் கலாம். ராஜஸ்தானிலுள்ள அஜ்மீர் தர்க்காவுக்கும் காஞ்சிபுரத்திலுள்ள சங்கர மடத்துக்கும் ராமேஸ்வரத்திலுள்ள மசூதிக்கும் சென்று ஆசி பெற்று வந்தார்.

தேர்தலுக்கு இரண்டு நாள் முன்பு கலாம் உணர்ச்சிவசப்பட்ட நிலையில் இருந்தார்.

வெற்றி உறுதி. தலைக்கு மேல் உள்ள பொறுப்புகள்தான் அவ ருக்குக் கொஞ்சம் மலைப்பாக இருந்தது. இதற்கு முன்னால் உள்ள அத்தனை ஜனாதிபதிகளும் ரப்பர் ஸ்டாம்ப் என்று முத்திரை குத்தப்பட்டிருக்கிறார்கள். எனக்கும் அதே கதிதான் நேருமா? நாட்டிலுள்ள அத்தனை இளைஞர்களும் என்னை ஓர் உதாரணமாக எண்ணுகிறார்கள். அவர்கள் நம்பிக்கையைப் பூர்த்தி செய்வேனா?

கடலில் விழுந்த ஏவுகலம் வரை வாழ்க்கையில் உள்ள அத்தனை ஏற்றச்சரிவுகளையும் பார்த்தாகிவிட்டது. ஆனால் அரசியல்

களம் என்பது வேறு. இதுவரை அதன் ஓரமாகப் பயணித்த அனுபவம் மட்டுமே உண்டு. இப்போது அதன் மையப்பகுதியே தான் தான் என்கிறபோது அது உண்டாக்குகிற அதிர்வுகளும் சிந்தனை அலைகளும் கலாமுக்கு புதிய அனுபவத்தைக் கொடுத்தன. கிளம்பினார் நேராக. புட்டபர்த்திக்கு.

ஜூலை 13 இரவு சென்றார். அதிகாலையில் ஸ்ரீசத்ய சாய் பாபா விடம் ஆசி பெற்றார்.

இதுபோதும். மனம் சாந்தியானது. இனி நல்லதே நடக்கும் என்ற நம்பிக்கை பெற்றார் கலாம்.

ஜூலை 15. நாட்டின் அனைத்து எம்.எல்.ஏ, எம்.பிக்களும் காலை முதலே பரபரப்பாக இருந்தார்கள்.

மக்கள் ஓட்டுச்சாவடிக்குச் சென்று வாக்களிப்பதற்கும் எம்.பி, எம்.எல்.ஏக்கள் குடியரசுத் தலைவர் தேர்தலுக்கு வாக்களிப் பதற்கும் நிறைய வேறுபாடுகள் உள்ளன.

30 மாநிலங்கள் மற்றும் யூனியன் பிரதேசங்களில் உள்ள 776 எம்.பிக்களையும் 4120 எம்.எல்.ஏ.க்களையும் கொண்டு குடி யரசுத் தலைவர் தேர்தல் நடத்தப்படுகிறது. ஒரு எம்.பியின் ஓட்டுக்கு 708 புள்ளிகள் வழங்கப்படும். ஒவ்வொரு மாநிலத்தி லுள்ள மக்கள் தொகையைக் கணக்கில் கொண்டு எம்.எல்.ஏக் களுக்கு புள்ளிகள் வழங்கப்படும்.

குடியரசுத் தலைவர் தேர்தலுக்கான ஓட்டுச்சீட்டில் எவ்வித அடையாளக் குறியீடுகளோ, சின்னங்களோ இருக்காது. வேட் பாளர்களின் பெயர்கள் அடங்கிய பட்டியல் மட்டுமே இருக்கும்.

ஒவ்வாரு வாக்காளரும் தனது முன்னுரிமை ஓட்டு குறித்து ஒவ்வொரு வேட்பாளருக்கு எதிராகக் குறிப்பிட வேண்டும். குறிப்பிட்ட வேட்பாளருக்குத் தன்னைப் பொறுத்தவரை முன் னுரிமை பெற்றவர் என்பதைக் குறிக்க அந்த வேட்பாளருக்கு எதிராக '1' என்று குறிப்பிட வேண்டும். இரண்டாவது முன்னுரிமை பெற்ற வேட்பாளருக்கு எதிராக '2' எனக் குறிப்பிட வேண்டும். இப்படித்தான் மக்கள் பிரதிநிதிகள் தங்கள் வாக்கைப் பதிவு செய்யவேண்டும்.

வாக்குப் பதிவு தொடங்கிய முதல் இரண்டு மணி நேரத்தில் எழுபது சதவிகித ஓட்டுக்கள் பதிவாயின.

மேற்கு வங்க கிரிஸ்னக்நஜ் தொகுதி சட்டமன்ற உறுப்பினரான மார்க்சிஸ்ட் எம்.எல்.ஏ சிசில் பிஸ்வாஸ் உடல்நிலை சரியில்லாததால் மருத்துவமனையில் அனுமதிக்கப் பட்டிருந்தார். ஆனாலும் தேர்தல் நடைபெறும் நாளன்று ஆம்புலன்ஸில் மேற்கு வங்க சட்டசபைக்கு வந்து தன் வாக்கைச் செலுத்திவிட்டு மீண்டும் ஆம்புலன்ஸில் மருத்துவமனைக்குத் திரும்பினார். தமிழ்நாட்டின் திருத்தணி தொகுதி எம்.எல்.ஏ வான பாட்டாளி மக்கள் கட்சியைச் சேர்ந்த ரவிராஜுக்கு காலில் பலத்த காயம் ஏற்பட்டிருந்தது. சக்கர நாற்காலியில் அவர் சட்டசபைக்கு வந்து தன் வாக்கைச் செலுத்தினார். வைகோ பொடாவில் கைது செய்யப்பட்டு வேலூரில் மத்தியச் சிறையில் இருந்தார். தேர்தல் ஆணையத்திடமும் சென்னை உயர்நீதி மன்றத்திடமும் சிறப்பு அனுமதி பெற்று காவலர்களின் கடுமையான பாதுகாப்புக்கு இடையே தன் வாக்கைச் செலுத்தினார்.

உறுப்பினர்கள் வாக்களிப்பதை நேரில் வந்து பார்வையிடுங்கள் என்றார் வாஜ்பாயி. நாடாளுமன்றத்துக்கு வந்தார் கலாம். வழக்கம் மாறாமல் அன்றும் நீல வண்ணச் சட்டை அணிந்திருந்தார். எம்.பிக்கள் வரிசையில் நின்று கொண்டிருந்தார்கள். நிறைய பேர் கலாம் சார்பு கட்சிக்காரர்கள். அனைவரும் கலாம் அருகே வந்து கைலுக்கி வாழ்த்துச் சொன்னார்கள்.

'ஐ ஆம் ஃபீலிங் ஃபெண்டாஸ்டிக்' என்று புன்னகையோடு தன் எண்ணத்தை வெளிப்படுத்தினார் கலாம். கலாமைக் கண்டதும் உறுப்பினர்கள் மட்டுமில்லாமல் பத்திரிகையாளர்களும் சூழ்ந்து கொண்டனர்.

கலாம் என்றாலே கழுத்துவரைத் தொங்கும் அவரது நீண்ட கூந்தல்தான் அடையாளம். கார்ட்டூனில் கலாமின் கேசம் சரியாக வந்துவிட்டால் பிறகு முக லட்சணம் அவ்வளவு முக்கியமில்லை.

'கலாம், முடிவெட்ட ஏதாவது திட்டம் வைத்திருக்கிறீர்களா' பத்திரிகையாளர்கள் கேட்டார்கள்.

'கண்டிப்பாக. நான்கு மாதத்துக்கு ஒருமுறை நான் முடி வெட்டுவது வழக்கம்' என்று சொல்ல பத்திரிகையாளர்களோடு கலாமும் மனம் விட்டுச் சிரித்தார்.'

90 சதவிகிதம் ஓட்டுப் பதிவானது.

பதிவான ஓட்டுகளில் 174 ஓட்டுகள் செல்லாதவையாக தேர்தல் கமிஷன் அறிவித்தது. இதில் 42 எம்.பி.க்களும் அடக்கம். இரண்டு வாக்குச் சீட்டுகளில் சில வேடிக்கையான கோரிக்கைகள் எழுதப்பட்டிருந்தன.

ஒன்றில், 'கலாம் தன்னுடைய முடியை அழகாகத் திருத்த வேண்டும். அப்போது அவர் மிகவும் அழகாக இருப்பார். லஷ்மி சேகால் இருபது வருடங்களுக்கு முன்பு ஜனாதிபதிக்கான தேர்தலில் போட்டியிருக்கவேண்டும்' என்று எழுதப்பட்டிருந்தது. இன்னொன்றில், 'கலாம் தன்னுடைய நீண்ட முடியை வெட்டிவிட வேண்டும். அல்லது வாஜ்பாயி தன் சிகையை கலாம்போல வளர்க்கவேண்டும். அப்போதுதான் இரண்டு பிரம்மச்சாரிகளும் ஒன்றுபோல தோற்றமளிப்பார்கள்' என்றும் கிறுக்கப் பட்டிருந்தது.

18ம் தேதி தேர்தல் முடிவுகள் வெளிவந்தன. ராஜ்ய சபாவின் பொதுச்செயலாளரான ஆர்.சி.திருப்பதி முடிவுகளை அறிவித் தார். கலாமுக்கு 4,152 ஓட்டுகளும் (89.58%) லஷ்மி சேகாலுக்கு 459 ஓட்டுகளும் (10.42%) கிடைத்தன. சேகாலுக்கு மேற்கு வங்காளம், கேரளா, திரிபூரா போன்ற மாநிலங்களில் மட்டும் நிறைய வாக்குகள் கிடைத்தன.

கலாம் தேர்வான தகவலை பிரமோத் மகாஜன் முறைப்படி அறிவித்தார். அப்போது கலாம் ஏஷியாட் கிராம இல்லத்தில் தங்கியிருந்தார். உடனே அவர் இல்லத்துக்கு நூற்றுக்கணக்கான தொலைபேசி அழைப்புகள் வந்தன. கலாம் வாழ்வில் எத்தனையோ வெற்றிகளைப் பார்த்தாலும் இதுவொரு மிகப் பெரிய வெற்றி. சரித்திரத்தில் நிற்கப்போகும் வெற்றி.

கலாம், நீங்கள் நடுநிலையாக இருப்பீர்களா? என்ற ஒரு கேள்வி கலாமிடம் கேட்கப்பட்டது. சிறிதுகூட யோசிக்காமல் சொன்னார்.

'A President is a President. There is nothing like a neutral President.'

'உங்கள் எதிரிகளை எப்படி சமாளிக்கப் போகிறீர்கள்?'

'எனக்கு யார் எதிரிகள்? எல்லோரும் என் நண்பர்கள்தான் நண்பரே.'

10. மக்கள் தலைவர்

இந்திய அரசியலமைப்பில் சில சுவாரசியமான ப்ரோட்டாகால் அதாவது செயல்முறைகள் உண்டு.

பதவியேற்பு விழா அன்று ராஷ்டிரபதி பவனுக்கு அழைக்கப்பட்டார் அப்துல் கலாம். குடியரசுத் தலைவரின் பாதுகாப்புப் படை கலாமை அவர் வசித்து வந்த ஏஷியாட் கிராமத்திலிருந்து ராஷ்டிர பதி பவனுக்கு அழைத்து வந்தது.

குடியரசுத் தலைவருக்கு 100 பேர் கொண்ட பாது காப்புப் படை உண்டு. முக்கியமாகக் குதிரைப் படை. வழியெங்கும் இந்தப் படைதான் கலாமை ஏகபோக மரியாதையுடன் அழைத்து வந்தது.

கலாமை வரவேற்றார் கே.ஆர். நாராயணன். குடி யரசுத் தலைவர் மாளிகையில் உள்ள நூலகத்தில் இருந்து நாராயணனும் கலாமும் ஒன்றாக நடந்து வந்து காரில் ஏறினார்கள். காரில் ஏறும் முன் குடியரசுத் தலைவரின் பாதுகாப்புப் படைத் தலைவர் இருவருக்கும் ராயல் சல்யூட் அடித்தார். அடுத்ததாக ராஷ்டிரபதி பவனிலிருந்து பாராளு மன்றத்துக்குச் செல்ல இருவரும் தயாரானார்கள்.

ராஷ்டிரபதி பவனில் காரில் ஏறும்போது காரின் இடதுபக்கத்தில் நாராயணன் அமரவேண்டும்.

கலாமுக்கு வலது பக்க இருக்கை. பாராளுமன்றத்தில் காரின் இடது கதவு திறக்கப்படும்போது குடியரசுத் தலைவர் வாகனத்திலிருந்து இறங்கவேண்டும் என்பது நடைமுறை. பதவியேற்பு விழா முடிந்தவுடன் இந்த ப்ரோட்டோகால் தலைகீழாக மாறும். முறைப்படி கலாம் குடியரசுத் தலைவர் ஆகிவிட்டதால் காரின் இடது பக்கத்தில் கலாம் அமர வைக்கப்படுவார். வலது பக்க இருக்கை நாராயணனுக்கு.

வழியில் 1000 ராணுவ வீரர்கள் இருவருக்கும் சல்யூட் அடித்தனர். இந்த ஆயிரம் சல்யூட்டுக்கு ராணுவ அகராதியில் 'ஹஸார் சலாம்' என்று பெயர். 700 பாதுகாப்புப் படை வீரர்களோடு கப்பல் மற்றும் வான் படையிலிருந்து 150 வீரர்கள் என ஆயிரம் பேர் கார் செல்லும் வழியில் நின்றுகொண்டு இருவருக்கும் ராஜ மரியாதை செலுத்தினர்.

பதவியேற்புக்கு கலாம் ஒரு வேண்டுகோள் விடுத்தார். 'இந்தத் தேசத்தின் இதயம் குழந்தைகள்தான். நாளை அவர்கள்தான் இந்தத் தேசத்தைக் கட்டியாளப்போகிறவர்கள். அவர்கள் என் பதவியேற்பு விழாவில் கலந்துகொள்வதைப் பெருமையாக எண்ணுகிறேன். ஆயிரம் குழந்தைகளின் முன்னால் நான் இந்த நாட்டின் குடியரசுத் தலைவர் ஆகவேண்டும்.'

பாராளுமன்ற அதிகாரிகள் அலறிப்போனார்கள். கலாமிடமிருந்து வந்த முதல் வேண்டுகோள். கட்டளையாக இதைச் சொல்லவில்லை. அன்பு வேண்டுகோள்தான். ஆனாலும் பிரியப்படுகிறாரே!

பதவியேற்பு விழா நடக்கும் சென்ட்ரல் ஹால் ஆயிரம் பேரைக் கொள்ளாது. 900 பேர் இட நெருக்கடி இல்லாமல் அமரலாம். மேலும் விழாவில் நிறைய வி.வி.ஐ.பி.கள் கலந்துகொள்ளப் போகிறார்கள். அத்தனை பேருக்கும் இடமளிப்பதே சாத்திய மில்லாத நிலையில் குழந்தைகளுக்கு எங்கே அமரவைப்பது?

முடியாது என்று சொல்ல யாருக்கும் தைரியம் இல்லை. நூறு பேருக்கு மட்டுமே வாய்ப்பு உண்டு. அறையின் வசதி அப்படிப் பட்டது என்று கலாமிடம் பணிவாகத் தெரிவிக்கப்பட்டது. சந்தோஷம் என்றார் கலாம்.

இதனிடையே கலாம் இந்தியாவின் 11வது ஜனாதிபதியா அல்லது 12வது ஜனாதிபதியா என்கிற குழப்பம் எழுந்தது.

அத்தனை பத்திரிகைகளும் கலாம் இந்தியாவின் 12வது குடியரசுத் தலைவர் என்றே எழுதிவந்தன.

அவை உறுப்பினர்களால் தேர்ந்தெடுக்கப்படுகிறவரே ஜனாதிபதியாகக் கணக்கில் எடுத்துக்கொள்ளப்படுவார். ஆனால் இந்தியாவில் இருவர் இடைக்கால ஆக்டிங் ஜனாதிபதியாக அப்பதவியில் அமர்ந்துள்ளனர்.

பி.டி. ஜாட்டி (B D Jatti), பிப்ரவரி *11, 1977* முதல் ஜூலை *25, 1977* வரை ஆக்டிங் ஜனாதிபதியாக இருந்துள்ளார். அதேபோல முகமது இதயதுல்லாவும் (Mohammad Hidayatullah) *1969* வருடத்தில் *34* நாள்கள் ஆக்டிங் ஜனாதிபதி. ஆனால் இவர்களின் பதவிக்காலம் ராஷ்டிரபதி பவனில் உள்ள குடியரசுத் தலைவர் பதிவேடுகளில் பதிவாகவில்லை. தேர்ந்தெடுக்கப்படுகிற ஜனாதிபதியே அதிகாரப்பூர்வமான குடியரசுத் தலைவர் என்கிற அந்தஸ்தை அடைவார். அதன்படி, கலாம் இந்தியாவின் 11வது ஜனாதிபதி. பத்திரிகைகள் பிறகு திருத்திக்கொண்டன.

பதவியேற்பு விழாவுக்கு எப்போதும்போல நீலக்கலர் சட்டை, பேண்ட் போடவேண்டாம். அதற்கென்று சில நடைமுறைகள் உண்டு என்று பிரமோத் மகாஜன் குடியரசுத் தலைவருக்குரிய நடைமுறைகளை எடுத்துச் சொன்னார். பதவியேற்பு விழாவில் கலாம் ஜோத்பூரி உடை அணியவேண்டும். எந்த பிராண்ட் எடுக்கப்போகிறீர்கள் என்கிற கேள்விக்கு ஸ்ரீ அமன் என்றார் கலாம். ஸ்ரீ அமன், கரோல் பாக்கில் உள்ள டெய்லர். எனக்கு மிகவும் உகந்தவர் என்றார் அவர்.

எல்லாம் சரி, பதவியேற்பு விழாவுக்கு இதே தோரணையோடு நீண்ட முடியோடுதான் வரப்போகிறாரா, மைக்கேல் ஜாக்ஸன் மாதிரி ஒரு நாட்டின் குடியரசுத் தலைவர் இருக்கலாமா? லாலு பிரசாத்தும் மாயாவதியும் முதலமைச்சர் ஆனவுடன் தங்கள் சிகை வடிவத்தை மாற்றிக்கொண்டார்களே, அதுபோலக் கலாமும் ஏதாவது மாற்றம் செய்வாரா?

கலாம் டெல்லிக்கு ஜாகை மாறியபிறகு அஹமத் ஹபிபிடம்தான் முடிவெட்டிக்கொள்வார். ஹபிப் அவர் தொழிலில் கொஞ்சம் பெரிய கை. பாரம்பரியம் கொண்ட தொழில்காரர். உலகம் முழுக்க ஹபிபுக்கு *100* சலூன் கிளைகள் உண்டு. இங்கிலாந்து சென்று சிகை அலங்காரம் பற்றிப் படித்தவர். ஹபிபின் தந்தை

நேருவுக்கும், மௌன்ட்பேட்டனுக்கும் தலைக்கு மேல் வேலை பார்த்தவர். தந்தை போலவே மகனுக்கும் பெரிய இடத்துச் சிநேகிதம்.

ஏன் சார், இவ்ளோ முடி. அடிக்கடி ஜலதோஷம் பிடிக்கும். அழகாக கிராப் வெட்டவா என்றால் கலாம் கேட்கவே மாட்டார். கொஞ்சம் ஷார்ட்டா வெட்டினா போதும் என்று சொல்லி விடுவார். ஆனாலும் கலாம் முகத்துக்கு நீளமுடிதான் பொருத்த மானது. அதைச் சரியாகவே அவர் தெரிந்து வைத்திருக்கிறார் என்பார் ஹபிப்.

கலாம் குடியரசுத் தலைவர் தேர்தலில் வெற்றி பெற்ற அடுத்த சிலநாள்களில் டைம்ஸ் ஆப் இந்தியா நாளிதழ் கட்டுரை ஒன்றை வெளியிட்டது. கலாம் தன் வழக்கமான சிகை அலங்காரத்தோடு இருக்கலாமா வேண்டாமா என்று கேட்டு டெல்லி, மும்பை யிலுள்ள பிரபல சிகை அலங்கார நிபுணர்களிடம் கருத்து கேட்டது. அத்தனை பேரும் விதவிதமான அலங்காரத்தை கலாமுக்கு பரிந்துரைத்தாலும் எல்லோரும் ஒருமித்த குரலில் சொன்னது - . குடியரசுத் தலைவர் ஆனபிறகும் இதே ஸ்டைல் நீடிக்கட்டும். ஆனால் முடியின் அளவைக் கொஞ்சம் குறைத்துக் கொள்ளவேண்டும். அப்போதுதான் பார்க்க அழகாக இருப்பார்.

ஆனால் கலாம் இதுபோன்ற குரல்களுக்குச் செவி சாய்க்க வில்லை. நாட்டின் முதல் குடிமகன் தோற்றத்தில் எல்லாம் கவனம் செலுத்தக்கூடாது என்று சொல்லிவிட்டார்.

கலாம் ஜனாதிபதியாகும் நிகழ்வை நேரில் பார்க்கக் கலாம் குடும்பம் டெல்லி விரைந்தது. கிராண்ட் டிரங்க் எக்ஸ்பிரஸில் ஜூலை 24ம் தேதி, அதாவது பதவியேற்பு விழாவுக்கு ஒருநாள் முன்பு டெல்லி வந்திறங்கினார்கள். ஏசி 3 டயர் கோச்சில் வந்த அவர்களுக்கு ரயில் நிலையத்தில் இருந்து பாதுகாப்பு கொடுக்கப்பட்டது.

ராமேஸ்வரத்தில் இருந்து வந்த 34 பேரையும் எப்படியாவது பேட்டி எடுத்துவிடவேண்டும் என்று டிவி கேமராக்கள் முந்தின. ஆனால் பாதுகாப்பு வளையத்தை அவர்களால் மீறமுடிய வில்லை. கலாம் குடும்பப் பெண்கள் தலையில் முக்காடு போட்டுக்கொண்டு இருக்க, ஆண்கள் அத்தனை பேரும் வேஷ்டி-சட்டையில் இருந்தனர். டெல்லியில் மூன்று நாள் மட்டுமே தங்க முடிவெடுத்திருந்தனர். ராஷ்டிரபதி பவனில்

தங்குவதோ தாஜ்மஹாலைப் பார்ப்பதோ அவர்கள் நிகழ்ச்சி நிரலில் இல்லை. ஏதாவது செய்யப்போய் கலாமின் பெயருக்கு அவப்பெயர் வந்துவிடக் கூடாது என்பதில் கவனமாக இருந்தார்கள்.

கலாம் பதவியேற்கும் தினத்தன்று ராமேஸ்வரம் புது ஆடை உடுத்திக்கொண்டதுபோல உற்சாகமாக இருந்தது. கலாம் வீடு அமைந்துள்ள மசூதி தெருவுக்கு நிறைய பார்வையாளர்கள் வருகை தந்து கலாமின் வீட்டைப் பார்த்துக்கொண்டு போனார்கள். ஊர் முழுக்கக் கலாமை வாழ்த்தி போஸ்டர்கள் அடிக்கப்பட்டன. அன்று மாலை ராமேஸ்வரத்தில் உள்ள புகழ்பெற்ற சிவன் கோயிலில் கலாமுக்காக சிறப்பு வழிபாடுகள் நடத்தப்பட்டன. 120 அநாதை குழந்தைகளுக்கு இரவு உணவு வழங்கப்பட்டன.

பாரத் ரத்னா, விஞ்ஞானி, பிரம்மச்சாரி ஆகிய மூன்று தகுதிகளையும் உடைய முதல் ஜனாதிபதியாக ஜூலை 25-ம் தேதி பதவியேற்றுக்கொண்டார் கலாம். பாராளுமன்றத்தில் உள்ள சென்ட்ரல் ஹாலில் கோலாகல விழா நடைபெற்றது. உச்சநீதி மன்றத் தலைமை நீதிபதி பி.என்.கிர்பால், கே.ஆர்.நாராயணன், துணை ஜனாதிபதி கிருஷ்ண காந்த், வாஜ்பாயி, அத்வானி, இரு அவை உறுப்பினர்கள், ஜம்மு காஷ்மீர்-ஆந்திர-ராஜஸ்தான் முதலமைச்சர்கள் ஆகிய வி.ஐ.பி.கள் கலந்துகொண்டனர்.

அணு விஞ்ஞானியும் கலாமின் நெருங்கிய சகாவுமான டாக்டர் ஆர்.சிதம்பரம், இன்போசிஸ் நிறுவனத் தலைவர் நாராயண மூர்த்தி, அம்பானி சகோதரர்கள் உள்ளிட்ட தொழிலதிபர்களையும் விழாவில் பார்க்கமுடிந்தது.

கலாமின் அருமைக்குரிய பள்ளி மாணவர்கள் நூறு பேர் இவ்விழாவில் கலந்துகொண்டார்கள். இதில் 4 பேர் தமிழகத்தில் இருந்து அழைத்துச் செல்லப்பட்டனர். சென்னை அண்ணா பல்கலைக்கழக வளாகத்தின் அருகே உள்ள வனவாணி மெட்ரிகுலேஷன் பள்ளியைச் சேர்ந்த வெங்கட்ராமன், வாசுதேவன், அனிதா முத்துசாமி, ரூப்கலா சௌத்ரி ஆகிய நான்கு பேரையும் இந்திய ராணுவ அதிகாரிகள் டெல்லிக்கு விமானத்தில் அழைத்துச் சென்றனர். மறக்காமல் தான் வசித்து வந்த ஏஷியாட் கிராமத்தின் தோட்டக்காரரையும் விழாவுக்கு அழைத்திருந்தார் கலாம்.

உச்சநீதிமன்றத் தலைமை நீதிபதி முன்னிலையில் உறுதிமொழி எடுத்துக்கொண்டார் கலாம். அப்போது அவைக்கு வெளியே 21 குண்டுகள் முழங்கப்பட்டு முப்படைகளின் தலைவரான கலாமுக்கு ராணுவ மரியாதை வழங்கப்பட்டது.

'மதிப்புக்குரிய நாராயணன்ஜி...' என்று தன் பதவியேற்பு உரையை ஆரம்பித்த கலாம் தியாகராஜ கீர்த்தனைகளில் இருந்து ஒரு வரியை வாசித்தார். 'எந்தரோ மகானுபாவலு அந்தரிக்கி வந்தனமுலு. அதாவது நல்ல இதயம் படைத்த மனிதர்களுக்கு என் வணக்கத்தைச் சொல்லிக் கொள்கிறேன் என்று அர்த்தம்' என்றவர் அப்படியே திருக்குறளுக்குத் தாவினார்.

'பிணியின்மை செல்வம் விளைவின்பம் ஏமம், அணியென்ப நாட்டிற்கிவ் வைந்து (நோய் இல்லாமை, செல்வம், விளைச்சல், மகிழ்ச்சி, உரிய பாதுகாப்பு என இவை ஐந்தும் ஒரு நாட்டுக்கு அழகாகும்)'. இறுதியாக, நாளை செய்வதை இன்றே முடி. இன்று முடிப்பதை இப்போதே முடி என்கிற அர்த்தமுடைய கவிஞர் கபிர் தாஸின் வரிகளையும் தன் உரையில் இணைத்துப் பேசினார்.

தன் இருக்கைக்குக் கலாம் திரும்பியபோது அவருடைய இருக்கை மாற்றப்பட்டிருந்தது. மேடையில் அதுவரை கே.ஆர். நாராயணன் அமர்ந்திருந்த இருக்கை கலாமுக்கு வழங்கப் பட்டது. ப்ரோடோகால்!

பதவியேற்பு விழாவை முடித்துக்கொண்டு கலாம் குடும்பத்தினர் டெல்லியில் உள்ள புகழ்பெற்ற ஜும்மா மசூதிக்குச் சென்றார்கள். உள்ளே நுழைந்தபோது யாருக்கும் அவர்கள் முக்கியமானவர் களாகப் படவில்லை. தொழுகை முடிந்தவுடன் எல்லோரிடமும் கலாமின் குடும்பத்தினர் அறிமுகம் செய்துவைக்கப்பட்டனர். உடனே அங்கிருந்த ஒரு லட்சம் பேரும் முத்து மீரான் மரக்காயரை சூழ்ந்துகொண்டு வாழ்த்து தெரிவித்தனர்.

பதவியேற்பு விழாவை முன்வைத்து சில சர்ச்சைகளும் எழுந் தன. விழாவுக்கு தமிழக முதல்வர் ஜெயலலிதா அழைக்கப் படவில்லை என்பதால் அன்றைய தினம் அவர் கோப அறிக்கை ஒன்றை வெளியிட்டிருந்தார். இது மத்திய அரசின் சூழ்ச்சி என்றும் அம்பானிக்களை அழைக்கத் தெரிந்த அரசுக்குக் கலாம் பிறந்த மாநிலத்தின் முதல் அமைச்சரை அழைக்கத் தெரியாதது ஏன் என்று காட்டமான அறிக்கை ஒன்றை வெளியிட்டிருந்தார்.

இதுகுறித்து அறிக்கை வெளியிட்ட மத்திய அரசு, விழாவுக்கு வர விருப்பப்பட்ட முதலமைச்சர்களுக்கு மட்டுமே விழா அழைப் பிதழ் அனுப்பப்பட்டது என்று பதில் சொன்னது. என்.டி.ஏ-வில் ஓர் அங்கமாக இருந்த கருணாநிதியும் ஜெயலலிதாவுக்கு ஆதரவாக அறிக்கை வெளியிட்டார். ஒவ்வொரு மாநில முதல்வர்களுக்கு மத்திய அரசு விழா அழைப்பிதழ் அனுப்பி யிருக்கவேண்டும். மாநிலத்தின் உரிமைகள் நிலைநாட்டப்பட வேண்டும் என்பதில் எனக்கு எந்தவித சந்தேகமும் இல்லை என்று கூறியிருந்தார். பின்னர் அத்வானி ஜெயலலிதாவுடன் தொடர்பு கொண்டு நடந்த குளறுபடிகளுக்கு வருத்தம் தெரிவித்த தோடு இந்தப் பிரச்னைக்கு முற்றுப்புள்ளி வைக்கப்பட்டது.

பதவியேற்பு விழாவில் நாட்டு மக்களுக்குச் சில கருத்துகளைச் சொல்ல ஆசைப்பட்டார் கலாம். ஆனால் விழாவுக்கான விதிமுறைகள் அதற்கு இடம்கொடுப்பதில்லை. பதவியேற்பு உரையை மட்டும் நிகழ்த்துங்கள் என்று சொல்லிவிட்டார் பிரமோத் மகாஜன். பிறகு ஆகஸ்ட் 15 அன்றுதான் நாட்டு மக்களிடையே பேசினார் கலாம்.

வளமான, வறுமை இல்லாத தேசத்தை உருவாக்க அனைவரும் பாடுபடுவோம் என்று வழக்கம்போல தன் பத்திரிகையாளர் சந்திப்பில் தேசிய உணர்வுகளைத் தோய்த்துப் பேசினார் கலாம்.

பத்திரிகையாளர்கள் புதிய ஜனாதிபதியிடமிருந்து கொஞ்சம் மசாலா எதிர்பார்த்தார்கள். நாட்டின் நலம், ராக்கெட், விஞ் ஞானம் என்று எத்தனை நாள் அவர் பேசியதை அப்படியே வெளியிடுவது? கலாம் போன்ற ஒரு பிரபலம் தன் தனிப்பட்ட வாழ்க்கையைப் பற்றி வாய் திறந்தால் எப்படி இருக்கும்!

'சார், ஃபர்ஸ்ட் லேடி யார்?' என்று கேட்டார் ஒருவர். குடியரசுத் தலைவரின் மனைவியை நாட்டின் முதல் பெண்மணி என்று அழைப்பது வழக்கம். ஆனால் இக்கேள்விக்கு பதிலளித்த கலாம், 'நான் பிரம்மச்சாரி' என்று மட்டும் கூறி சப்பென்று முடித்துவிட்டார்.

விடுவார்களா? 'ஐயா, அரசியலில் உங்களுக்கு அனுபவம் இல்லையே, எப்படி சமாளிக்கப் போகிறீர்கள்?'

முதலில் சிறு புன்னகை. பிறகு பதில்.

'1982 முதல் எனக்கு மத்திய அரசுடன் தொடர்பு உண்டு. ஆராய்ச்சிக் காகவும் விண்கலங்கள் ஏவுவதற்காகவும் நான் பலமுறை மத்திய அரசுடன் கலந்து பேசியிருக்கிறேன். அரசியல்வாதிகள் உதவி இல்லாமல் எங்களால் எந்தவிதத் திட்டத்தையும் செயல்படுத்த முடியாது. நான் ஆறு பிரதமர்களுடன் பணியாற்றியிருக்கிறேன். ஆக, எனக்கு அரசியல் தெரியும். அரசியல்வாதிகளை எப்படி கையாள்வது என்பதும் தெரியும்.'

நாடு முழுக்கக் கலாம் அலை. பத்தி பத்தியாகக் கட்டுரைகள். எதிர்முகாமுக்குத் தர்மசங்கடம். சிபிஐ(எம்) தலைவர் சோம்நாத் சேட்டர்ஜி முன்வந்து விளக்கம் கொடுத்தார். 'இந்த அரசும் பிரதமரும் நடந்துகொண்ட விதம் எங்களுக்குத் திருப்தி அளிக்க வில்லை. அதனால்தான் அவர்களுக்கு எதிரான நிலை ஒன்றை எடுக்கவேண்டி வந்தது. நாங்கள் லஷ்மி சேகாலை ஆதரித்தது நிஜம். அதற்காக நாங்கள் கலாமுக்கு எதிரானவர்கள் என்று எண்ணிவிடவேண்டாம். நாங்கள் என்.டி.ஏ வேட்பாளரைத்தான் எதிர்த்தோம். கலாமை அல்ல' என்று கலாமுடனான சிநேகத் துக்கு வழி செய்தார்.

கலாமின் செயலாளராகப் பணியாற்ற நிறைய பேரைப் பரிந் துரை செய்தது மத்திய அரசு. இறுதியாகக் கலாம் ஓகே செய்தது ஒருகாலத்தில் அவருடன் பணியாற்றிய பி.எம். நாயரை. 1981ல் விக்ரம் சாராபாய் விண்வெளி ஆராய்ச்சி மையத்தில் பி.எம். நாயர் கட்டுப்பாட்டு அதிகாரியாகப் பணியாற்றியபோது கலாம் அவருக்கு அறிமுகமானார். விக்ரம் சாராபாய் மையத்தில் கலாம் நாயருடன் நெருக்கமாகப் பழகவில்லை என்றாலும் நாயரின் திறமையை அறிந்து வைத்திருந்தார். கலாம் அழைப்பதற்கு முன்பு அவர் ராணுவப் பராமரிப்புப் பணியில் செயலாளராகப் பணியாற்றி வந்தார். பி.வி. ராஜாராம், கே.ஆர். நாயர், பி.எஸ். பஸ்வன் என்று கலாமிடம் சிபாரிசு செய்யப்பட்ட பல ஐ.ஏ.எஸ் களில் பி.எம்.நாயர்தான் கலாமின் ஒரே விருப்பமாக இருந்தது.

நாயர்மீது அதிக நம்பிக்கை வைத்தார் கலாம். ஜனாதிபதிக்கு வேண்டிய இணைச் செயலாளர், ராணுவச் செயலாளர் உட்பட்ட அத்தனை அதிகாரிகளையும் தேர்ந்தெடுக்கும் பொறுப்பை நாயரிடம் ஒப்படைத்தார்.

ராஷ்டிரபதி பவனிலும் கலாம் கலாமாகவே இருந்தார். குடியரசு மாளிகையில் பறவைகள், மிருகங்கள் கொண்ட சிறிய உயிரியல்

பூங்காவை ஆரம்பித்தார். தினமும் தன் ஐந்தறிவு சிநேகிதர்களைச் சந்திப்பார். அருகே சென்று வருடிக்கொடுப்பார். அங்குள்ள பூங்காவில் அரை மணி நேரம் நடப்பார். பிறகு அனைத்து முக்கிய செய்தித்தாள்களையும் ஒருமுறை வாசிப்பார். கவனத்தில் கொள்ளவேண்டிய செய்திகளை நினைவில் வைத்துக் கொள்வார். செய்தித்தாள்கள்தான் கலாமின் அன்றாட நடவடிக்கையைத் தீர்மானம் செய்யும். இணையத்தளத்தையும் விட மாட்டார். எல்லாம் செய்து, படித்து முடிக்க மதியம் ஆகிவிடும். செயலாளர்களை அழைத்து மீட்டிங் நடத்துவார். தினமும் இப்படிக் கூட்டம் நடக்கும்.

ராணுவச் செயலாளரும் முதன்மைச் செயலாளரும் தினமும் காலையில் கலாமை சந்தித்துவிடுவார்கள். ராணுவச் செயலாளர் கலாமின் அன்றைய நிகழ்ச்சிகள், அவர் கடைபிடிக்கவேண்டிய விதிமுறைகள் போன்றவற்றை எடுத்துரைப்பார். குடியரசுத் தலைவருக்குரிய சம்பிரதாயங்களைக் கடைபிடிக்க என்னென்ன செய்யவேண்டும் என்று வகுப்பில் பாடம் நடத்துவதுபோல ராணுவச் செயலாளர் எடுத்துச் சொல்வார். அவர் கிளம்பிச் சென்றவுடன் நாயரும் கலாமும் பிற அதிகாரிகளும் சேர்ந்து கூட்டம் போடுவார்கள். அவர்கள் முன்னே கடிதக்குவியல் இருக்கும்.

கலாம் ஜனாதிபதியான பிறகு அவரைத் தேடி ஏராளமான கோரிக்கைகள் கடித வடிவில் வர ஆரம்பித்தன. தினமும் குறைந்தபட்சம் 100 கடிதங்கள். இதில் பெரிய பிரச்னை என்னவென்றால் கலாம் அத்தனை கடிதங்களுக்கும் முக்கியத்துவம் அளித்ததுதான். ஒரு கடிதம்கூடத் தன் பார்வையில் படாமல், அதை லட்சியம் செய்யாமல் இருக்கக்கூடாது என்பதைக் கொள்கையாகவே கடைபிடித்தார்.

கலாம் பெயரில் நூறு கடிதங்கள் வந்திருந்தால் அந்த நூறுக்கும் நாயரோ அல்லது மற்ற அதிகாரிகளோ தயாரான பதிலை வைத்திருக்க வேண்டும். கார்ப்பரேஷன் குழாயில் தண்ணீர் வரவில்லை, தெரு விளக்கு எரியவில்லை போன்ற கடிதங்களுக்குக்கூட தீர்வு காணவேண்டும் என்பதில் கலாம் பிடிவாதமாக இருந்தார். அவரிடம் ஒரு கோரிக்கை வந்தால் அதற்கு நிச்சயம் தீர்வு காணவேண்டும்.

குடியரசுத் தலைவர் மாளிகை முகவரி மட்டுமில்லாமல் தன் இமெயிலுக்கும் புகார் அனுப்பலாம் என்று கலாம் அறிவித்தது

ஒரு கட்டத்தில் தொல்லையாகிப் போனது. இரண்டு நாள்களில் பிரச்னை களையப்படும் என்று உறுதிமொழி வேறு கொடுத்தார். மக்கள் எந்தக் குறையும் இல்லாமல் வாழவேண்டும் என்று கலாம் நினைத்ததில் எந்தத் தவறும் கிடையாது. ஆனால் ஒரு கவுன்சிலர் செய்யவேண்டிய வேலையை நாட்டின் முதல் குடிமகன் இழுத்துப் போட்டுக்கொண்டு செய்துகொண்டிருந் தால் என்ன ஆவது?

ஆக்ராவிலிருந்து ஒரு இமெயில்.

> அங்கிள்,
>
> எங்கள் பகுதியில் ஒரேயொரு பூங்காதான் உள்ளது. அதில் ஒரேயொரு சீசாதான் உள்ளது. அதுவும்கூடச் செயல் படாமல் இருக்கிறது. சீக்கிரம் நிறைய சீசாக்களை அப் பூங்காவில் நிறுவுமாறு கேட்டுக்கொள்கிறேன்.

சிறுமி ஒருத்தி கலாமை நம்பி இப்படியொரு புகார் அளிக்க, கலாம் ஆக்ரா கலெக்டரைத் தொடர்புகொண்டு பிரச்னையைத் தீர்த்து வைத்தார். அடுத்த சில நாள்களில் தேங்க்யூ அங்கிள் என்று பதில் கடிதம் அச்சிறுமியிடமிருந்து கலாமுக்கு வந்தது.

பூனாவிலிருந்து இன்னொரு கடிதம்.

அன்புள்ள மேதகு கலாம் அவர்களுக்கு.

> நான் பூனாவிலுள்ள கிராமம் ஒன்றில் வசித்து வருகிறேன். நான் தீராப்பிணியால் பாதிக்கப்பட்டுள்ளேன். என் மனைவியும் பலவித உபாதைகளால் நரக வாழ்க்கை வாழ்ந்து வருகிறாள். என் மகனுக்குச் சரியான வேலை கிடைக்கவில்லை. மகளுக்கோ நல்ல மாப்பிள்ளை கிடைக்கவில்லை. இப்படியொரு வாழ்க்கையை வாழ்ந்து தான் என்ன பயன்? என் துயரைத் தீர்க்க யாரும் முன்வர வில்லை. எல்லோருக்கும் கடிதம் எழுதிவிட்டேன், அடல் பிஹாரி வாஜ்பாயியையும் விடவில்லை. ஆனால் இன்றுவரை ஒருவரிடமிருந்தும் கருணை பதில் வர வில்லை. எல்லோரும் என்னைப் புறக்கணிக்கிறார்கள். இறுதியாக உங்களிடம் தஞ்சமடைந்துள்ளேன். உங்கள் கரமும் என்னை நோக்கி நீளாவிட்டால் நான் நிச்சயம் தற்கொலை செய்துகொள்வேன்.

அய்யோ என்று அலறினார் கலாம். இந்த நிமிடமே தொடர்பு கொள்ளுங்கள் பூனா கலெக்டரை என்றார். ஒன்றல்ல, இரண்டல்ல இதுபோல ஏராளமான தற்கொலை மிரட்டல் கடிதங்கள் கலாமுக்கு வந்தன. ஒவ்வொன்றுக்கும் பதறினார். அதிகாரிகளைத் தொடர்பு கொள்ளச் சொன்னார். என் பணத்தி லிருந்து இவர்களுக்கு உதவுகிறேன் என்றார்.

இது நாயர் உள்படக் குடியரசுத் தலைவர் மாளிகை அதிகாரி களுக்கு எரிச்சலைத் தந்தது. இந்தப் பிரச்னைகளைத் தீர்த்து வைப்பதுதான் கலாமின் வேலையா என்று முடிவு செய்து நேரடியாகவே கலாமிடம் கேட்டுவிட்டனர்.

'குடியரசுத் தலைவராக நீங்கள் செய்யவேண்டியது வேறு எவ்வளவோ இருக்கிறது. மக்கள் பிரச்னையை மக்கள் பிரதிநிதி கள் பார்த்துக்கொள்வார்கள். மேலும் நாம் தொடர்ந்து அரசு அதிகாரிகளை நிர்பந்திப்பதால் அவர்களும் இவர்களுக்கு வேறு வேலை இல்லை என்று நம் கட்டளைகளை அலட்சியப்படுத்து கின்றனர். இனிமேல் கடிதங்களை அதன் தேவையின் அடிப் படையில் பிரித்துப் பதில் கொடுப்போம். நம் நேரமும் மிச்ச மாகும். அநாவசியக் கடிதங்களும் நம்மை வந்து சேராது.'

கலாம் அரை மனத்துடன் ஏற்றுக்கொண்டார். அன்று முதல் முக்கிய கடிதங்கள் அந்தந்த மாநிலங்களுக்கு அனுப்பி வைக்கப்பட்டன. முக்கியமில்லாத கடிதங்களுக்கு கிடைக்கப் பெற்றோம் என்று அக்னாலெட்ஜ்மெண்ட் கடிதம் அனுப்பப் பட்டது. ஒரு பெரிய நிம்மதி கிடைத்தது போலிருந்தது கலாம் அதிகாரிகளுக்கு.

இந்தக் கடிதங்களில் சில காதல் கடிதங்களும் கலாமுக்கு வந்தன. புகைப்படங்களைக் கடிதத்தோடு இணைத்து வந்த விருப்பக் கடிதங்களைப் பார்த்துவிட்டு, எப்படி என் வயதைக்கூடப் பொருட்டாக எண்ணாமல் இப்படியெல்லாம் கடிதங்கள் எழுது கிறார்கள் என்று கலாம் ஆச்சரியப்பட்டார். இதில் உள்ள இன்னொரு ஆச்சரியம், இந்த பர்சனல் கடிதங்கள் எல்லாம் அவருடைய அதிகாரிகள் முன்னால் வாசிக்கப்பட்டதுதான்.

தன் பணிக்காலத்தின் முதல் சுதந்தர தினத்துக்கு மத்திய அரசின் உயர் அதிகாரிகளுக்கு ஒரு விருந்து ஏற்பாடு செய்திருந்தார் கலாம். அப்போது வழக்கமாகப் பின்பற்றப்படும் ஒரு நடைமுறையை உடைத்தார்.

பொதுவாகக் குடியரசுத் தலைவர் மாளிகையில் நடத்தப்படும் நிகழ்ச்சிகளில் கலந்துகொள்ளும் பார்வையாளர்கள் ஃபார்மல் உடையில்தான் வரவேண்டும். கே.ஆர். நாராயணன் பதவிக் காலம் வரை இதுபோன்ற விருந்துகளுக்கு அனுப்பப்படும் அழைப்பில் இந்த விஷயம் கட்டமிடப்பட்டுக் குறிப்பிடப் பட்டிருக்கும். அதில், 'Dress : National/Lounge Suit' என்று தனியாகக் குறிப்பிட்டிருக்கும். என்றால் ஃபார்மலாக உடை அணியவேண்டும். நீண்ட உடையான பந்த்கலா, ஜோத்பூரி, ஷெர்வானி போன்ற அலங்கார உடைகள் மட்டுமே கட்டாயம் அணியவேண்டும். இந்த உடை அணியாதவர்கள் ராஷ்டிரபதி பவனுள்ளே அனுமதிக்கப்பட மாட்டார்கள். ஆங்கிலேயர் காலத்திலிருந்து பின்பற்றப்படும் வழக்கம்.

ஆனால் கலாம் அனுப்பிய அழைப்பிதழில் இந்த விவரமே குறிப்பிடப்படவில்லை. ராணுவத்தினர் மட்டும் சீருடையில் வரவேண்டும். இதர பொதுமக்கள் தங்கள் இஷ்டப்படி உடை யணியலாம் என்று 50 ஆண்டுகளுக்கு மேலாகக் கடைபிடித்து வந்த கட்டுப்பாட்டை உதறினார் கலாம். விருந்துக்கான அழைப்பிதழில் ஆடைக்கட்டுப்பாடு பற்றிய அறிவிப்பே இல்லை. முதல்முறையாகக் குடியரசுத் தலைவர் தலைமையில் நடந்த ஒரு சுதந்தரத் தின கொண்டாட்டத்துக்கு ஜீன்ஸ்-டி ஷர்டில் பார்வையாளர்கள் வந்திருந்தனர்.

பிரதமர் வாஜ்பாயி, அத்வானி, முன்னாள் பிரதமர் ஐ.கே.குஜ்ரால், பாராளுமன்ற உறுப்பினர்கள், நீதிபதிகள், காவல்துறை உயர் அதிகாரிகள் என்று நாட்டின் முக்கிய தலைகள் அத்தனை பேரும் கலாம் அழைப்பு விடுத்த விருந்துக்கு வந்திருந்தனர். கலாமுக்கு மைசூர்பா என்றால் உயிர் என்று தெரிந்துகொண்ட மாளிகை அதிகாரிகள் அதையும் மெனுவில் சேர்த்துவிட்டனர். முழுக்க முழுக்கக் கலாம் விருப்பப்படி அந்த விழா நடந்தது.

கலாம் அன்று தன்னுடைய வழக்கமான நீல நிறத்தைத் தவிர்த்துவிட்டு பிரவுன் பந்த்கலா உடை அணிந்தார். கலாம் ஏற்பாட்டில் நடக்கும் முதல் நிகழ்ச்சி என்பதால் கலாமின் நடவடிக்கைகளை எல்லோரும் கூர்ந்து கவனித்துக்கொண்டே இருந்தனர். பொதுவாக இதுபோன்ற மாளிகை விழாக்களில் விருந்தினர்கள்தான் குடியரசுத் தலைவரின் அருகில் சென்று பேசுவார்கள். ஆனால் கலாம் அன்றைய விருந்துக்கு வந்திருந்த அத்தனை பேரையும் தனியே சந்தித்தார். கலாமே தங்கள் அருகில்

வந்து பேசுகிறார் என்றதும் எல்லோருக்கும் ஆச்சரியம் தாள வில்லை. சும்மாவா சொன்னாங்க, கலாம் எளிமையான மனிதர் என்று கலாமைப் புகழ்ந்துகொண்டே வீடு திரும்பினார்கள்.

கலாம் குடியரசுத் தலைவர் ஆனபிறகு ராமேஸ்வரத்துக்குத்தான் முதலில் செல்வார் என்று மிகவும் எதிர்பார்க்கப்பட்டது. ஆனால் கலாம் சென்ற முதல் மாநிலம், குஜராத்.

2002 ஜனவரி-பிப்ரவரியில் நடந்த கோத்ரா ரயில் எரிப்புச் சம்பவத்தாலும் அதைத் தொடர்ந்த கலவரங்களாலும் குஜராத் சர்வதேசக் கவனம் பெற்றது. ஜூலை மாதம் குடியரசுத் தலைவர் ஆன கலாம் ஆகஸ்ட் மாதம் குஜராத் சென்றார்.

அப்போதும் குஜராத் தகித்துக்கொண்டிருந்தது. மாநில அரசுமீது மக்கள் கோபத்தில் இருந்தனர். குறிப்பாகக் கலவரத்தில் பாதிக்கப்பட்டவர்கள் எந்நேரமும் அரசுக்கு எதிரான செயலில் ஈடுபட்டுக் குடியரசுத் தலைவரின் கவனத்தைக் கவரலாம் என்று எதிர்பார்க்கப்பட்டது. இதனால் முன் எச்சரிக்கையாக ஆயிரம் பேரைக் கைது செய்தது குஜராத் காவல்துறை. கலவரத்தில் பாதிக்கப்பட்ட மக்களுக்கு இரவோடு இரவாக நிவாரணத் தொகை வழங்கப்பட்டன.

டெல்லியிலும் நிலைமை பரபரப்பாக இருந்தது. குஜராத்தில் கலாம் என்ன பேசப்போகிறார்? ஒருவேளை ஆவேசப்பட்டு மோடியைக் குறை சொல்லிவிட்டால்? அதேசமயம் கலவரப் பகுதிகளைப் பார்த்தபிறகும் மௌனியாக இருந்துவிட்டால் எதிர்க்கட்சிகள் இதற்கும் கூப்பாடு போடுமே?

முதலில் அகமதாபாத்திலுள்ள சபர்மதி இல்லத்துக்குச் சென்றார் கலாம். அங்கு அவர் ஏராளமான குழந்தைகள் முன்னால் பேசினார்.

'என்னுடைய ரோல் மாடல்கள் எல்லாம் இந்த மாநிலத்தில் இருந்துதான் உருவானவர்கள். காந்தியும், விக்ரம் சாராபாயும் என் இரு கனவு மனிதர்கள்' என்றார்.

நரேந்திர மோடியுடன் இணைந்து பல கலவரப் பகுதிகளையும் பாதுகாப்பு முகாம்களையும் பார்வையிட்டார் கலாம். முக்கிய மாக கலவரத்தில் அதிகமாகப் பாதிக்கப்பட்ட நரோடா படியா பகுதியில் நீண்ட நேரம் செலவிட்டார் கலாம். பலபேரிடம் தனியாகப் பேசினார். நிவாரணத் தொகை சரியாகக் கிடைக்க

வில்லையென்றால் எனக்குக் கடிதம் எழுதுங்கள் என்று வேண்டுகோள் விடுத்தார். காவல்துறையின் ஏற்பாட்டினால் மோடிக்கு எந்தச் சிக்கலும் வரவில்லை. மோடிக்கு எதிரான கருத்து உள்ளவர்கள் கைது செய்யப்பட்டார்கள். அல்லது இருந்த இடத்திலிருந்து அப்புறப்படுத்தப்பட்டார்கள். இதனால் எழுதி வைத்த ஒரு நாடகம் போல எல்லோருமே கலாமிடம் தன்மையாக நடந்துகொண்டார்கள். மோடிக்கு எதிரான ஒரு வாசகம்கூட கலாமிடம் சொல்லப்படவில்லை. மோடியிடமும் மாவட்ட ஆட்சியரிடமும் நிவாரணப் பணிகள் துரிதமாக நடைபெறவேண்டும் என்று கேட்டுக்கொண்டார் கலாம். 2001ல் நிலநடுக்கத்தால் பாதிக்கப்பட்ட புஜ் மற்றும் கட்ச் பகுதி மக்களையும் நேரில் சென்று பேசினார்.

'கலாமின் வருகை எங்களை மிகவும் பெருமைப்படுத்திவிட்டது. அதுவும் இந்த மண்ணில் பிறந்த இருவரை அவர் ரோல் மாடல் களாகக் கொண்டிருப்பது எங்களுக்குக் கிடைத்த கௌரவம்' என்று கலாமின் வருகை குறித்து ஆத்ம திருப்தியோடு பேசினார் மோடி.

'கலவரத்தாலும் நிலநடுக்கத்தாலும் பாதிக்கப்பட்ட பகுதிகளின் சீரமைப்புப் பணிகளை நேரில் காணவே நான் குஜராத் சென்றேன். நிச்சயம் மக்கள் தங்கள் இயல்பு வாழ்க்கைக்குச் சீக்கிரம் திரும்புவார்கள் என்று நம்புகிறேன்' என்றார் கலாம்.

மிகவும் எதிர்பார்க்கப்பட்ட கலாமின் முதல் சுற்றுப்பயணம் எந்தச் சர்ச்சைகளுக்கும் இடமின்றி அல்லது எந்தச் சர்ச்சைகளுக்கும் பதிலளிக்காமல் சப்பென்று முடிந்தது.

ஒவ்வொரு குடியரசுத் தினத்துக்கு முந்தைய நாள் அன்று குடியரசுத் தலைவரின் நாட்டு மக்களுக்கான உரை தூர்தர்ஷனில் ஒளிபரப்பப்படும். அதற்கான ஒளிப்பதிவு இரு நாள்களுக்கு முன்பே பதிவு செய்யப்பட்டுவிடும். அதாவது ஆகஸ்ட் 14ம் தேதி மாலை ஒளிபரப்பாகும் உரை 12ம் தேதியே தூர்தர்ஷனின் சிறப்புக் குழுவால் ராஷ்டிரபதி பவனில் ஒளிப்பதிவு செய்யப் பட்டுவிடும். குடியரசுத் தலைவரின் அலுவலகமும் தூர்தர்ஷன் ஒளிப்பதிவுக்கு முக்கியத்துவம் கொடுத்து அந்தத் தேதிக்கு எந்தவிதப் பணி, சுற்றுப்பயணமும் இல்லாமல் பார்த்துக் கொள்ளும். உரை ஒளிப்பதிவு செய்யப்பட்டு அங்கேயே எடிட் செய்யப்பட்டு இறுதியாகக் குடியரசுத் தலைவரிடம் சம்மதம்

பெற்றுவிடுவார்கள். இரண்டு நாள் கழித்து அந்நிகழ்ச்சி ஒளிபரப்பாகும்.

கலாம் இந்த உடன்பாட்டுக்கு உடன்படவில்லை. குஜராத்தை நான் பார்த்தாகவேண்டும் என்று பிடிவாதமாக இருந்து விட்டார். இதனால் 14ம் தேதி காலைதான் குறிப்பிட்ட ஒளிப்பதிவு நடந்தது.

கலாம் ஒரு நிகழ்ச்சிக்குச் செல்கிறார் என்றால் இரண்டு விஷயங் கள் கட்டாயம் நடக்கும். ஒன்று, கலாம் செல்லும் வழியெல் லாம் சீரமைப்புப் பணிகள் நடைபெறும். பிளாட்பார வியாபாரங் கள் விரட்டி விடப்படும். இரண்டாவது, அன்று நடைபெறுகிற நிகழ்ச்சி தாமதமாக ஆரம்பிக்கும்.

வெளியே அதிகம் பேசப்படாத ஆனால் தவறாமல் நடக்கிற ஒன்றாக ஆகியிருந்தது, கலாமின் தாமத வருகை. 9.30 மணிக்கு நிகழ்ச்சி என்றால் அது 10 மணிக்குத்தான் ஆரம்பமாகியிருக்கும். காரணம், கலாம் நேரம் கழித்து வந்திருப்பார். இதற்கு இரண்டு காரணங்கள் சொல்லப்படுகிறது. ஒன்று, எப்போதுமே தாமத மாகப் புறப்படும் கலாம். அடுத்தது பாதுகாப்புக் காரணங்களால் ஏற்படும் தாமதம்.

கலாமுடன் பணிபுரிந்த பி.எம். நாயர் இதுகுறித்து கலாம் பற்றிய தன் நூலில் (கலாம் காலங்கள்) காரசாரமான கருத்தைத் தெரிவிக்கிறார்.

‘சரியான நேரத்துக்கு வருவதென்பது அவருக்குத் தெரியாது. அவருடைய செயலாளராக இந்தத் தாமதங்களை என்னால் நியாயப்படுத்திக்கொள்ளவே முடியாது. அவர் சரியான நேரத்தைக் கடைபிடிக்காதது, பலமுறை விமரிக்கப்பட்டிருக் கிறது. நான் எடுத்துச் சொல்லியும் இரண்டொருமுறை அவர் சரியான நேரத்துக்குச் சென்றிருக்கிறார். பிறகு பழைய குருடி, கதவைத் திருடிதான்.’

கலாம் செல்லும் வழியில் உள்ள குடிசைகளையும் நடைபாதைக் கடைகளையும் அப்புறப்படுத்திவிடுகிறார்கள். இதனால் நாங்கள் இன்னலுக்கு ஆளாகிறோம் என்று பலமுறை கலாமுக்கு புகார்கள் வந்துள்ளன. இதுபற்றிப் புகார் வந்த ஒவ்வொரு முறையும் தன் அதிகாரிகளை விட்டு சம்பந்தப்பட்ட இடத்தின் நிலவரத்தை அறிந்துகொள்வார் கலாம்.

கலாமுடனான அனுபவங்களை நூலாக எழுதியுள்ள பி.எம். நாயர் கலாமிடமுள்ள சில அசாதாரண, வியத்தகு குணங்களைத் தன் நூலில் குறிப்பிட்டுள்ளார். கலாமுக்கு இயற்கையைக் கணிக்கும் குணம் உண்டு என்பது அவருடைய கணிப்பு. உதாரணமாகச் சில சம்பவங்களை அவர் பட்டியலிடுகிறார்.

2003, சுதந்தர தினத்துக்கு அடுத்த நாள் மொஹல் பூங்காவில் மத்திய அரசின் உயர் அதிகாரிகளுக்கு ஒரு விருந்து ஏற்பாடு செய்திருந்தார் கலாம். 4000 பேர் கலந்துகொள்ளக்கூடிய விருந்து நாளன்று காலை டெல்லி முழுக்கப் பேய் மழை.

நாயருக்கு ஒரே கவலை. பூங்காவில் எப்படி விழா நடத்துவது?

ஆனால் மதிய வேளையில் கலாம் ஹாயாக இருந்தார். என்ன நாயர், டோண்ட் வொர்ரி. நிச்சயம் விழா நடக்கும் என்றார். ஆனாலும் நாயர், கலாமின் பேச்சை நம்பவில்லை. வெளியே தொடர்ந்து மழை பெய்துகொண்டிருந்தது. கவலைப்படாதீங்க நாயர், நான் மேலே சொல்லிட்டேன் என்றார் கலாம். நாயருக்குக் குழப்பம். என்ன குடியரசுத் தலைவர், ஜோசியர்போல பேசுகிறாரே!

1991-ல் இதுபோல ஒரு விருந்துக்கு டெல்லி வி.ஐ.பிக்களை அழைத்திருந்தார் அப்போதைய குடியரசுத் தலைவரான ஆர். வெங்கட்ராமன். வெளி அரங்கில் மழை பெய்ததால் அசோகா ஹாலில் விருந்து நடத்தப்பட்டது. மொத்தம் 3500 விருந்தினர்கள் வந்திருந்தார்கள். ஆனால் அசோகா ஹாலின் கொள்ளளவு அதற்குத் தாங்கவில்லை. குளிர்சாதனப் பெட்டிகள் உடனே பழுதாயின. வெக்கையில் அத்தனைச் சிரமங்களையும் பொறுத்துக்கொண்டார்கள் வி.ஐ.பி.க்கள். இந்த வரலாறு கலாமுக்கு தெரியாது. அன்றைய தினம் வழக்கமான இன்னொரு நாள்போல சாவகாசமாக இருந்தார்.

பிறகு நடந்ததுதான் அதிசயம். கருமேகம் விலகிக்கொண்டது. சூரியன் தகிக்க ஆரம்பித்தது. சுதந்தரதினக் கொண்டாட்ட விருந்து எப்படியும் ரத்து ஆகிவிடும் என்று எண்ணியிருந்த வி.ஐ.பிகள் அத்தனை பேரும் வானிலை மாற்றத்தால் குஷியாகிச் சரியான நேரத்துக்கு விருந்துக்கு வந்தார்கள்.

இரவு விழா முடிந்த சில நிமிடங்களில் மீண்டும் மழை பெய்ய ஆரம்பித்தது. நாயர், கலாமை புதிராகப் பார்த்தார். புன்னகைத்தார் கலாம்.

அதேபோல ஒருமுறை ஒரிசாவுக்குப் போகத் திட்டமிட்டிருந்தார் கலாம். ஆனால் கலாம் ஒரிசாவுக்கு வருகிற தேதியில் ஒரிசாவைப் புயல் தாக்கும் என்று வானிலை அதிகாரிகளால் கணிக்கப்பட்டிருந்தது. பாதுகாப்புப் படையினர் ஒரிசா சுற்றுப் பயணத்தைத் தள்ளி வைக்க கலாமிடம் கோரிக்கை வைத்தனர். ஆனாலும் கலாமுக்கு நம்பிக்கை இல்லை. வானிலை நிலையத் தலைவர் மற்றும் விமானப் படைக்கு போன் செய்தார். இரு தரப்பிலிருந்தும் கலாமின் எண்ணத்துக்குப் பாதகமான பதிலே வந்தன.

ஆனாலும் ஒரிசா சுற்றுப் பயணத்தில் எந்த மாற்றமும் இல்லை என்று சொல்லிவிட்டார். அத்தனை ஆதாரப்பூர்வமான தகவல் கள் கிடைத்தபிறகும் குறிப்பிட்ட தினத்தில் ஒரிசாவைப் புயல் தாக்காது என்று கலாம் உறுதியாக நம்பினார்.

சரியாக கலாம் புறப்படும் தினத்தன்று கலாமுக்கு தகவல் வந்தது. ஒரிசாவில் புயல் அபாயம் நீங்கியது. புயல் வலுவிழந்து திசை மாறிவிட்டது.

•

2003 டிசம்பரில் டெல்லி சட்டசபை தேர்தல் நடந்தது. அப்துல் கலாம் டெல்லிவாசி. . சட்டசபை தேர்தல் அறிவிப்பு வரும்முன் டிசம்பரில் அவர் பஞ்சாப், ஹரியானா மாநிலங்களுக்குச் சுற்றுப் பயணம் செய்யத் திட்டமிருந்தார். டெல்லி தேர்தல் அறிவிப்பு வந்தவுடன் உடனே கலாம் தன் சுற்றுப் பயணத்தை மாற்றிக்கொண்டார். நேராக விமான நிலையத்திலிருந்து வாக்குச் சாவடிக்குச் சென்று தன் வாக்கைப் பதிவு செய்தார். டெல்லி சட்டசபைத் தேர்தலில் வாக்களித்த முதல் குடியரசுத் தலைவர் என்கிற பெருமை கலாமுக்கு கிடைத்தது.

ஆனால் அந்தத் தேர்தலில் தலைமை தேர்தல் கமிஷன் ஜேம்ஸ் மைக்கேல் லிங்டோ ஒரு சர்ச்சைக்கு ஆளாகினார். டில்லி சட்டசபைத் தேர்தலில் அவருக்கு வாக்கு உரிமை இருந்தும் அவர் வாக்களிக்கச் செல்லவில்லை. கட்டாயம் ஓட்டளிக்கு மாறு ஊருக்கெல்லாம் அறிவுரை சொன்னவர் ஏன் தனக்கான கடமையைச் செய்யவில்லை. முதல்முறையாக நாட்டின் குடியரசுத் தலைவர் வாக்களித்திருக்கிறார். அவருக்கே இப்படி யொரு கடமையுணர்ச்சி இருக்கும்போது ஏன் லிங்டோவினால்

முடியாமல் போனது? கலாமை முன்நிறுத்தி தேர்தல் கமிஷனரை பத்திரிகைகள் கடுமையாக விமரிசனம் செய்தன.

தமிழ்நாட்டிலுள்ள விஜய் டிவியிலிருந்து கலாமிடம் பேசினார் கோபிநாத்.

'ஐயா, சிகரம் தொட்ட தமிழர்கள் நிகழ்ச்சிக்காகப் பேட்டியெடுக்க வேண்டும். உங்கள் உத்தரவு வேண்டும்.'

குடியரசுத் தலைவர் ஆவதற்கு முன்பே கோபிநாத்துக்குக் கலாம் பழக்கம். என்.டி.டி.வி பேட்டி ஒன்றுக்காகச் சந்தித்திருக்கிறார். இந்தமுறை எப்படியாவது கலாமை பேட்டியெடுத்து நிகழ்ச்சியைச் சிறப்பாகச் செய்துவிடலாம் என்று எதிர்பார்ப்பில் இருந்தார் கோபிநாத்.

ஆனால் கலாமிடமிருந்து கோபிநாத்துக்கு மறுப்புக் கடிதம்தான் வந்தது. 'நாட்டின் குடியரசுத் தலைவர் இதுபோன்ற நிகழ்ச்சிகளில் கலந்துகொள்ளக்கூடாது.'

●

இந்தியாவில் ரயில்வே பட்ஜெட்டுகளில் ஒருவிஷயம் மட்டும் அதிகமாக நம்மை உறுத்தும். இதுவரை ரயில்வே அமைச்சர் ஆன எல்லாருமே பட்ஜெட்டில் அவரவர் மாநிலத்துக்கு அதிக பிரநிதித்துவம் கொடுத்துத்தான் பட்ஜெட் தயாரிப்பார்கள். 2009 ரயில்வே பட்ஜெட்டைப் படித்து முடித்தபிறகு எதிர்க்கட்சிகள் என்ன சொல்லின? மேற்கு வங்கப் பட்ஜெட்போல உள்ளது என்றார்கள். ஆனால் கலாம் தன் பதவிக்காலத்தில் இதுபோல ஒரு தவறைக் கனவிலும் செய்ததில்லை. ராமேஸ்வரம் எப்போதும் அவருடைய கடைசி விருப்பமாகவே இருந்தது.

ராமேஸ்வர மக்களிடமிருந்து கலாமுக்கு ஏராளமான கோரிக்கை கள் வந்தன. சாலை செப்பனிடுவது முதல் அடிக்கல் நாட்ட வேண்டும் என்பதுவரை அவருடைய உதவிக்காகவும் வருகைக் காகவும் அவருடைய ஊர் மக்கள் மிகவும் ஏங்கினார்கள். ஆனால் தன் பதவிக்காலத்தில் கலாம் ராமேஸ்வரத்துக்காக சிறு முயற்சியைக்கூட எடுக்கவில்லை. யாரிடமும் எதற்காகவும் பரிந்துரைக்கவில்லை. இந்த விஷயத்தில் கலாம் உறுதியாக இருந்தார். தன் ஊரும் உறவினர்களும் தன் நண்பர்களும் தன் பதவியினால் ஒருபோதும் குளிர்காயக்கூடாது.

கலாம் பதவிக்காலத்தில் அவர் படித்த பஞ்சாயத்துப் பள்ளிக்கு மட்டும் புதிய கட்டடம் ஒன்று கட்டித் தரப்பட்டது. அதுவும் மாவட்ட ஆட்சியர் விருப்பப்பட்டுச் செய்தார். அதுகூடக் கட்டட வேலை முடிந்தபிறகே கலாமுக்கு தகவல் சொல்லப்பட்டது.

இரண்டு வருடங்களுக்கு ஒருமுறை அல்லது குறைந்தபட்சம் ஒருவருட இடைவெளியில்தான் ராமேஸ்வரச் சுற்றுப்பயணம் மேற்கொள்வார் கலாம்.

முதல்முறையாக அவர் ராமேஸ்வரம் சென்றபோது அதற்கு முன்பு அவர் 25 மாநிலங்களுக்கு சுற்றுபயணம் செய்திருந்தார். கிட்டத்தட்ட ராமேஸ்வரா மக்கள் கலாம் மீதான ஆர்வத்தை விட்டொழித்த நேரத்தில், பதவியேற்ற இரண்டு வருடம் கழித்து ஆற அமர தன் சொந்த ஊருக்கு வந்தார் கலாம்.

கலாமின் பள்ளி வயதில் ராமேஸ்வரத்தின் மக்கள் தொகை இருபதாயிரத்துச் சொச்சம். ஆனால் அது இப்போது அறுபதாயிர மாக உயர்ந்திருந்தது. கலாம் வருகிற நாளன்று அத்தனை பேரும் வீட்டுக்கு வெளியே வந்து கலாமின் ஹெலிகாப்டரை வேடிக்கைப் பார்த்தார்கள். மண்டபம் காம்ப் பகுதியில் கலாமின் ஹெலிகாப்டர் இறங்கியபோது அவருக்காகக் காத்திருந்த ஆயிரக்கணக்கான மக்கள் கரவொலி எழுப்பி கலாமை உற்சாகப்படுத்தினார்கள்.

கலாமின் வீட்டு முகப்பில் 'ஹவுஸ் ஆஃப் கலாம்' என்கிற வாசகம் பொறிக்கப்பட்டிருந்தது. வீட்டு வாசலில் நாற்காலியில் அமர்ந்து தன்னைப் பார்க்க வந்தவர்களிடம் நீண்ட நேரம் பேசினார் கலாம். சுற்றுவட்டாரத்தில் நல்ல மருத்துவமனை இல்லை. அறுவை சிகிச்சை தியேட்டர் வசதியை ராமேஸ்வர அரசு மருத்துவமனைக்கு ஏற்படுத்தித் தாருங்கள் என்று கலாமிடம் கோரிக்கை வைத்தனர். தன் ஊருக்கு இன்னென்ன வசதிகள் வேண்டும் என்று யாரிடமும் கட்டளையிடக்கூடாது என்று கொள்கை வைத்திருந்தார் கலாம். அதனால் என்ன, அரசிடம் கேட்டால்தான் பேச்சு வரும். கொச்சியிலுள்ள மாதா அமிர்தா மருத்துவ அறிவியல் கழகத்திடம் அதற்கான உதவி களைக் கோரினார் கலாம். கூடவே தன் சொந்தப் பணத்தையும் கொடுத்து உதவினார்.

ராமேஸ்வரம் சென்ற தினம் வெள்ளிக்கிழமை என்பதால் பள்ளி வாசலில் தொழுகைக்குச் சென்றார் கலாம். கலாமை முன்வரிசை

யில் நிற்குமாறு அங்கிருந்த பலரும் வேண்டுகோள் விடுத்தனர். ஆனால் இறைவனுக்கு முன் அனைவரும் சமம் என்று நடுவரிசையில் நின்று இறைவனைத் தொழுதார் கலாம்.

அந்தச் சுற்றுப்பயணத்தில் கும்பகோணம் பள்ளி தீ விபத்தில் மரணம் அடைந்த 94 குழந்தைகளின் பெற்றோர்களையும் சந்தித்தார் கலாம். தேனி மாவட்ட ஆட்சியர் ராதா கிருஷ்ணன் கலாம் கூடவே வந்தார். ராதா கிருஷ்ணணின் திறமையையும் பொறுப்பையும் அப்போதுதான் உணர்ந்தார் கலாம். இதன்பிறகு பல இடங்களில் ராதா கிருஷ்ணனின் திறமையை எடுத்துச் சொல்லியிருக்கிறார்.

மாடல் கிராமமாகத் திகழும் கீரப்பாளையத்துக்குச் சென்றார் கலாம். அங்குள்ள 125 வீடுகளும் நகரத்தில் உள்ள வீடுகள்போல அத்தனை சுகாதார வசதிகள் கொண்டு கிராமத்தில் அத்தனை அடிப்படை வசதிகளும் மேற்கொள்ளப்பட்டிருப்பதைக் கண்டு நெகிழ்ந்து போனார் கலாம்.

கலாம் குடியரசுத் தலைவராக இருந்த காலகட்டத்தில் இந்தியாவிலுள்ள அனைத்து மாநிலங்களுக்கும் சுற்றுப்பயணம் மேற்கொண்டுள்ளார். இரு நாள்கள்தான் சுற்றுப்பயணம் இருக்கும். ஆனால் ஒரே நாளில் பத்து பதினைந்து நிகழ்ச்சிகளில் கலந்து கொள்வார். ஒருமுறை இவர் வேகத்துக்கு ஈடுகொடுக்கமுடியாத கேரள கவர்னர் பாதியிலேயே தன் இல்லத்துக்குத் திரும்பிவிட்டார். என்னால் முடியவில்லை. ஒரேநாளில் எத்தனை நிகழ்ச்சிகளில் கலந்துகொள்வது என்று அவர் அலுத்துக்கொண்டார்.

இன்னொரு விஷயத்தையும் கலாம் தன் அதிகாரிகளுக்கு ஒரு கட்டளையாகவே பிறப்பித்தார். 'எந்தச் சந்தர்ப்பத்திலும் தன்னை மேதகு அதாவது ஹிஸ் எக்ஸலன்ஸி என்று குறிப்பிடக் கூடாது, கால் மீ கலாம்' என்று வலியுறுத்தினார். தான் சுற்றுப் பயணம் செல்கிற எல்லா இடங்களிலும் இதை ஒரு வேண்டுகோளாகவே வைத்தார். ஆனால் ஆளுநரையே ஹிஸ் எக்ஸலன்ஸி என்று அழைத்துப் பழக்கப்பட்ட சமூகம். கலாம் பேச்சை அவ்வளவாகக் கேட்கவில்லை என்பதுதான் உண்மை.

பதவியிலிருந்த ஐந்து வருடக் காலத்தில் கலாம் 163 நகரங்களில் சுற்றுப்பயணம் செய்துள்ளார். 7 வெளிநாடு சுற்றுப் பயணம். ஒவ்வொரு மாத இரண்டாவது வாரமும் அவர் சுற்றுப் பயணத்

தில் இருப்பார். பொதுவாக இதுபோன்ற சுற்றுப்பயணங்களில் அவர் வடகிழக்கு மாநிலங்களைத் தவறவிடவே மாட்டார். இதர மாநிலங்கள் போலில்லாமல் வசதி வாய்ப்பில் மிகவும் பின்தங்கிய வடகிழக்கு மாநிலங்கள் மீது எப்போதும் கலாமுக்கு பாசமும் பச்சாதாபமும் உண்டு.

வடகிழக்கு மாநிலங்களான சிக்கிம், அசாம், மேகாலயா, மிசோராம் ஆகிய பகுதிகளுக்கு கலாம் சென்றிருக்கிறார். மக்கள் உறுப்பினர்கள், அரசு அதிகாரிகள் தவிர்த்து ஆயிரக்கணக்கான பள்ளிக் குழந்தைகள், இலக்கியவாதிகள், சிந்தனையாளர்கள் என பலத்தரப்பட்டவர்களைச் சந்தித்திருக்கிறார். ஒவ்வொரு முறையும் வடகிழக்கு மாநில மக்கள் கலாமுக்கு கலாசார ரீதியிலான வரவேற்பை அளித்துள்ளனர். நாட்டார் இசை, நாட்டியங்கள் கொண்ட நிகழ்ச்சிகளில் கலாம் கலந்து கொண்டுள்ளார்.

எப்போது கிராமங்களுக்கு சென்றாலும் ஜாதி, மதம், இனம் வேறுபாடு பார்க்காமல் அருகில் சென்று பேசுவார் கலாம். மத்திய அரசின் பல்வேறு திட்டங்களைப் பார்வையிடச் செல்லும்போது பல அடித்தட்டு மக்களிடம் நீண்ட நேரம் தனியாகப் பேசியிருக்கிறார். கிராம மக்களுக்கு எப்போதும் கலாம் சொல்லும் அறிவுரை இதுதான் -

'காசை வீணாக்காதீர்கள். குடிக்கு அடிமையாகி வாழ்க்கையைத் தொலைத்து விடாதீர்கள். பெண்களுக்கு எல்லாவிதமான சுதந்தரத்தையும் கொடுங்கள்.'

கலாம் காலடி படாத ஒரே மாநிலம் லட்சத்தீவு. அதுவும் அங்கு கலாம் செல்வதாக இருந்த தேதியில் சோவென மழை. இந்தியா விலுள்ள எல்லா மாநிலங்களுக்கும் சென்று வந்தபிறகுதான் வெளிநாட்டுச் சுற்றுப்பயணம் என்றிருந்தார். கிட்டத்தட்ட அதைச் சாதிக்கும் நிலையிலும் இருந்தார். 22 மாநிலங்களுக்கு சுற்றுப்பயணம் சென்றபிறகுதான் ஒருவழியாக முதல் வெளி நாட்டுப் பயணமாக அரபு நாடுகளுக்கு சென்றார். அதுவும் பதவி ஏற்று ஒன்றரை வருடம் கழித்து.

ஒருமுறை திருப்பதியில் உள்ள கல்லூரியில் நடக்கும் கூட்டம் ஒன்றுக்குச் சென்றார் கலாம். அப்போது தனது பாதுகாப்பு அதிகாரியிடம், 'ஒரு கார் போதும். சைரன் எதுவும் பயன்படுத்த

வேண்டும். திருப்பதி போன்ற தெய்வீகப் பகுதியை அது தொந்தரவு செய்வதாக இருக்கும்' என்று கட்டளையிட்டார். திருப்பதி சென்ற அவர் மறக்காமல் வெங்கடாசலபதியை தரிசித்து விட்டுத்தான் வந்தார்.

•

ஜனாதிபதியான பின்பு தன் அண்ணன் மரக்காயரை தன்னுடன் தங்கிக்கொள்ள அழைத்தார் கலாம். ஆனால் தன்னால் தென்னை மரங்களையும் முருங்கை மரங்களையும் விட்டு வரமுடியாது என்று சொல்லி மறுத்துவிட்டார் மரக்காயர். கலாம் ஜனாதிபதி யாவதற்கு முன் அவருடன் நேரிடையாகத் தொலைபேசியில் பேச முடிந்த குடும்பத்தினரால் பிறகு மூன்று பேருக்குப் பதில் சொல்லியபிறகே கலாமுடன் பேசமுடிந்தது. இதனால் அவரைத் தொந்தரவு செய்வதைத் தவிர்த்தனர். இரவு பத்து மணிக்கு மேலாக கலாமே வீட்டுக்கு போன் செய்து அனைவரிடமும் பேசுவார். எப்போதும் இரவு வேளைகளில்தான் கலாம் தன் சொந்தங்களுடனும் நண்பர்களுடனும் பேசுவார். பகலில் சொந்தக் காரியங்களை வைத்துக்கொள்ள மாட்டார்.

ஒருமுறை கலாம் குடும்பத்தினர் மொத்தமாக டெல்லியில் வந்து இறங்கினர். 8 நாள்கள் தங்கி ஊரைச் சுற்றிப் பார்ப்பதாக அவர்கள் திட்டமிட்டிருந்தனர். அவர்கள் டெல்லியில் கால் வைத்த நொடி முதலே கலாம் பரபரப்பில் இருந்தார். ஏதேனும் ஓர் இடத்தில் சறுக்கினாலும் கூட அது பூதாகரமாக்கப்படுமே என்று தன் அதிகாரிகளிடம் சொல்லி வைத்தார்.

அவர்கள் அலுவலக வேலையாக டெல்லி வரவில்லை. சொந்த விஷயமாகத்தான் வந்துள்ளார்கள். எக்காரணம் கொண்டும் அவர்களுக்கு அரசின் உதவி கிடைத்துவிடக்கூடாது. குறிப்பாக அவர்கள் அரசு வாகனங்களைப் பயன்படுத்தவே கூடாது. அவர்கள் என்னைப் பார்க்க வரும்போது அதன் மொத்தச் செலவும் என்னுடையதுதான். யாரும் எதற்காகவும் வளைந்து கொடுக்கவேண்டாம்.

அதிகாரிகள் எத்தனை முறைதான் ஆச்சரியப்படுவார்கள். கலாமுக்கு என்று தனி விருப்பமே இல்லையா! இந்தப் பதவியில் அமர்ந்துகொண்டு எத்தனை சுகங்களை அனுபவிக்கலாம். எத்தனைமுறை விதிமுறைகளை மீறினாலும் யார் கேட்பார்கள்!

தனது குடும்பத்தினரின் டெல்லி சுற்றுப்பயணத்துக்கான முழுச் செலவையும் கலாமே ஏற்றுக்கொண்டார். அவர்கள் குடியரசு மாளிகையில் தங்க வைக்கப்பட்டனர். அவர்கள் அனுபவித்த ஒவ்வொன்றுக்கும் கலாம் பணத்தைத் தந்துவிட்டார். அவர் களுடைய 8 நாள் செலவு மூன்றரை லட்சத்துக்கு வந்தது. மறு பேச்சில்லாமல் அதற்கு செக் எழுதித் தந்தார் கலாம்.

கலாமின் கை எத்தனை சுத்தமானது என்பதை நாயர் தன் நூலில் ஒரு சம்பவத்தின் அடிப்படையில் சொல்கிறார்.

கலாம் குடியரசுத் தலைவர் ஆன சில மாதங்களில் மாளிகையில் இஃப்தார் விருந்துக்கு ஏற்பாடு ஆகியிருந்தது. இது கலாமை யோசிக்க வைத்தது. எப்படியும் விருந்துக்கு வசதி படைத்த வர்கள்தான் வருவார்கள். இந்த விருந்துக்கான செலவு எப்படி யும் இரண்டரை லட்சம் ஆகிவிடும். அதை ஏன் கருணை இல்லங் களுக்குக் கொடுக்கக்கூடாது?

நாயரை அழைத்தார். விவரம் சொன்னார். முக்கியமான தொண்டு நிறுவனங்களுக்கு குடியரசுத் தலைவர் மாளிகையில் இருந்து அரிசி, பருப்பு, கம்பளிகள் உள்பட அடிப்படைத் தேவைக்கான பொருள்கள் அனுப்பப்பட்டன.

'அரசின் பணம் வீணடிக்கப்படவில்லை. அனைத்தும் இல்லாத வர்களுக்குப் போய்ச் சேர்ந்துவிட்டது' என்றார் நாயர்.

'நல்லது. இதோ பெற்றுக்கொள்ளுங்கள் ஒரு லட்சத்தை. இது என் சொந்தப் பணம். இதைக் கொண்டு இஃப்தார் விருந்து ஏற்பாடு செய்யுங்கள்.'

குடியரசுத் தலைவராகப் பல நாடுகள் சென்றபோதும் தன் பணிக்காலத்தில் கலாம் அமெரிக்காவில் மட்டும் கால் பதிக்கவே யில்லை. 1963ல் பயிற்சிக்காக அவர் நாஸா சென்றார். 2001ல் ஒருமுறை சென்றார். பிறகு அமெரிக்காப் பக்கம் திரும்பிப் பார்த்ததுகூடக் கிடையாது.

போக்ரன் நிகழ்வுக்குப் பிறகு அமெரிக்காவுக்கு எதிரான கருத்துக்களைக் கலாம் வெளியிட்டார். மேலும் ஆர். சிதம்பரத் துக்கு அமெரிக்கா விசா மறுத்ததும் கலாமை மிகவும் பாதித்து விட்டது. போக்ரனில் அவரும் ஓர் அங்கம் என்பதால் குடியரசுத் தலைவர் பதவியை விட்டு இறங்கிய பிறகே அமெரிக்காவுக்கு விஜயம் செய்தார்.

2006ல் ஜார்ஜ் புஷ் இந்தியா வந்தபோது குடியரசுத் தலைவர் மாளிகையில் பரபரப்பு ஏற்பட்டது. புஷ்ஷின் அதிகாரிகள் ராஷ்டிரபதி பவனுக்கு முக்கியமான இரண்டு கட்டளைகளைப் பிறப்பித்தார்கள்.

- மாளிகையின் வரவேற்பு வராந்தாவின் தரைக் கம்பளம் மாற்றப்படவேண்டும்.
- மாளிகையின் பாதுகாப்பு நடவடிக்கைகள் புஷ்ஷின் பாதுகாப்புத் துறை வசம் மாற்றப்படும். மாளிகையின் அதிகாரிகளும் சோதனைக்கு உட்படுவார்கள்.

கலாம் இதை ஏற்கவில்லை. ஏதோ புஷ்ஷுக்காகத் தரைக் கம்பளத்தை மாற்றினால் பிறகு இதுவரை அதன்மேல் நடந்தவர் கள் ஏதோ கீழானவர்கள் என்கிற எண்ணத்தை இது தோற்று விக்கிறது. இதே தரைக்கம்பளத்தில்தான் இதர நாட்டுத் தலைவர்கள் தங்கள் பாதங்களைப் பதித்திருக்கிறார்கள். அவர் களுக்கு இல்லாத தனி முக்கியத்துவம் புஷ்ஷுக்கு மட்டும் என்ன! வேண்டாம். இந்த ஏற்பாட்டுக்கு மறுப்புச் சொல்ல வேண்டும்.

பாதுகாப்பைப் பொறுத்தவரை இதற்குமுன் அமெரிக்கப் பாது காப்புப் படை வசம் ராஷ்டிரபதி பவன் கட்டுப்பட்டிருக்கலாம். ஆனால் இனிமேல் இதற்கெல்லாம் சம்மதிக்கமுடியாது. இந்திய காவல்துறைதான் அனைத்துப் பாதுகாப்பு ஏற்பாடுகளையும் கவனித்துக்கொள்ளும். அமெரிக்க காவல்துறையிலிருந்து ஒரேயொருவர் மட்டும் யார் கண்ணிலும் படாமல் மேல் மாடியில் நின்றுகொண்டு புஷ்ஷுக்குப் பாதுகாப்பு வழங்கலாம்.

புஷ் திரும்பிச் செல்லும்வரை அவருக்கு எந்தவிதச் சிரமமும் ஏற்படவில்லை.

•

கலாமின் பேச்சில் எப்போதும் சில சொற்றொடர்கள் அடிக்கடி வந்து விழும். கலாமின் டிரேட்மார்க் என்று மாளிகையில் பேசிக்கொள்வார்கள். அழகான ஐடியாவா, 'ஃபெண்டாஸ்டிக்' என்று பாராட்டு வந்து விழும். 'Funny guys, why did they do that?' என்பார் சிலசமயம். 'What's happening?' இது அடிக்கடி. எல்லா அதிகாரிகளின் குடும்ப விவரங்களையும் தெரிந்து

வைத்துக்கொள்வார். சார், என் குடும்ப உறுப்பினர்கள் உங்களைச் சந்திக்க ஆசைப்படுகிறார்கள் என்றால் உடனே தேதி கொடுப்பார். தன் பாதுகாவலர்களின் பெயர்களையும் கலாம் தெரிந்து வைத்திருந்தார். அவர்கள் அருகில் சென்று பேசுவார். நலம் விசாரிப்பார். ஜோக் அடிப்பார். ஒரு குடியரசுத் தலைவர் இதெல்லாம் செய்யலாமா என்றெல்லாம் கலாமுக்கு தெரியாது. ஆனால் கலாம் என்கிற மனிதன் அடிப்படையில் இப்படித்தான் நடந்துகொள்ளவேண்டும் என்று அவர் ஒரு நெறிமுறை வைத்திருக்கிறார்.

அவர் குடியரசுத் தலைவர் பதவியிலிருந்து இறங்கியபோது அமெரிக்க சென்றார். அப்போது டெல்லி விமானத்தில் காண்டி னெண்டல் விமானப் பாதுகாவலர்கள் அவரை முழுவதுமாகச் சோதித்தார்கள். இந்திய அரசு விதிமுறைப்படி முன்னாள் குடியரசுத் தலைவருக்கு விமான நிலையங்களில் பாதுகாப்புப் பரிசோதனை கிடையாது. ஆனால் அப்படியொரு சோதனை நடத்தப்பட்டபோது கலாம் அமைதியாகவே இருந்தார். தனக்கு இழுக்கு ஏற்பட்டதாக அவர் எண்ணவேயில்லை. தாம் தூம் என்று குதிக்கவும் இல்லை. இதுதான் கலாமின் குணம்.

கலாமுக்கு உள்ள பின்புலத்துக்கு ஏற்றவாறும் அவர் சில சந்தர்ப்பங்களில் நடந்துகொண்டார். அதில் ஒன்றுதான், சுகாய் விமானத்தை ஓட்டியது.

ரஷ்யாவிலிருந்து அதிநவீன சுகாய் 30 மற்றும் எம்.கே-1ரக விமானங்களை இந்திய ராணுவம் வாங்கியது. விமானத்தில் இருந்து விமானத்தைத் தாக்குவது, விமானத்திலிருந்து தரையைத் தாக்குவது போன்ற போர்க்காலச் செயல்களுக்கு இந்த விமானம் பயன்படும். மணிக்கு 1500 கிலோ மீட்டர் வேகத்தில் பறக்கும் இந்தப் போர் விமானத்தை ஓட்டி அனைவரையும் வியப்பில் ஆழ்த்தினார் கலாம்.

முப்படைகளின் தளபதி என்கிற பொறுப்பு குடியரசுத் தலைவருக்கு உண்டு. ஆனால் இதுவரை எந்தக் குடியரசுத் தலைவரும் போர் விமானங்களில் பயணித்ததுகூடக் கிடையாது. அவசரக் காலங்களில்கூட அவர்களுக்கென்று பிரத்யேகமாக உள்ள சிறப்பு விமானங்களில்தான் செல்வார்கள்.

பூனாவிலுள்ள லோஹியன் விமானத்தளத்திலிருந்து சுகாய் 30 விமானத்தை ஓட்டினார் கலாம். விமானத்தை அவர் இயக்கு

வதற்கு முன்பு சுகாயின் குணநலன்கள் பற்றி அவரிடம் எடுத்துச் சொல்லப்பட்டது. 25 ஆயிரம் அடி உயரத்தில் 45 நிமிடங்கள் பறந்த கலாமின் பாதுகாப்புக்காக அவருக்குப் பின்னால் இரண்டு சுகாய் விமானங்களும் கூடவே பறந்தன.

கலாமின் ஆரம்பக் கனவுகளில் ஒன்று, போர் விமானியாவது. எனக்கு இப்போது பரமதிருப்தியாக இருக்கிறது என்று சுகாய் பயணத்தை முடித்துவிட்டுச் சொன்னார் கலாம்.

2004ல் சியாச்சின் சென்றார். உலகின் மிக உயரமான போர்க்களம் அது. மைனஸ் டிகிரியில் குளிர் எடுக்கும். 18,000 அடி உயரத்தில் இருந்த மலையடிவாரத்துக்குச் சென்று ராணுவ வீரர்களைச் சந்தித்தார் கலாம். ஜம்மு காஷ்மீர் சுற்றுப்பயணத்தினிடையே கார்கிலுக்கும் சென்று ராணுவ வீரர்களுக்கு மத்தியில் வீர உரை நிகழ்த்தினார். நீங்கள் நாட்டைப் பத்திரமாகக் காப்பாற்றுவதன் மூலமாகத்தான் நாட்டின் வளர்ச்சித் திட்டங்களுக்கு எந்த இடையூறும் ஏற்படுவதில்லை என்று பேசி கார்கில் வெற்றிக்கு வீரர்களுக்கு வாழ்த்துத் தெரிவித்தார். இப்படியெல்லாம் வேறு எந்த குடியரசுத் தலைவரும் செய்தது கிடையாது.

இந்திய பத்திரிகைகள்மீது கலாமுக்கு நீண்ட நாள் வருத்தம் உண்டு.

'கோதுமை உற்பத்தியிலும் அரிசி உற்பத்தியிலும் நாம் உலகளவில் இரண்டாவது இடம் பிடித்துள்ளோம். இதுபோலப் பல துறைகளில் நாம் தன்னிறைவு அடைந்துள்ளோம். ஆனால் நாம் அதைப் பற்றி ஒருபோதும் பெருமைப் பட்டுக்கொள்வதில்லை. மீடியா இந்தியாவின் பெருமைகளைப் பட்டியலிடாமல் குறைகளை மட்டுமே சுட்டிக் காட்டுகிறது.

ஒருமுறை இஸ்ரேலில் நிறைய குண்டுவெடிப்புகள் நடந்து ஏராளமான பேர் இறந்து போயிருந்தார்கள். ஆனால் அடுத்த நாள் இஸ்ரேல் செய்தித்தாள்களில் அதுபற்றிய செய்திகள் எல்லாம் ஒரு மூலையில்தான் இருந்தன. அதற்குப் பதிலாக ஒரு பாலைவனத்தைச் சோலைவனமாக மாற்றிய நபரைப் பற்றிய செய்திதான் முதல் பக்கத்தில் இடம் பிடித்திருந்தது.'

•

2004, டிசம்பர் 24. யாருமே அப்படியொரு சம்பவம் நடக்கும் என்று கனவிலும் நினைக்கவில்லை. சென்னை மெரினாவில்

பேரலைகள் சீறிப்பாய்ந்து மைலாப்பூர் தெருவரை வந்தது அன்றுதான். தமிழகக் கடற்கரைப்பகுதி முழுக்க சுனாமி பேரலையால் கடுமையாகப் பாதிக்கப்பட்ட தினம்தான் அது.

இந்தோனேசியாவின் கடல் அடியில் ஏற்பட்ட பூகம்பத்தில் உண்டான ராட்சஸ அலைகள் மணிக்கு 500 கிலோ மீட்டர் வேகத்தில் கடற்கரையோரம் 2500 கி.மீவரை பயணித்தது. அந்தமான் தீவுகள், தமிழக, கேரளக் கடற்கரையோரங்கள் பலத்த சேதத்துக்கு ஆளாகின. கடற்கரை கிராமங்களை அலைகள் ஒரே நொடியில் அழித்தன. கடற்கரை சாலைவரை அலை வந்து சென்றது. பல தீவுகளைக் கடல் காவு வாங்கியது. அத்தனை கடற்கரை நகரங்கள், கிராமங்களும் சர்வ நாசமாகின.

வழக்கம்போல கலாம் மொஹல் பூங்காவில் வாக்கிங் சென்று கொண்டிருந்தார். கலாமின் உதவியாளர் ஓடிவந்து தகவல் சொல்கிறார். 'ஐயா, தமிழ்நாட்டில் கடல் பொங்கி ஊருக்குள் புகுந்து பல உயிர்களைக் கொன்றுவிட்டது. பலத்த சேதாரத்துக்கு ஆளாகியிருக்கிறது தமிழகம்.'

நடுங்கிப்போனார் கலாம். எதற்கும் அவ்வளவு சீக்கிரம் உணர்ச்சிவசப்படமாட்டார். பட்டாலும் வெளியே காண்பிக்க மாட்டார். அன்று தகவல் கேட்டுத் தன் அறைக்குக் கிட்டத்தட்ட ஓடினார் என்றே சொல்லலாம். வாழ்க்கை முழுக்கக் கடற்கரை அருகே வாழ்ந்தவர். கடலாக அடங்கினால் ஒழியக் கடல் சீற்றத்தை எந்தத் தொழில்நுட்பத்தாலும் தடுக்கமுடியாது என்கிற கடலின் தன்மை பற்றி அவருக்கு நன்றாகத் தெரியும்.

ராமேஸ்வரத்துக்குக் கூப்பிடு தூரத்தில் இருந்த தனுஷ்கோடி அழிந்தது இப்படியொரு ஆழிப் பேரலையில்தான். அப்போதெல்லாம் சுனாமி என்கிற பெயர் புழக்கத்தில் கிடையாது. 1964ல் மன்னார் வளைகுடாவில் ஏற்பட்ட புயலால் உண்டான ராட்சத அலைகள் தனுஷ்கோடிக்குள் புகுந்து ஊரையே துவம்சம் செய்தன. 500 வீடுகள் கொண்ட மீனவநகராம் சில நிமிடங்களில் காணாமல் போனது. இன்னொரு தனுஷ்கோடி எதையும் அழித்துவிடாதே என்று இறைவனை அந்த நொடி வேண்டிக் கொண்டார்.

பிரதமர் அலுவலகத்துக்கு உடனே போன் அடித்தார். சுனாமி தகவல் கேட்டு அங்கேயும் பரபரப்பில் இருந்தார்கள். தமிழ் நாட்டுக்கு வேண்டிய அத்தனை உதவிகளையும் யோசிக்காமல்

செய்துகொடுங்கள். எந்தத் தகவல் வந்தாலும் உடனே எனக்கு அப்டேட் செய்யுங்கள். நிவாரணப் பணிகளை இந்த நொடியே தொடங்கச் சொல்லுங்கள்.

ஜெயலலிதாவுக்கு அடுத்த போன். என்ன ஆச்சு? எல்லோரும் நலமா? உயிர்சேதம் அதிகம் இல்லையே? என்ன உதவி வேண்டு மானாலும் என்னைத் தொடர்பு கொள்ளுங்கள். டெல்லி யிலிருந்து நீங்கள் கேட்கும் அத்தனை உதவியும் உங்களுக்கு உடனே உடனே கிடைக்கும்.

அடுத்த நிமிடங்களில் இழப்புச் செய்திகள் ஒவ்வொன்றாகத் தெரியவந்தன.

'சுனாமி தமிழக மற்றும் புதுச்சேரிக் கடற்கரை நகரங்களையே புரட்டிப் போட்டது. தமிழகம், புதுவை மட்டுமில்லாமல் ஆந்திரா, கேரளா, அந்தமான் - நிக்கொபார் என இந்தியா முழுக்க அதன் பாதிப்பு உக்கிரமாகவே இருந்தது. சுனாமியின் பிரளயத்தால் 15,000 அப்பாவி மக்கள் பலியானார்கள். தமிழக மீனவ நகரங்களில் உள்ள 6,000 மக்கள் சுனாமியினால் உயிரை நீத்தார்கள்.

அன்று கலாம் சாப்பிடவேயில்லை. மிகுந்த பதட்டத்துடன் இருந்தார். தனக்குத் தெரிந்த அத்தனை தொண்டு நிறுவனங் களுக்கும் பேசினார். உடனே தமிழகம் விரைந்து செல்லும்படி அவர்களை முடுக்கிவிட்டார். கலாம் முன்னால் நிற்கவே அதிகாரிகள் பயந்தனர். மிகவும் உணர்ச்சிவசப்பட்ட நிலையில் அடிக்கடி சென்னைக்கு போன் போட்டுப் பேசிக்கொண்டே இருந்தார்.

நான் உடனே சென்னை செல்லவேண்டும் என்று கிளம்பினார் கலாம். அதிகாரிகள் பதறினார்கள். இது நிவாரணப் பணிக்கான நேரம். வீடிழந்த, உற்றார் உறவினரை இழந்தவர்களுக்கு அபயம் கொடுத்தாகவேண்டும். சேதாரமான இடங்களைத் துப்புரப்படுத்தவேண்டும். அடுத்த சுனாமி வந்தால் அதற்கேற்ற வாறு பாதுகாப்புப் பணிகளைப் பலப்படுத்தவேண்டும். இப்படி ஆயிரம் வேலைகள் உள்ளன. அந்த இடத்துக்கு நீங்கள் போய் நின்றால் ஒரு காரியமும் நடக்காது. உங்களைப் பாதுகாப்பதில் கவனம் சிதறிவிடும்.

அதிகாரிகள் மெதுவாக எடுத்துச் சொன்னார்கள். கலாமால் தாளமுடியவில்லை. அதிகாரிகள் சொல்வதில் உள்ள யதார்த்

தத்தைப் புரிந்துகொண்டார். அடுத்த நிமிடமே தஞ்சாவூர் ஆட்சியர் ராதாகிருஷ்ணன், கடலூர் ஆட்சியர் சுகன் தீப் சிங் பேடி இருவரிடமும் பேசினார்.

மன்னார் வளைகுடாவில் அமைந்துள்ள இருபதுக்கும் மேற் பட்ட குட்டிக் குட்டித் தீவுகளும், தனுஷ்கோடி முதல் இலங்கை யின் தலைமன்னார் வரையிலான கடல் பகுதியில் அமைந் திருக்கும் ராமர் பாலம் எனப்படும் ஆதம் பாலம் பகுதி மணல் திட்டுகளும் ராமேஸ்வரம் தீவுக்கு இயற்கை அரண்களாக அமைந்துள்ளன. இதனால் சுனாமி அலைகள், ராமேஸ்வரம் மற்றும் ராமநாதபுரம் பகுதியைப் பாதிக்கவில்லை.

நாட்டின் எல்லா வி.ஐ.பிகளும் சுனாமி பாதிக்கப்பட்ட இடங் களை நேரில் வந்து பார்த்தார்கள். ஆனால் குடியரசு மாளிகையை விட்டு கலாம் நகரவில்லை. இது கலாம் மீது அதிக விமரிசனங் களை வைத்தது. ஒரு கடிதத்துக்கே பதைபதைக்கும் கலாம் எப்படி இந்தப் பெருந்துயரில் தன்னை ஈடுபடுத்திக்கொள்ளா மல் இருப்பார்? கலாம் எந்த இடத்திலும் தன்னை நியாயப் படுத்திக்கொள்ளவில்லை. கலாமை இன்னொரு சராசரி அரசியல்வாதியாக எண்ணுபவர்களுக்கு என்ன பதில் சொல்ல முடியும்?

வழக்கமாகக் குடியரசு மாளிகையில் நடக்கும் புத்தாண்டு கொண் டாட்டங்களுக்கு அந்த ஆண்டு தடை விதித்தார் கலாம். சுனாமி நிகழ்ந்த ஆறாவது நாளில் எவ்வித கொண்டாட்டமும் அவசிய மில்லை என்று அறிவித்தார்.

சுனாமி பாதித்த பகுதிகளை 2005 பிப்ரவரி மாதம் பார்வையிட முடிவு செய்திருந்தார் கலாம். முதல் பயணமாக அந்தமானுக்குச் செல்வதாகத் திட்டமிடப்பட்டது. வழக்கமாகக் குடியரசுத் தலைவர் மாளிகையில் உள்ள மொஹல் பூங்கா வருடாவருடம் பிப்ரவரி 11ம் தேதி முதல் ஒருவாரம் பொதுமக்களின் பார்வைக்காகத் திறந்து விடப்பட்டும். அதற்காகப் பூங்காவை மேற்பார்வையிட க் கலாம் சென்றபோது தடுக்கி கீழே விழுந்தார் கலாம். தோள்பட்டையில் பலமாக அடிபட்டது. உடனடியாக Armed Forces' Research and Referral மருத்துவமனையில் அனுமதிக்கப்பட்டார் கலாம். அங்கு மூன்று நாள்கள் சிகிச்சை எடுத்துக்கொண்ட கலாமுக்கு பிசியோதெரபி சிகிச்சை

தொடர்ந்து சில வாரங்கள் அளிக்க முடிவு செய்யப்பட்டது. இதனால் கலாமால் சுனாமி பாதிக்கப்பட்ட பகுதிகளுக்கு உடனடியாகச் செல்ல முடியாமல் போனது.

பாதிப்பு நடந்த அடுத்த ஐந்தாவது மாதத்தில் கலாம் உறுதியாக இருந்தார். இனிமேலும் தாமதிப்பதில்லை. 2005 மே மாதம் அந்தமான் நிக்கோபார் தீவுகளுக்கு சென்றார். ஜூலை மாதத்தில் நாகப்பட்டினம் சென்ற அவர் சம்பவ இடங்களை நேரில் சென்று பார்வையிட்டார். பாதிப்புக்குள்ளான மக்களிடம் நீண்ட நேரம் பேசினார்.

'நீங்கள் கடலை எவ்வளவு தூரம் நேசிக்கிறீர்கள் என்பதை நானறிவேன். நான் தும்பாவில் விஞ்ஞானியாகப் பணிபுரிந்த போது என்னிடம் வந்துவிடுமாறு என் பெற்றோரை அழைத் தேன். அவர்கள் என்ன சொன்னார்கள் தெரியுமா? கடற்கரை யோரம் பிறந்து வாழ்ந்த நாங்கள் அங்குதான் இறுதி மூச்சை நிறுத்த விரும்புகிறோம் என்றார்கள். இங்கே வீடு, உறவினர் களை இழந்த மக்களைக் காணப்போகிறேன் என்று எண்ணித் தான் வந்தேன். ஆனால் நீங்கள் எல்லோரும் சீரமைப்புப் பணியில் உத்வேகத்துடன் செயல்படுகிறீர்கள். இந்த மனநிலை எனக்கு மகிழ்ச்சி அளிக்கிறது.'

11. சோனியா – கலாம், என்ன நடந்தது?

1999-ம் ஆண்டு. மும்பை காங்கிரஸ்காரரான முரளி தியோரா தன் கட்சிக்காரர்களுக்கு ஓர் விருந்து ஏற்பாடு செய்திருந்தார். சோனியா காந்தி, மன்மோகன் சிங் உள்பட காங்கிரஸின் பெரிய தலைகள், பத்திரிகையாளர்கள் அனைவரும் கலந்துகொண்டனர். ஒரு பத்திரிகையாளர் சோனியாவிடம் இப்படிக் கேட்டார்.

'மேடம், இது உண்மையா! காங்கிரஸ் அடுத்தமுறை ஆட்சிக்கு வந்தால் மன்மோகன் சிங்கைப் பிரதமர் பதவியில் அமரவைத்து நீங்கள் காங்கிரஸ் தலைவராக இருக்கப்போவதாகப் பேசிக்கொள்கிறார்களே?'

சோனியாவின் முகம் மாறியது. சட்டென்று பதில் வரவில்லை. அருகில் இருந்த மன்மோகன் சிங்தான் பதில் கூறினார்.

'இப்பவே எதுக்கு இந்தக் கேள்வி. அதுக்கான வேளை வரும்போது பார்த்துக்கலாம்.'

•

2004 மக்களவை தேர்தலின்போது நாட்டு மக்களுக்கு வாக்குரிமையின் அவசியம் பற்றி உரையாற்றினார்

கலாம். இந்தியா சுதந்தரம் பெற்ற இத்தனை ஆண்டுகளில் எந்தவொரு ஜனாதிபதியும் தேர்தலுக்கு முந்தைய தினம் உரையாற்றியதில்லை.

'நண்பர்களே, இந்தியா மிகப்பெரிய ஜனநாயக நாடு. ஓட்டுரிமை உள்ளவர்கள் கட்டாயம் வாக்களிக்க வேண்டும். பாதுகாப்பான முறையில் வாக்களிக்க எல்லா பாதுகாப்புகளையும் தேர்தல் ஆணையம் செய்துள்ளது. வாக்களிப்பது உங்கள் உரிமை. அதுவே உங்கள் தாய்மண்ணுக்கு நீங்கள் செய்யும் கௌரவம்.'

ஏப்ரலில் நடந்த மக்களவைத் தேர்தலில் ஆளுங்கட்சியான பாரதிய ஜனதா தோல்வி அடைந்தது. தனது கூட்டணியின் பலத்தோடு காங்கிரஸ் 335 சீட்டுகள் பெற்றுப் பெரும்பான்மை அடைந்தது. வெளியிலிருந்து சமாஜ்வாடி, சமாஜ் கட்சிகளும் இடதுசாரிகளும் ஆதரவு தெரிவிப்பதாக அறிவித்தன.

மே 13 அன்று தேர்தல் முடிவுகள் வெளியிடப்பட்டன. மே 16ம் தேதி 15 கூட்டணிக் கட்சிகளை வழிநடத்தும் பொறுப்பு சோனியா காந்தி வசம் ஒப்படைக்கப்பட்டது. அதுவரை சோனியாதான் அடுத்த இந்தியப் பிரதமர் என்பதில் யாருக்கும் எந்தச் சந்தேகமும் எழவில்லை.

ஆனால் தேர்தல் தோல்வியால் பலமாகச் சூடுபட்ட பிஜேபி சோனியாவைத் தாக்க ஆரம்பித்தது. பாரதிய ஜனதாவைச் சேர்ந்த சுஷ்மா ஸ்வராஜ், வெளிநாட்டுக்காரியான சோனியா மட்டும் இந்தியாவின் பிரதமர் ஆகிவிட்டால் தான் மொட்டை அடித்துக்கொள்வதாக சூளுரைத்தார். நிமிஷத்துக்கு நிமிஷம் யாரோ ஒரு பிஜேபிக்காரர் சோனியாவுக்கு எதிராகப் பேசுவது அதிகரித்துக்கொண்டே போனது.

காங்கிரஸிடமிருந்து எந்தச் சலசலப்பும் எழவில்லை. நீங்கள் என்ன வேண்டுமானாலும் ஊளையிடுங்கள். நாங்கள் காதைப் பொத்திக்கொள்கிறோம் என்பதுபோல நடந்துகொண்டது காங்கிரஸ். இதைத் தொடர்ந்து நாடு முழுக்க விவாதம் நடந்தது. இத்தாலிக்காரரான சோனியா எப்படி இந்தியப் பிரதமர் ஆகமுடியும் என்றனர் ஒருசாரார். மறுபக்கமோ, ஏன் ஆக முடியாது. இந்தப் பிரச்னைக்கு உச்ச நீதிமன்றம் தீர்ப்பு எழுதி எல்லோர் வாயையும் அடைத்துவிட்டது அல்லவா. மறுபடியும் ஏன் இப்பிரச்னையைக் கிளப்புகிறீர்கள்? என்றது.

நிலைமையைத் தொடர்ந்து கவனித்துக்கொண்டிருந்தார் கலாம். காங்கிரஸ் தனிப்பெரும்பான்மை அடையாமல் கூட்டணிக் கட்சிகளின் பலத்தில் ஆட்சி அமைப்பது பற்றிய செய்திகள் வந்தவுடன் ஒரு சவாலுக்குத் தன்னைத் தயார்படுத்திக் கொண் டார். கூட்டணி ஆட்சியின்போது குடியரசுத் தலைவரின் முடிவுதான் மிகமுக்கியமானது.

சோனியா ஆட்சி அமைக்கப் போதிய ஆதரவு இருந்தது. சோனியாவைக் காங்கிரஸ் கூட்டணிக் கட்சிகள் தலைவராகத் தேர்ந்தெடுத்தவுடன் உடனே சோனியாவுக்குக் கடிதம் எழுதி னார் கலாம். 'என்னை வந்து சந்திக்கவும்.'

'எப்படியும் சோனியா பிரதமர் ஆவது உறுதி. சோனியா கூட்டணிக் கட்சிகளின் ஆதரவுக் கடிதத்துடன் உங்களை வந்து சந்திப்பார். நீங்களும் இதற்குத் தயாராக இருக்கவேண்டும். சோனியா காந்தியை இந்தியாவின் பிரதமராக நியமிக்கும் கடிதத்தோடு நாம் தயாராகக் காத்திருப்போம்.' என்றார் நாயர். கலாம் இதற்கு உடன்பட்டார்.

மே 18ம் தேதி கலாமை சந்திக்கச் சென்றார் சோனியா. கூடவே மன்மோகன் சிங்கையும் அழைத்துக்கொண்டார்.

சோனியாவிடம் கூட்டணிக் கட்சிகளின் ஆதரவு பற்றிக் கேட்டு அறிந்தார் கலாம். சோனியா எந்தவித ஆதரவுக் கடிதத்தையும் கொண்டு செல்லவில்லை. சமாஜ்வாடி கட்சியிடமிருந்தும் ராஷ்டிரிய லோக் தல்லிடமிருந்தும் காங்கிரஸுக்கு ஆதரவு தருவதற்கான கடிதம் வந்துள்ளதாகக் கலாம், சோனியாவிடம் தெரிவித்தார். அறைக்கு வெளியே நாயர் தயாராக இருந்தார். அவர் கையில் சோனியாவைப் பிரதமர் பதவியில் அமர்த்தும் கடிதம் தயாராக இருந்தது. இந்தக் கையில் சோனியா ஆதரவுக் கடிதம் கொடுத்தால் அந்தக் கையில் கலாம் கையெழுத்திட்ட கடிதத்தைப் பெற்றுக்கொள்ளலாம்.

சோனியா வெறுங்கையை வீசிக்கொண்டு வந்ததால் மீண்டும் சந்திப்போம் என்று கூறி சோனியாவையும் மன்மோகன் சிங்கை யும் வழியனுப்பி வைத்தார் கலாம். நாயரிடம் சென்று இதுபற்றி விவாதித்தார்.

அடுத்தநாள் மே19. சோனியாவின் வருகைக்கு முன்பு கலாமை சந்தித்தார் உமா பாரதி. சோனியாவின் இந்திய குடியுரிமை பற்றி

கலாமிடம் பேசினார். விவாதித்தார். எக்காரணம் கொண்டும் நீங்கள் சோனியாவை ஆட்சியமைக்க அழைக்கக்கூடாது என்று வேண்டுகோள் விடுத்தார். இதே பிரச்னை குறித்து சுப்ரமணிய சுவாமி கலாமுக்கு ஒரு கடிதம் எழுதி அதை அனைத்துப் பத்திரிகைகளுக்கும் தெரிவித்தார். சுஷ்மா ஸ்வராஜும் கலாமை சந்தித்தார். கலாம் இதை நெருக்கடியாக உணரவில்லை. சட்டம் சோனியாவுக்குச் சாதகமாக இருக்கிறது. நான் ஏன் குழம்ப வேண்டும்?

சோனியா பற்றிய சர்ச்சையால், ஸ்திரத்தன்மை இழந்த அரசியல் நிலவரத்தால் மும்பை பங்குச் சந்தை வரலாறு காணாத இழப்பை அன்று சந்தித்தது. சென்செக்ஸ் புள்ளிகள் குறைந்தன. சோனியா எதிரிகளுக்கு இச்செய்தி கொண்டாட்டமாக இருந்தது. சோனியா பிரதமர் ஆனால் நாடு முழுக்கப் போராட்டங்கள் நடக்கும், பங்குச் சந்தை மேலும் சரியும் என்று தகவல்கள் வந்துகொண்டிருந்தன.

அன்று மாலை ஆறு மணிக்கு சீத்தாராம் யெச்சூரி, சரத் பவார், லாலு, ராம் விலாஸ் பாஸ்வான், சிபு சோரன், ஏ.பி. பரதன், கருணாநிதி, ராமதாஸ், வைகோ ஆகியோர் கொண்ட கூட்டணிக் கட்சித் தலைவர்களுடன் விவாதித்தார் சோனியா காந்தி. காரசாரமாக நடந்த இரண்டு மணி நேரக்கூட்டத்தில் பிரதமர் பதவிக்கான தேர்வு பற்றி விரிவாக விவாதிக்கப்பட்டது.

10 ஜன்பத்தில் நடந்த இக்கூட்டத்தை வெளியே இருந்து நேரடி ஒளிபரப்பு செய்த என்.டி.டி.வியும் ஆஜ் தக் சேனலும் சுடச்சுட செய்தி வெளியிட்டுக்கொண்டிருந்தன. பார்வையாளர்களுக்கு நிமிடத்துக்கு நிமிடம் புதுப்புது செய்திகள் சொல்லிக் கொண்டிருந்தன.

'பிரதமர் பதவிக்கு சோனியா மறுப்பு. காங்கிரஸ் வட்டாரங்கள் சூசகத் தகவல்.'

சோனியா கலாமை சந்திக்கும் முன்பு இச்செய்தி ஃப்ளாஷ் செய்தியாக இரு சேனல்களிலும் பரபரப்பாக அறிவிக்கப் பட்டன. எப்படியும் சோனியா பிரதமராகிவிடுவார் என்று எதிர்பார்த்த பெரும்பாலான மக்களுக்கு இச்செய்தி அதிர்ச்சி அளித்தது. மக்கள் என்.டி.டி.வியையும் ஆஜ் தக்கையும் மாறி மாறி விடாது கவனித்துக்கொண்டிருந்தனர்.

இரவு 7.30 மணிக்குக் காங்கிரஸ் கூட்டணித் தலைவர்களுக்கு மட்டும் ரகசியமாக நிலவரம் உறுதியாகச் சொல்லப்பட்டது. கருணாநிதியிடம் இதுபற்றிப் பேசிவிட்டு கலாமை சந்திக்கச் சென்றார் சோனியா காந்தி.

இரவு 8.15க்கு மன்மோகன் சிங் துணையுடன் கலாமை சந்தித்தார் சோனியா. ராஷ்டிரபதி பவனுக்கு வெளியேயும், காங்கிரஸ் தலைமை அலுவலகம் முன்பும் பெரும் கூட்டம் காத்திருந்தது. இந்திய அரசியலில் மிக முக்கிய நிகழ்வாக கலாம்-சோனியா சந்திப்பு மிகப்பரபரப்புடன் எதிர்பார்க்கப்பட்டது.

'மிஸ்டர் மன்மோகன் சிங்கைப் பிரதமராக்க எங்கள் கூட்டணி விரும்புகிறது. ஆகவே அவரையே நாங்கள் பிரதமர் பதவிக்குப் பரிந்துரைக்கிறோம்.'

இவ்வளவுதான் சொன்னார் சோனியா. கலாம் ஒன்றும் சொல்லவில்லை. நாயரை அழைத்தார். விவரத்தைச் சொன்னார்.

கடிதத்தில் சோனியாவின் பெயரை நீக்கிவிட்டு மன்மோகன் சிங்கின் பெயரை எழுதினார் நாயர். கடிதம் கலாம் கையெழுத்தோடு சோனியா வசம் ஒப்படைக்கப்பட்டது.

அவ்வளவுதான். நாடு முழுக்கப் பெரிய பரபரப்பும் ஏராளமான வதந்திகளும் பரவின. யாருமே எதிர்பாராதவிதமாகக் கலாம் இந்தச் சர்ச்சையின் மையப்புள்ளி ஆனார்.

நாட்டின் மானத்தைக் காப்பாற்றிவிட்டார் கலாம். சோனியாவின் இந்திய குடியுரிமை விவகாரத்தால் சோனியாவைப் பிரதமராக்க கலாம் மறுத்துவிட்டார். இதுகுறித்துத் தன் அதிருப்தியைத் தெரிவித்ததால் வேறுவழியில்லாமல்தான் சோனியா, மன்மோகன் சிங்கைப் பிரதமராக்கியிருக்கிறார்.

திட்டவட்டமான செய்திபோல நாளிதழ்களில் கலாம் பற்றி இப்படி ஆதாரப்பூர்வமற்ற செய்திகள் எழுதப்பட்டன. ஒவ்வொரு செய்தியும் ஒவ்வொரு விதமாக எழுதப்பட்டாலும் கிட்டத்தட்ட அனைத்துப் பத்திரிகைகளும் சோனியா பதவி மறுப்பு விஷயத்தில் கலாமின் பங்களிப்பு நிச்சயம் இருந்திருக்கக் கூடும் என்று எழுதின. கலாமின் தேசிய உணர்வின் விளைவாகவே சோனியா சிக்கலுக்கு ஆளானார் என்பது உறுதிபடுத்தப்பட்டத் தகவலாகவே ஆனது.

உடனே குடியரசுத் தலைவர் அலுவலகத்தில் இருந்து சிறிய மறுப்புக் கடிதம் வெளியிடப்பட்டது. சோனியாவின் காந்தியின் குடியுரிமை பற்றிக் குடியரசுத் தலைவர் எந்தவித சந்தேகத்தையும் எழுப்பவில்லை. அதுபற்றி வந்த அத்தனைத் தகவல்களும் தவறானவை.

இன்றைக்கும் கலாம் தலையீட்டினால்தான் சோனியாவினால் பிரதமர் ஆகமுடியவில்லை என்று நம்புவர்களும் உண்டு.

12. ரப்பர் ஸ்டாம்ப்?

நல்ல சிந்தனையாளர், உலகையே தன் பக்கம் திருப்பிய விஞ்ஞானி என்பதெல்லாம் சரிதான். அரசியல் நிர்வாகம் என்பது வேறு. நாட்டின் முதல் குடிமகனாக கலாம் எப்படி பணியாற்றப் போகிறார்? தன் வாழ்நாள் முழுக்க ஆளுமை உள்ள மனிதனாக வாழ்ந்துவிட்டு ஏன் ஒரு ரப்பர் ஸ்டாம்ப் பதவியை அவர் தேர்ந்தெடுக்கவேண்டும்?

கலாம் குடியரசுத் தலைவர் ஆனபோது அரசியல் கட்டுரையாளர்கள் பக்கம் பக்கமாகக் கட்டுரை எழுதினார்கள். எல்லாம் சரி. கலாம் என்ன செய்யப் போகிறார்? சரித்திரம் படைப்பாரா? அல்லது இவர் அரசியல்வாதிகளின் இன்னொரு கைப்பாவையா?

கலாமின் பதவிக் காலத்தை ஆராயும்போது அவருக்கு முன்னால் பதவி வகித்த நாராயணன் செய்த சாதனைகளை ஒரு பார்வை பார்ப்பது தவிர்க்கமுடியாததாகி விடுகிறது.

ஜெயில்சிங் போன்ற ஜனாதிபதிகள் பிரதமருடன் தேவைப்பட்ட இடத்தில் மோதவும் செய்துள்ளனர். அதேபோல குடியரசுத் தலைவர் என்பவர் அரசின் முடிவுகளைத் தீர்மானிக்கமுடியாது, ஆனாலும்

தன்னுடைய மேலான ஆலோசனைகளை அரசுக்கு வழங்க முடியும் என்று நிரூபித்தவர் கே.ஆர். நாராயணன்.

குஜராத் கலவரங்களின்போது ஜனாதிபதியாக இருந்த கே.ஆர். நாராயணன், மத்திய அரசு உடனே ராணுவத்தை அனுப்ப வேண்டும் என்று கடிதம் எழுதினார். முதல்முதலாகத் தேர்தலில் வாக்களித்த குடியரசுத் தலைவர் என்கிற பெருமையும் கே.ஆர். நாராயணனுக்கு உண்டு. குடியரசுத் தலைவர் என்பவர் அனை வருக்கும் சமம் என்கிற பிம்பத்தை உருவாக்கி அதில் வெற்றி அடைந்தவர்களில் நாராயணன் முதன்மையானவர்.

அதேபோல மத்திய அரசு எந்தக் கோப்புகளை அனுப்பினாலும் உடனே கையெழுத்துப் போட்டுவிடுவது குடியரசுத் தலைவர் களின் பழக்கமாக இருந்தது. அதையும் மாற்றியவர் நாராயணன்

97-ம் ஆண்டு அக்டோபர் மாதம் உத்திரபிரதேச பாஜக அரசைக் கலைக்க அப்போதையப் பிரதமர் ஐ.கே. குஜ்ரால் ஜனாதிபதி யிடம் பரிந்துரைத்தார். ஆனால் இதற்கு சம்மதம் சொல்லாத நாராயணன் ஃபைலை மறுபரிசீலனைக்கு அனுப்பினார்.

இதுபோல 98-ம் வருடம் பீகாரின் ராப்ரிதேவி அரசாங்கத்தைக் கலைக்க முனைந்தபோதும் அதை நாராயணன் ஏற்கவில்லை.

கே.ஆர். நாராயணன் திருவிதாங்கூர் பல்கலைக்கழகத்தில் எம்.ஏ ஆங்கில இலக்கியத்தில் முதல் மாணவனாகத் தேர்ச்சி பெற்றார். பல்கலைக் கழகத்தில் முதல் மாணவராக வருபவருக்கு அதே கல்லூரியின் விரிவுரையாளர் பணி வழங்கப்படும். ஆனால் நாராயணன் தலித் என்பதால் அவருக்கு குமாஸ்தா பணியைத் தான் வழங்கமுடியும் என்று பல்கலைக் கழகம் சொல்லி விட்டது. இதில் அதிருப்தி அடைந்த நாராயணன் பட்டமளிப்பு விழாவைப் புறக்கணித்தார். எம்.ஏ. பட்டத்தையும் பெற்றுக் கொள்ளவில்லை. 50 ஆண்டுகள் கழித்து அவர் குடியரசுத் தலைவர் ஆனபிறகே அவர் அந்தப் பட்டத்தைப் பெற்றுக் கொண்டார்.

கே.ஆர். நாராயணன் குடியரசுத் தலைவராக இருந்தபோது தலித் மற்றும் இதர சிறுபான்மை மக்களுக்காகக் குரல் கொடுத்தவர். 99ம் ஆண்டு வாஜ்பாயி அரசாங்கத்துக்கு அவர் எழுதிய கடிதத்தில் உச்சநீதிமன்றத்தில் தகுதியான பிற்படுத்தப்பட்ட வகுப்பினரைப் பயன்படுத்திக்கொள்ளாமல் இருப்பது சரியல்ல.

வேலை வாய்ப்பு இருக்கும்போது அவர்களைக் கொண்டு பணி நிரப்பவேண்டும் என்று கடிதம் எழுதினார்.

இதன்பிறகே தலித் சமூகத்தைச் சேர்ந்த கே.ஜி.பாலகிருஷ்ணன் 2000-ம் ஆண்டு உச்ச நீதிமன்றத்தின் நீதிபதியாகப் பதவியேற்றார். 1989க்குப் பிறகு அப்போதுதான் ஒரு தலித் உச்சநீதி மன்றத்தின் நீதிபதியானார் என்பது குறிப்பிடத்தக்கது. பிற்பாடு அவர் உச்சநீதி மன்றத்தின் தலைமை நீதிபதியாகவும் பதவி உயர்வு பெற்றார்.

கலாம் குடியரசுத் தலைவர் ஆன அடுத்த மாதமே அவருக்கு ஒரு சோதனை வந்தது. அவருக்கு என்பதைவிட வாஜ்பாயி அரசுக்கு என்றுதான் சொல்லவேண்டும். கோடிட்ட இடத்தில் கையெழுத்துப்போடும் ரப்பர் ஸ்டாம்ப் அல்ல என்று தன்னை முதல் பரிட்சையிலேயே நிரூபித்தார் கலாம்.

மத்திய அமைச்சரவை அனுமதித்த ஒரு மசோதாவை அமல் படுத்த அனுமதி கோரி ஜனாதிபதியின் பரிசீலனைக்கு வந்தது.

ஒரு சிவில் வழக்கில் தேர்தல் சீர்திருத்தம் தொடர்பாக உச்சநீதி மன்றம் இவ்வாறு ஒரு தீர்ப்பு வழங்கியது.

'மக்களவை, சட்டப்பேரவைத் தேர்தல்களில் போட்டியிடும் வேட்பாளர்கள் தங்களுடைய படிப்பு, சொத்து, கடன், தங்களுக்கு எதிராகப் பதிவு செய்யப்பட்டுள்ள வழக்குகள், விசாரணையில் உள்ள வழக்குகள் போன்ற விவரங்களை உரிய படிவங்களில் தெரிவிக்க வேண்டியவர்களாகிறார்கள். வேட்பாளர்கள் தங்களுடைய துணைவரின் சொத்து விவரங்கள், கல்வித் தகுதி போன்றவற்றைத் தெரிவிக்கவேண்டும். இரண்டு வழக்குகளுக்கு மேல் குற்றம் சாட்டப்பட்ட வேட்பாளரின் மனுத்தாக்கலை ரத்து செய்யவேண்டும்.'

உச்சநீதி மன்றத்தின் பரிந்துரையை ஏற்ற தேர்தல் ஆணையம் அது சொன்ன சீர்த்திருத்தங்களை அமலாக்க முன்வந்தது. அவ்வளவுதான். கொதித்துப் போனார்கள் அரசியல்வாதிகள். உடனே அனைத்துக் கட்சிக் கூட்டம் டெல்லியில் நடந்தது. சட்ட அமைச்சர் ஜனா கிருஷ்ணமூர்த்தி தலைமையில் நடந்த கூட்டத்தில் தேர்தல் ஆணையத்தின் புதிய விதிமுறைகளை அனைத்துக் கட்சிகளும் நிராகரிப்பதாகவும் இதுதொடர்பாக மத்திய அரசு விரைவில் சட்டமொன்றை இயற்றும் என்றும் முடிவெடுக்கப்பட்டது.

இதைச் சட்டமாக்க முன்வந்த வாஜ்பாயி அரசு சாதுரியமாகச் சிக்கலான பகுதிகளை வெட்டியது. அது தாக்கல் செய்த மசோதாவின்படி,

தேர்தல் விதிகளில் மாற்றம் கொண்டுவரப்படுகிறது. வேட் பாளர்கள் தங்கள் சொத்து விவரங்களை அளிக்கவேண்டியது கட்டாயமாகிறது. தேர்தலில் கிரிமினல்கள் போட்டியிடுவதைத் தடுக்க இந்தச் சட்டம் வழிவகுக்கும்.

அவ்வளவுதான். மற்றபடி அரசியல்வாதிகளை நெளியவைக்கிற விதிகளையெல்லாம் அறவே ரத்து செய்திருந்தது வாஜ்பாயி அரசு. மசோதா பிரகடனப்படுத்தப்பட்டது.

கலாம் அனுமதிக்காக வந்த முதல் சட்டம் இது. உச்சநீதி மன்றத் தீர்ப்பையும் அரசின் மசோதாவையும் திரும்பத் திரும்ப வாசித்தார் கலாம். இரண்டுக்கும் ஆறு வித்தியாசங்களுக்கு மேல் இருந்தன. இதுகுறித்து வாஜ்பாயிடம் பேச விரும்பினார். அவரும் வந்து கலாமிடம் மசோதா பற்றி எடுத்துரைத்தார். வாஜ்பாயின் பதிலில் திருப்தியடையாத கலாம் மசோதாவை மறுபரீசலனை செய்யுமாறு கேட்டுக்கொண்டார். இரண்டு வழக்குகளுக்கு மேல் குற்றம் சாட்டப்பட்ட வேட்பாளரின் மனுத்தாக்கலை ரத்து செய்யலாம் என்கிற சட்டத்தை ஏன் இந்த அரசாங்கம் மறுக்கிறது என்றும் கேள்வி எழுப்பினார்.

கலாமின் இந்த நடவடிக்கை அரசியல் வட்டாரத்தில் பெரிய சர்ச்சையை உருவாக்கியது. யாரால் பதவி பெற்றாரோ அவர் களையே கை நீட்டிக் கேட்கும் அதிகாரத்தை கலாம் உருவாக்கு கிறாரே என்று பாரதிய ஜனதா வருந்தியது. சமாஜ்வாடி கட்சித் தலைவர் முலாயம் சிங் யாதவ் நேரடியாகவே கலாமிடம் மோதினார். 'என்ன செய்திருக்கிறார் அவர். அனைத்துக் கட்சியின் முடிவை ஏன் நிராகரிக்கிறார். ஒருமித்த கருத்துக்கு அவர் எப்படிப் பாதகம் ஏற்படுத்தலாம்? அசாத்தியமான பிரச்னைக்கு மட்டும்தான் குடியரசுத் தலைவர் அரசுக்கு எதிரான முடிவை எடுக்கலாம். மற்றபடி அவர் இந்திய அரசியலைப்புச் சட்டத்தின் விதிமுறைகளின்படி நடந்துகொள்ளவேண்டும்' என்று வெளிப்படையாகவே பேசினார்.

ஆகஸ்ட் 23ம் தேதி கலாம் மசோதாவைத் திருப்பி அனுப்பினார். அடுத்தநாளே, எல்லாம் சரியாத்தான் இருக்கு என்கிற

தொனியில் சட்டத்தை மீண்டும் கலாமின் சம்மதத்துக்கு அனுப்பியது அமைச்சரவை. வேறு வழி? கையெழுத்துப் போட்டார் கலாம்.

•

1992க்குப் பிறகு மாநில அரசுகள் கலைக்கப்படும் விதமும் எண்ணிக்கையும் குறைந்துள்ளன. அநேகமாக 2 அல்லது 3 தவிர வேறெதுவும் இல்லை.

2005 மார்ச்சில் பீஹாரில் சட்டசபைத் தேர்தல் நடந்தது. எப்படியும் மீண்டும் லாலுவே ஆட்சியைக் கைப்பற்றுவார் என்று அனைவரும் எதிர்பார்த்த நிலையில் எந்தக் கட்சிக்கும் பெரும்பான்மை இல்லாமல் போனது. மொத்தமுள்ள 243 சட்டமன்ற தொகுதிகளில் பிஜேபி கூட்டணி 92 இடங்களையும் லாலுவின் ராஷ்டிரிய ஜனதா தளம் 75 சீட்டுகளையும் பெற்றன. அவ்வளவுதான். தனி மெஜாரிட்டி(122) கிடைக்க மிகப்பெரிய அளவில் குதிரை பேரங்கள் நடைபெற்றன.

கவர்னர் பூட்டா சிங் பொறுத்துப் பார்த்தார். பெரும்பான்மையோடு எந்தக் கட்சியும் இல்லாத நிலையில் குடியரசுத் தலைவர் ஆட்சிக்கு உத்தரவிடுமாறு மத்திய அரசுக்குப் பரிந்துரைத்தார். உடனே மளமளவென காரியங்கள் நடந்து முடிந்து ஜனாதிபதி ஆட்சி பரிந்துரை செய்யப்பட்டது. ஆறு மாதத்துக்குள் ஏதாவது ஒரு தனி மெஜாரிட்டி பெற்றால் ஆளுநர் ஆட்சி அமைக்க அழைப்பார். இல்லாவிட்டால் அடுத்த ஆறு மாதத்துக்கு மீண்டும் குடியரசுத் தலைவர் ஆட்சி அமல்படுத்தப்படும்.

ஆனால் அதன்பிறகு பீஹாரில் காட்சிகள் மாறின. பணம் புரண்டு விளையாட ஆரம்பித்தது.கட்சி மாற பல எம்.எல்.ஏ.க்கள் தயாராக இருந்தனர். ஆளுநர் பூட்டா சிங்கால் இதைப் பொறுத்துக் கொள்ள முடியவில்லை. சட்டமன்றத்தைக் கலைக்க அரசுக்கு உத்தரவிட்டார்.

2005, மே23 . கலாம் அப்போது ரஷ்ய சுற்றுப் பயணத்தில் இருந்தார். மாஸ்கோவில் இருந்த கலாமுக்கு ஒரு தகவல் வந்தது. பீஹார் சட்டமன்றத்தைக் கலைக்க சிபாரிசு செய்துள்ளார் பீஹார் ஆளுநர். இதுகுறித்து இன்னும் சில மணி நேரங்களில் அமைச்சரவை முடிவெடுக்கும். தயாராக இருக்கவும்.

அமைச்சரவைக் கூட்டத்துக்கு முன்பு மன்மோகன் சிங், கலாமிடம் பேசினார்.

மாஸ்கோவில் இருந்த கலாமுக்கு தொலைநகல் மூலமாக அமைச்சரவையின் பரிந்துரை தெரிவிக்கப்பட்டது. தன் வசம் வந்த அனைத்துக் கடிதங்களையும் தீவிரமாக அலசினார் கலாம். ஒன்றும் சொல்வதற்கில்லை. எல்லாமே சரியாகப் பட்டது. சட்டமன்றத்தைக் கலைக்கச் சொல்லி கலாம் கையெழுத் திட்டார்.

பீஹார் விவகாரம் நாட்டில் மிகப்பெரிய சர்ச்சையை ஏற்படுத்தி யது. பீஹார் கவர்னர் பூட்டா சிங், மன்மோகன் சிங் மற்றும் கலாம் ஆகிய மூன்று பேரும் மீடியாவின் தாக்குதலுக்கு ஆளானார்கள்.

இதுகுறித்து உச்சநீதி மன்றத்தில் வழக்கு தொடரப்பட்டபோது கலாமுக்கு எதிரான தீர்ப்பு வந்தது. பீஹார் சட்டமன்றத்தைக் கலைத்தது சட்டத்துக்கு முரணானது என்று உச்சநீதிமன்ற பெஞ்ச் தீர்ப்பளித்தது. அதேசமயம் பீஹாரில் நடக்கவுள்ள புதிய தேர்தலைத் தடுக்கவில்லை என்றும் சொன்னது.

மத்திய அரசை விடக் கலாம் உச்சநீதிமன்றத்தின் தீர்ப்பினால் மிகவும் சிக்கலுக்கு ஆளானார். பீஹார் அரசியல்வாதிகள் உச்சநீதிமன்றத் தீர்ப்பைக் கொண்டாடினார்கள். தங்கள் களங்கம் துடைக்கப்பட்டுவிட்டது என்றார்கள். அத்வானி ஒருபடி மேலே சென்று கலாம் ராஜினாமா செய்யவேண்டும். குறைந்தபட்சம் அவர் அந்த ஃபைலை திருப்பியாவது அனுப்பியிருக்க வேண்டும் என்றார். உச்சநீதி மன்றத் தீர்ப்பு வந்த அதே தினம் பிரதமர், கலாமை நேரில் சந்தித்துத் தீர்ப்பு குறித்து விவாதித்தார்.

'நான் இந்தியாவில் இருந்திருந்தால் இன்னும் கூடுதல் தகவல் தேவை என்று மத்திய அரசின் ஃபைலை திருப்பி அனுப்பி யிருப்பேன். எல்லாமே பாடம்தானே' என்று ஒரு பேட்டியில் பீஹார் குறித்துத் தன் கருத்தைத் தெரிவித்தார் கலாம்.

அரசியல்வாதிகளின் கடுமையான விமரிசனங்களால் கலாம் மிகவும் புண்பட்டார். உச்சநீதிமன்றம் குட்டும் அளவுக்கு ஒரு தவறைச் செய்துவிட்டோமே என்று அவர் மனம் மிகவும் உறுத்தியது. தன் பதவியை ராஜினாமா செய்ய முன்வந்தார். அதற்கான கடிதத்தைத் தயார் செய்தார்.

தன் முடிவை நாயரிடம் சொன்னார் கலாம். அவர் பதறிப்போய் விட்டார். என்னை எதுவும் தடுக்காதீர்கள். என் மனசாட்சிப்படி முடிவெடுத்திருக்கிறேன் என்றார் கலாம் உறுதியாக. நாயர் இதுபற்றி தொடர்ந்து விவாதம் செய்யவே இந்த விஷயத்தை சில நாள்கள் தள்ளிப்போடலாம் என்கிற முடிவுக்கு வந்தார் கலாம்.

ஆற அமர கலாமிடம் இதுகுறித்துத் தெளிவுபடுத்தினார் நாயர்.

'மாஸ்கோவில் உங்கள் முன்னால் வைக்கப்பட்ட அனைத்து ஆதாரங்களும் அசைக்கமுடியாதவை. எதை முன்வைத்து நீங்கள் அதைத் திருப்பி அனுப்பியிருப்பீர்கள்? அந்தச் சூழ்நிலையில் நீங்கள் செய்தது சரிதான். இதற்காக உங்கள் நம்பிக்கையை இழக்கவேண்டாம். நீங்கள் துரிதமாகச் செயல்பட்டதிலும் தவறு கிடையாது. எந்த ஃபைலாக இருந்தாலும் அதை உடனுக்குடன் கவனிக்கவேண்டும் என்று சொல்லித் தந்தவர் நீங்கள்.'

கலாம், நாயரை உற்றுப் பார்த்தார். பிரமாதமாகப் பேசுகிறீர்கள் என்று பாராட்டிவிட்டுப் போனார். ராஜினாமா கடிதத்தைக் கிழித்து எறிந்தார்.

'The Light from many lamps' புத்தகத்தை எடுத்துவைத்துக் கொண்டார் கலாம். பால் ஹமில்டன் ஹெய்ன் கலாமுக்காகவே ஒரு வரலாற்றுப் புகழ்பெற்ற குறிப்பை எழுதி வைத்திருந்தார்.

'இதுவும் கடந்துபோகும்.'

கடந்துதான் போனது. 2006ல் தன் தவறைத் திருத்தும் வாய்ப்பு கலாமுக்கு வந்தது.

•

நாடாளுமன்ற, சட்டமன்ற உறுப்பினர்கள் அரசு நிறுவனங்களில் பொறுப்பு ஏதேனும் எடுத்துக் கொள்ளலாமா? அப்படியெனில் அது ஆதாயம் பெறும் பதவி எனக் கொள்ளப்பட்டு நாடாளு மன்ற, சட்டமன்ற உறுப்பினர் பதவி பறிக்கப்படுமா? இப்படி யொரு புதிய விவாதத்தைத் தன் பதவிக்காலத்தில் கலாம் சந்தித்தார்.

ஜெயா பச்சன் ராஜ்ய சபையின் உறுப்பினர். அதேசமயம் அவர் உத்தரப் பிரதேச மாநிலத்தின் திரைப்பட வளர்ச்சிக் கழகத்தின் அமர்வு அதிகாரி. 2004, ஜூலை 4 அன்று ராஜ்ய சபை உறுப்பினர்

ஆன ஜெயா பச்சன் சரியாகப் பத்து நாள் கழித்து திரைப்பட கழகத்தின் உறுப்பினர் ஆனார். இதுகுறித்து தேர்தல் ஆணையத் திடம் முறையிடப்பட்டது. கூடுதல் பொறுப்பில் உள்ள அனைத்து நாடாளுமன்ற உறுப்பினர்களின் பதவியும் நீக்கம் செய்யப்பட வேண்டும் என்கிற விதியில் தேர்தல் ஆணையம் ஜெயா பச்சனின் ராஜ்ய சபை உறுப்பினர் பதவியைப் பறித்தது.

பிரச்னை அடுத்ததாக சோனியா பக்கம் தாவியது. ரே பெரிலி தொகுதியின் நாடாளுமன்ற உறுப்பினர். National Advisory Council லின் அமர்வு அதிகாரி. ஆச்சா. சோனியாவின் பதவியை யும் பறிக்கவேண்டும் என்று எதிர்க்கட்சிகள் போர்க்கொடி தூக்கவே அழுத்தம் தாங்காமல் தன் இரு பதவிகளையும் துறந்தார் சோனியா. நாடு முழுக்கப் பரபரப்பு தொற்றிக்கொண்டது.

'நாடாளுமன்ற உறுப்பினர்கள் எந்த நிறுவனங்களில் பொறுப் பேற்றால் நாடாளுமன்ற உறுப்பினர் பொறுப்பிலிருந்து நீக்கப் பட வேண்டிய அவசியமில்லை' என்று திருத்தச் சட்டங்கள் மூலம் நாடாளுமன்றம் தெளிவுபடுத்த வேண்டும் என அரசியல் கட்சிகள் கோரிக்கை விடுத்தன.

நாடாளுமன்றமும், இருக்கும் சட்டத்திலிருந்து சில விதி விலக்கு களை அளித்துத் திருத்தம் செய்து அப்துல் கலாமின் ஒப்புதலுக்கு அனுப்பியது. முக்கியப் பதவிகளில் இருக்கும் 40 பேருக்கு மட்டும் விதிவிலக்கு அளிக்கலாம் என்பது அரசின் கருத்து. உதாரணமாக மக்களவை ஸ்பீக்கர் சோம்நாத் சேட்டர்ஜி Santiniketan Development Authorityயின் தலைவர். ஆனால் அவர்மீது கை வைக்கக்கூடாது என்கிறது மத்திய அரசின் சட்டம்.

சில கேள்விகள் கேட்டு சட்டத்தை மறு பரிசீலனை செய்யுமாறு திருப்பி அனுப்பினார் கலாம். ஆனால் அச்சட்டம் மீண்டும் கலாமுக்கே அனுப்பப்பட்டது.

கலாமால் இதை ஏற்றுக்கொள்ள முடியவில்லை. இந்தச் சட்டம் சரியில்லை என்றுதான் திருப்பி அனுப்புகிறோம். இல்லை யில்லை சரிதான் என்று மீண்டும் என்னிடமே அனுப்புவதில் என்ன அர்த்தம் இருக்கமுடியும் என்று மனம் வருந்தினார். 17 நாள்கள் கலாம் எந்தப் பதிலும் அளிக்கவில்லை. சட்டப்படி அவர் அனுமதி கொடுத்துத்தான் ஆகவேண்டும். ஆனாலும் இதில் ஏதாவது மாற்றம் கொண்டுவரமுடியுமா என்று அவர் இறுதிநிமிடம் வரை முயற்சி செய்து வந்தார்.

வாய்ப்பில்லை. வேறுவழியில்லை என்கிற நிலைமை. 17 நாள்கள் கழித்து அதில் கையெழுத்துப் போட்டார் கலாம்.

•

குடியரசுத் தலைவர் விரும்பினால் மரண தண்டனையில் இருந்து குற்றம் சாட்டப்பட்டவருக்கு விலக்கு அளிக்க, அமைச்சரவைக்குப் பரிந்துரை செய்யலாம்.

Article 72 (1)(c) என்ன சொல்கிறது? மரண தண்டனையைப் பொறுத்தவரை, குடியரசுத் தலைவரின் முடிவே இறுதித் தீர்ப்பாகிறது.

2001, டிசம்பர் 13. டெல்லியில் உள்ள நாடாளுமன்றத்தில் இரு அவைகளிலும் குளிர்கால கூட்டத் தொடர் நடைபெற்றுக் கொண்டிருந்தது. அப்போது நாடாளுமன்ற வளாகத்திற்குள் நுழைந்த பயங்கரவாதிகள் தாங்கள் வந்த கார்களில் இருந்து சரமாரியாக துப்பாக்கியால் சுட்டுத் தாக்குதல் நடத்தினார்கள்.

உள்ளே அவை நடந்துகொண்டிருந்தபோது நடந்த இந்தத் தாக்குதலைக் கண்ட பாதுகாப்புப் படை வீரர்களும் ராணுவ வீரர்களும் பயங்கரவாதிகளுடன் கடுமையாக அவர்களுடன் போராடினார்கள்.

ஐந்து பயங்கரவாதிகள் சுட்டுக் கொல்லப்பட்டனர். இந்தத் தாக்குதலில் கமலேஷ் குமாரி என்கிற பெண் காவலர் உள்ளிட்ட 7 வீரர்கள் உயிரை இழந்தனர். மேலும் 12 பேர் படுகாயம் அடைந்தனர்.

நாடாளுமன்றத் தாக்குதல் தொடர்பாக பொடா சட்டத்தின் கீழ் வழக்குப் பதிவு செய்யப்பட்டு விசாரணை நடைபெற்றது. இதில் 4 பேர் குற்றவாளிகள் என அறிவிக்கப்பட்டு அவர்களுக்குத் தண்டனையும் அளிக்கப்பட்டது. முக்கிய குற்றவாளியான காஷ்மீரைச் சேர்ந்த அப்ஸல் குருவுக்கு விசாரணை நீதிமன்றம் மரண தண்டனை விதித்தது. இந்தத் தண்டனையை கடந்த 2004ம் ஆண்டு உச்சநீதிமன்றம் உறுதி செய்தது.

முகமது அப்ஸல் குரு, கலாமுக்கு கருணை மனு அனுப்பினார். தனக்குக் கோர்ட்டில் நியாயம் கிடைக்கவில்லை என்று 102 பக்கங்களுக்குக் கடிதம் எழுதி திஹார் சிறை அதிகாரிகள் மூலமாக

குடியரசுத் தலைவருக்குக் கடிதம் எழுதினார். அப்ஸல் குருவின் மனைவியும் மகனும் இதுகுறித்து கலாமைச் சந்திக்க நேரம் கேட்டபோது எந்தவொரு தயக்கமும் காட்டாமல் அவர்களைச் சந்தித்து அவர்கள் நிலையைக் கேட்டறிந்தார் கலாம்.

2006, அக்டோபர் 20ம் தேதி அப்ஸல் குருவை தூக்கிப் போடவேண்டும் என்று உச்சநீதி மன்றம் தீர்ப்பு சொன்னது. ஆனால் அப்ஸல், கலாமுக்கு கருணை மனு அனுப்பியதால் தீர்ப்பு நிறுத்தி வைக்கப்பட்டது.

தாக்குதலில் உயிரிழந்த காவலர்களின் குடும்பத்தினர், அப்ஸல் கருணை மனுவை ஏற்றுக் கொண்டு கலாம் தூக்குத் தண்டனையை நிறுத்தினால் வீரதீரச் செயலுக்காக அரசு அளித்த விருதுகள், மெடல்களைத் திருப்பி கொடுத்துவிடுவோம் என்று மிரட்டல் விடுத்தனர்.

காஷ்மீர் முதலமைச்சரும், மனித உரிமை ஆர்வலர்களும் அப்ஸலைத் தூக்கிலிட எதிர்ப்புத் தெரிவித்தனர். ஆனால் இந்துத்வா சக்திகளும் அவை சார்ந்த ஊடகங்களும் தூக்குத் தண்டனைக்கு ஆதரவு தெரிவித்தன. 'மிகப் பெரிய ஜனநாயக நாட்டின் நாடாளுமன்றத்தைத் தாக்கி, பாதுகாப்புப் படையினரைக் கொன்ற அப்ஸலுக்கு கருணை காட்டப்படுமெனில், அது நாட்டின் பாதுகாப்புக்குப் பெரும் அச்சுறுத்தலாக அமைவதோடு, பாதுகாப்புப் படையினரின் மன உறுதிக்கும் பங்கம் விளைவிக்கும்' என கலாமுக்கும் மத்திய அரசுக்கும் நெருக்கடி கொடுத்தனர்.

உச்ச நீதிமன்றம் ஒரு வழக்கில், 'குடியரசுத் தலைவரோ, ஆளுநரோ தண்டனை பெற்றவர்களுக்கு மன்னிப்போ அல்லது தண்டனை குறைப்போ வழங்குவதில் தங்கள் அதிகாரத்தைத் தவறாக, பொருத்தமற்ற வகையில் பயன்படுத்தி இருந்தால், அதில் தலையிட நீதிமன்றத்துக்கு உரிமை உண்டு. சாதி, மதம், அரசியல் நோக்கம் ஆகியவற்றின் அடிப்படையில் கருணை மனுக்களைப் பரிசீலிக்கக் கூடாது' என்று கருத்து தெரிவித்திருந்தது.

மத்திய அரசிடம் நிலுவையில் இருந்த மரண தண்டனைக் கைதிகளின் கருணை மனுக்களை நிராகரிக்கப் பரிந்துரைத்தது மத்திய உள்துறை அமைச்சகம். இதுதொடர்பான கோப்புகளை குடியரசுத் தலைவருக்கு அனுப்பியது. கலாம் அம்மனுக்களை மறுபரிசீலனை செய்யுமாறு உள்துறை அமைச்சகத்துக்குக் குறிப்பு எழுதித் திருப்பி அனுப்பினார். ஆனால் கலாம் தன்

பதவியிலிருந்து வெளியேறும்வரை மத்திய அரசிடமிருந்து எந்தப் பதிலையும் பெறவில்லை.

அப்ஸல் கருணை மனு குறித்து விவாதங்களும் விமரிசனங்களும் நாட்டை உலுக்கிக்கொண்டு இருந்த சமயத்தில் மரண தண்டனை குறித்த தன் கருத்தைப் பதிவு செய்தார் கலாம்.

‘கருணை மனுக்கள் பலவும் நீண்ட நாள்களாக நிலுவையில் உள்ளன. மரண தண்டனைக் கைதிகளைக் கருணை அடிப்படையில் பரிசீலனை செய்து அவர்களை வாழ வழி செய்வதற்கான முயற்சியில் ஈடுபட வேண்டும். அவர்களுக்குக் கவுன்சிலிங் நடத்தி ஆன்மிக வழிகாட்டு நெறிகளைப் போதிக்க வேண்டும். இது போன்ற கைதிகளை நல்வழிப்படுத்த அரசு முயல வேண்டும். கைதிகள் தன் எஞ்சிய நாள்களைத் தங்கள் குடும்பத்தினருடன் சேர்ந்து வாழ அனுமதிக்க வேண்டும்’

கலாமின் இக்கருத்து நாடு முழுக்கப் பரபரப்பாக விவாதிக்கப்பட்டது. அப்ஸல் குருவுக்குக் கலாம் கருணை வழங்குகிறார் என்கிற குற்றச்சாட்டுகளும் எழுந்தன.

இதுகுறித்து டெக்கான் கிரானிகல் நாளேட்டில் கட்டுரை எழுதிய பிரபல வழக்கறிஞர் ராம் ஜெத்மலானி, ‘பொது மன்னிப்பு வழங்கும் அதிகாரம் தொடர்பான, குடியரசுத் தலைவர் அப்துல் கலாமின் கூற்றும், நாடாளு மன்றத்தில் அதற்கான விவாதத்தை அவர் வரவேற்றிருப்பதும், அவருடைய போற்றத்தகுந்த அறிவுத் தேடலையும், அரசமைப்புச் சட்டத்தின் வரம்புகளைக் கட்டுக்குக் கொண்டுவரும் அவருடைய விருப்பத்தையும் தெளிவாக விளக்குகின்றன. கருணை மனுக்களின் கோரிக்கையை ஆராயவும், நீதிபதிகள் தவறு செய்துள்ளனர் என்று கருதுமிடங்களில் தண்டிக்கப்பட்டவருக்கு சலுகை வழங்கவும் குடியரசுத் தலைவருக்கு உரிமை உள்ளது. இந்நடவடிக்கை, நீதிமன்ற அவமதிப்பாகவோ, நீதிமன்ற நடைமுறைகளில் குறுக்கிடுவதாகவோ ஆகாது’ என்று கலாமின் கருத்துக்கு ஆதரவு தெரிவித்திருந்தார். அப்ஸல் குருவுக்கு ஆதரவாக நீதிமன்றத்தில் ஆஜரானார் ராம் ஜெத்மலானி.

ஆனால் மத்திய அரசு கோப்புகளுக்குப் பதில் சொல்லாததால் இறுதிவரை அப்ஸல் குரு கருணை மீதான கலாமின் பதில் என்ன, நடவடிக்கை என்ன என்பது தெளிவாகத் தெரியாமல் போய் விட்டது.

13. தாய்வீடு

கலாம் அண்ணா பல்கலைக் கழகத்தில் இணைவதற்கு முக்கிய காரணமாக இருந்தவர், துணைவேந்தரான கலாநிதி.

மத்திய அரசின் அறிவியல் ஆலோசகர் பணியில் இருந்து கலாம் ஓய்வு பெற்றவுடன் பெங்களூரில் உள்ள இந்தியன் இன்ஸ்டிடியூட் ஆஃப் சயின்ஸ் நிறுவனத்தில் பேராசிரியராகப் பணிபுரியப் போவதாகக் கலாம் தகவல் சொன்னார்.

ஆனால் கலாமின் ஓய்வு குறித்த செய்தி வந்தவுடனே கலாநிதி சுறுசுறுப்பானார். நம் மாநிலத்துக்குச் சொந்தமானவர் தன் திறமையை நமக்கல்லவா பயன்படுத்தவேண்டும் என்கிற ஊர்ப்பாசத்தில் அவர் கலாமை அணுகினார்.

உடனே கலாமுடன் தொலைபேசியில் உரையாடினார். நீங்கள் படித்த கல்லூரிக்கு ஆசிரியராக வரவேண்டும் என்று நான் மட்டுமல்ல மாணவர்களும் விரும்புகிறார்கள் என்று வேண்டுகோள் விடுத்தார். இந்த வார்த்தைகள் கலாமை கட்டிப் போட்டன. அவருக்கு முதலில் கௌரவ டாக்டர் பட்டமும் தந்து மகிழ்ந்தது அண்ணா பல்கலைக் கழகம்தான். யோசிக்க ஆரம்பித்தார்.

அண்ணா பல்கலைக்கழகம் இந்தியாவின் பழமையான கல்லூரிகளில் ஒன்று. 1978ல் தொடங்கப்பட்ட கல்லூரி. இன்று வரைக்கும் தன் தரத்தை, இயல்பை இழக்காமல் இந்தியாவின் சிறந்த கல்லூரி என்று பெயர் பெற்று வருகிறது. அண்ணா பல்கலைக் கழகத்தின் பேராசிரியராக கலாம் பணியாற்றுவதன் மூலமாகப் பல்கலைக்கழகத்துக்கு மேலும் பெருமையும் புகழும் சேர்க்கும் என்று அண்ணா பல்கலைக்கழகத்திலுள்ள அத்தனை மாணவர்களும் கலாமின் வருகைக்காக எதிர்பார்த்து இருந்தனர்.

அண்ணா பல்கலைக்கழகத்தில் பத்மஸ்ரீ டி. முத்தையா பேராசிரியர் பதவி என்கிற அமர்வுப் பேராசிரியர் பதவி ஒன்று உள்ளது. அந்தப் பதவியை ஏற்றுக்கொள்ளுமாறு கலாமை கேட்டுக்கொண்டார் கலாநிதி.

பிறகு அமெரிக்கா சென்ற கலாம், பாஸ்டன் விமான நிலையத்தில் இருந்து கலாநிதியிடம் பேசினார்.

'எனக்குப் பரிபூரண சம்மதம்.அண்ணா பல்கலைக்கழக மாணவர்களின் வளர்ச்சியில் எனது பங்கும் இருக்கும் என்று நீங்கள் நம்பினால் அந்தக் கோரிக்கையைக் கட்டாயம் ஏற்றுக்கொள்கிறேன். இனி நான் நிறைய மாணவர்களைச் சந்திக்க இருக்கிறேன். கல்லூரிக்கு மட்டுமல்ல இனி நிறைய பள்ளிகளுக்கும் செல்லப் போகிறேன். இனி இந்தியாவை வழிநடத்தப்போவது அவர்கள் தானே' என்று கலாநிதியிடம் தன் மகிழ்ச்சியை வெளிப் படுத்தினார் கலாம்.

2001-ம் ஆண்டு, சரியாக அக்டோபர் 2 - ம் தேதி கலாம் தன்னை அண்ணா பல்கலைக்கழகத்தோடு இணைத்துக் கொண்டார். Technology and social transformation

என்கிற பாடத்தின் பேராசிரியராக ஜூன் 2002 வரை அங்கு பணியாற்றினார்.

அண்ணா பல்கலைக்கழகத்தில் கலாமுக்கு என்று விடுதியில் ஓர் அறையும் அலுவலகமும் ஒதுக்கப்பட்டன. இரண்டு உதவியாளர்கள், இரண்டு ஆராய்ச்சி மாணவர்கள் மற்றும் இரண்டு ஸ்டெனோகிராபர்கள் அவருடைய பணிகளுக்கு ஒத்துழைக்க நியமிக்கப்பட்டனர்.இதுதவிர மத்திய அரசால் கலாமுக்கு வழங்கப்பட்ட ஆயுதம் ஏந்திய காவலர்கள்.

கலாமின் இல்லத்துக்கு அவ்வப்போது வந்து பார்த்துக் கொண்டார் கலாநிதி. தன் வீட்டில் இருந்து தோசை, இட்லி போன்றவற்றைக் கொண்டு வந்து கொடுத்து, கலாமுக்கு எந்தக் குறையும் இல்லாமல் பார்த்துக்கொள்வதில் அதிக அக்கறை எடுத்துக்கொண்டார் கலாநிதி.

கலாம் அண்ணா பல்கலைக்கழகத்தில் பேராசிரியராகப் பணி யாற்றப் போகிறார் என்கிற செய்தி கிடைத்தவுடன் அத்தனை மாணவர்களுக்கும் ஆர்வம் தொற்றிக் கொண்டது. கலாமின் முதல் ஆராய்ச்சி மாணவராக பாதிரியார் ஜார்ஜ் என்பவர் கலாமுடன் இணைந்தார். இவர் திருவனந்தபுரத்துக்காரர். ஆனால் ஊர் பாசத்தினால் ஜார்ஜுக்கு உடனே வாய்ப்பு கிடைக்கவில்லை. 'என்னால் உங்கள் ஆராய்ச்சிக்கு நேரம் செலுத்தமுடியாது' என்று முதலில் பிடிகொடுக்காமல் பேசினார் கலாம். ஆனால் கிட்டத்தட்ட கெஞ்சுகிற நிலைமைக்குச் சென்றார் ஜார்ஜ்.

'சார், நீங்கள் எப்போது கூப்பிட்டாலும் நான் வருகிறேன். நான் ஒரு சர்ச்சில் பாதிரியாக இருக்கிறேன். எனக்கு நிறைய நேரம் இருக்கிறது.'

'உங்கள் பெற்றோரைப் பார்த்துக்கொள்ள வேண்டாமா?'

'அதற்கு வீட்டில் நிறைய பேர் இருக்கிறார்கள். எனக்கு உங்களிடம் ஆராய்ச்சி செய்வதுதான் மிகமுக்கியம்.'

பிஎச்.டி ஆராய்ச்சிக்கான தலைப்பைத் தேர்ந்தெடுக்கும்போது சில யோசனைகளை கலாமிடம் முன்வைத்தார் ஜார்ஜ். ஆனால் அவற்றைப் பார்த்த கலாம், இதனால் நாட்டுக்கு என்ன நன்மை? என்று சொல்லி, மனநலம் குறைந்த குழந்தைகளைக் குணப் படுத்துவது எப்படி என்கிற தலைப்பில் ஜார்ஜை ஆராய்ச்சி செய்யச் சொன்னார்.

•

2007-ம் ஆண்டு ஜூலை 24-ம் தேதி கலாமின் பதவிக்காலம் முடிவடைந்தது. ஆனால் ஜூலை 16ம் தேதியே தன் அடுத்த செயல் பற்றி முடிவெடுத்துவிட்டார் கலாம்.

அன்று காலை 9 மணிக்கு அண்ணா பல்கலைக்கழக துணை வேந்தர் விஸ்வநாதனுக்கு டெல்லியிலிருந்து போன் வந்தது.

மறுமுனையில் கலாம். பரஸ்பரம் விசாரிப்புகள் முடிந்தவுடன் நேராக விஷயத்துக்கு வந்தார். 'நான் எங்கிருந்து இங்கு வந் தேனோ மீண்டும் அதே இடத்துக்குத் திரும்ப எண்ணுகிறேன். ஜூலை 25ம் தேதி நான் சென்னை வருகிறேன். விமான நிலையத்திலிருந்து நேராக அண்ணா பல்கலைக்கழகத்துக்குத் தான் வருகிறேன். உங்களுக்குச் சம்மதம்தானே' என்றார் கலாம்.

கலாமுடன் பேசி முடித்தவுடன் அண்ணா பல்கலைக்கழகம் முழுக்க போன் செய்தி பரவியது. விஷயம் மீடியாவை எட்டியது. அத்தனை பேரும் விஸ்வநாதனைத் தொடர்பு கொண்டார்கள்.

கலாம் இனி தொடர்ந்து அண்ணா பல்கலைக்கழகத்தில் அமர்வுப் பேராசிரியராகப் பணியாற்றுவார் என்று முறைப்படி தகவல் சொன்னார் துணைவேந்தர். கலாமை நாட்டிலுள்ள ஒவ்வொரு பல்கலைக்கழகமும் அழைக்க விரும்பும்போது கலாம் எங்கள் பல்கலைக்கழகத்தில் பணியாற்ற விருப்பம் தெரிவித்திருப்பது எங்களுக்குக் கிடைத்த நற்மதிப்பு என்று செய்தி சேகரிக்க வந்த அத்தனை செய்தியாளர்களிடம் தன் மகிழ்ச்சியைப் பகிர்ந்து கொண்டார் விஸ்வநாதன்.

முன்பைவிட இப்போது உங்களுடைய அந்தஸ்து பெரிய அளவில் உயர்ந்துவிட்டது. மேலும் பாதுகாப்பு கருதியும் தனி பங்களா ஒதுக்குகிறோம். ஏற்றுக்கொள்ளுங்கள் என்று கலாமிடம் விஸ்வநாதன் சொன்னபோது அவர் உடனடியாக மறுத்துவிட்டார். தமக்கு முதல்முதலில் அண்ணா பல்கலைக் கழகத்தில் எந்த அறை ஒதுக்கப்பட்டதோ அதே அறையில் வசிக்க விருப்பப்படுவதாகத் தெரிவித்துவிட்டார். அதே அறை, அதே வசதிகள், அதே பாதுகாப்பு, அதே உதவியாளர்கள், சமையல்காரர் என்று கலாம் விருப்பப்படி அவருக்கு வேண்டிய வசதிகள் செய்து தரப்பட்டன.

அண்ணா பல்கலைக்கழகத்தில் அப்துல் கலாமுக்கு ஒதுக்கப் பட்ட வீடு ஐந்து வருடங்களாகப் பூட்டி வைக்கப்பட்டிருந்தது. குடியரசுத் தலைவர் பதவிக்காலம் முடிந்தபிறகு மீண்டும் அதே வீடு கலாமுக்கு ஒதுக்கப்பட்டது. இதுதொடர்பாக பல கேள்வி கள் எழுந்தன. 'ஒரு பொதுச் சொத்தைப் பிறர் பயன்படுத்த வாய்ப்பில்லாமல் ஐந்தாண்டுகள் பூட்டி வைத்திருப்பதற்கு உடந்தையாகவோ, காரணமாகவோ இருப்பதும்கூட

முறைகேடுதான்' என்று அரசியல் விமரிசகர் ஞாநி கலாமை பார்த்து கேள்வி எழுப்பியிருந்தார். ஆனால் பெரும்பாலும் சர்ச்சைகளில் இருந்து ஒதுங்கிக் கொள்ளும் கலாம் இதுபோன்ற கேள்விகளுக்கும் குற்றச்சாட்டுகளுக்கும் ஒருபோதும் பதிலளித்தது கிடையாது.

Aeronautical engineering, Nano-technology, Bio-technology and Space applicationsபோன்ற வகுப்புகள் எடுக்க ஜூலை 26 அன்று மீண்டும் பேராசிரியராக உள்ளே நுழைந்தார் கலாம்.

அன்றைய அட்டவணைப்படி பேராசிரியர்களையும் ஆராய்ச்சி மாணவர்களையும் சந்திப்பது முதல் நிகழ்ச்சி நிரலாக இருந்தது. அவர்கள் முன் பேசிய கலாம் அழுத்தமாகச் சொன்னார். 'என் பணி மக்களுடன் இருப்பதுதான். இனி மக்களுக்காக வாழ்வேன் என்றார்.'

கலாமை புதிய பணியில் சந்திக்க பத்திரிகையாளர்கள் எக்கச் சக்கமான பேர் திரண்டிருந்தனர். 'என்னை முன்னாள் ஜனாதிபதி என்று சொல்லவேண்டாம். இனி நான் அண்ணா பல்கலைக் கழகத்தின் பேராசிரியர்' என்றார். 'இங்கு மட்டுமல்ல, நான்கு கல்வி நிலையங்களில் எனக்கு வேலை இருக்கிறது' என்றார். நலந்தா, திண்டுகல்லில் உள்ள காந்திகிராம் ஆகிய பல்கலைக் கழகங்களிலும் ஐதராபாத் ஐஐடியிலும் கலாம் வகுப்புகள் எடுப்பதாகக் கூறினார்.

முதல்நாள் 5000 மாணவர்களிடையே உரையாடினார் கலாம். இது என் தாய்வீடு என்றார். மாணவர்கள் முன்னாள் குடியரசுத் தலைவர் என்றுகூடப் பாராமல் ஆர்ப்பரித்தார்கள். கலாமும் அந்த மகிழ்ச்சியில் கலந்துகொண்டார்.

கலாமின் பணி அண்ணா பல்கலைக்கழகத்தில் தொடர்ந்து கொண்டிருக்கிறது.

அண்ணா பல்கலைக் கழகத்தில் மட்டுமல்ல, நாட்டிலுள்ள பல கல்லூரிகளில் இருந்தும் கலாமுக்கு அழைப்பு வந்தது. அதில் கலாம் தேர்ந்தெடுத்தது, அகமதாபாத் ஐஐஎம் கல்லூரி.

இந்தியாவிலுள்ள ஐ.ஐ.எம். கல்லூரிகளில் மிகப்புகழ்பெற்றது, அகமதாபாத் ஐஐஎம். பெரிய பெரிய வி.ஐ.பிகள் படித்த கல்லூரி. பெரிய பெரிய வி.ஐ.பிகளின் மகன், மகள்கள் படிக்கும் கல்லூரி.

அங்கிருந்த வந்த அழைப்பைக் கலாம் ஏற்றுக்கொண்டார். Agri Business Management (PGP-ABM), Public Management and Policy (PMP) and Fellow Programme in Management (FPM) போன்ற பாடங்களை அவர் மாணவர்களுக்குப் போதித்தார்.

கலாமின் அண்ணன் பேரனுக்கு என்ஜினியரிங் கல்லூரியில் படிக்க இடம் வேண்டும். ஆனால் நினைத்தவாறு கிடைக்க வில்லை. உடனே தகவல் கலாமுக்கு சென்றது, அவர் ஏதாவது அனுகூலம் செய்வார் என்று. உடனே கலாமிடமிருந்து பதில் வந்தது.

'அவனுக்கு அந்தக் கல்லூரியில் படிக்க விருப்பம் என்றால் தன் திறமையை நிரூபித்து சேர்ந்துகொள்ளட்டும். அந்தத் தகுதி இல்லாவிட்டால் பிறகு அங்கு படிக்க அவனுக்குத் தகுதியில்லை என்று அர்த்தம்.'

14. கலாம் அங்கிள்!

ஹரியானாவிலுள்ள கிராமம் ஒன்றுக்குச் சென்ற போது கலாமிடம் ஒரு சிறுமி கேட்டாள்.

'சார், நீங்கள் எல்லாம் எங்களிடம் எவ்வளவு நன்றாகப் பேசுகிறீர்கள். ஏன் மற்றத் தலைவர்கள் எங்களிடம் இப்படி நடந்து கொள்வதில்லை? பெரிய நகரங்களுக்குத்தான் செல்கிறார்கள். ஏன் கிராமங்களுக்கு வந்து எங்களையெல்லாம் சந்திப்பதில்லை? உங்களைத்தான் எங்களுக்கு பிடித்திருக்கிறது.'

போக்ரன் சோதனைக்குப் பிறகு நாடு முழுக்கக் கலாம் அலை பரவியது. அதிலும் அவர் குடியரசுத் தலைவர் ஆனதுமுதல் பள்ளிச் சிறுவர்கள் அவர்மீது அமோகமான அன்பைப் பொழிந்தனர். குறிப்பாக மாணவர்கள் மற்றும் இளைஞர்களிடம். காந்தி, நேரு, சுபாஷ் சந்திர போஸ்போல இன்றைய தலைமுறையினருக்கு எடுத்துக்காட்டாக இந்தத் தேசத்தில் ஒரு தலைவர்கூட இல்லை என்கிற நீண்டநாள் குறை கலாமால் தீர்த்து வைக்கப்பட்டது.

கலாம் ஜனாதிபதியான பிறகு தினமும் அவரை குறைந்தது இரண்டு பள்ளிக் குழுக்களாவது வந்து சந்தித்துவிட்டுச் செல்வார்கள். வருடம் தோறும் இரண்டு லட்சம் மாணவர்களை நேரில் சந்தித்தார்

கலாம். இ-மெயிலில் கடிதம் போடும் பள்ளி மாணவர்களுக்குக் கலாமிடமிருந்து 36 மணி நேரத்தில் பதில் கிடைத்தது. தினமும் 400 பள்ளி மாணவர்கள் அவருக்கு இமெயில் அனுப்பினார்கள். அதேபோல கடிதம் எழுதிய அத்தனை பேருக்கும் குடியரசுத் தலைவர் முத்திரை இட்ட பதில் கிடைக்கப்பெற்றது. ஒரு குடியரசுத் தலைவர் இப்படிக் கட்டாயப் பணியாக மாணவர்களின் மின்னஞ்சலைப் படிப்பதும் அவர்களுக்குக் கடிதம் போடுவதும் வேறு எந்த நாட்டிலாவது இப்படியெல்லாம் நடக்குமா என்று தெரியவில்லை.

எந்தச் சந்தர்ப்பத்திலும் கலாம் மாணவர்களின் அன்பைத் தவறவிட்டதில்லை.

உத்திர பிரதேசத்திலுள்ள பாண்டா மாவட்டத்திலுள்ள ஆவ் என்கிற குக் கிராமத்துக்கு கலாம் சென்றிருந்தார். அப்போது அவர் பள்ளிச் சிறுவர்களைச் சந்தித்து உரையாடினார். அப்போது ஒரு சிறுவன் தாங்கள் ஒரு வகுப்பு மாணவர்கள் மட்டும் வந்திருப்பதாகவும் பள்ளியில் உள்ள அனைவரும் உங்களைச் சந்திக்க விரும்புவதாகவும் கூறினான். உடனே கலாம், அடுத்தமுறை அந்தக் கிராமத்துக்கு விஜயம் செய்தபோது அப்பள்ளிக்குச் சென்று எல்லா மாணவர்களையும் சந்தித்துப் பேசினார்.

'இந்திய நாட்டின் மிகப்பெரிய எதிரி யார்?'

'வறுமையும் வேலை வாய்ப்பின்மையும்.'

இவ்வாறு கலாம் கேள்விக்குப் பதில் சொன்ன 12-ம் வகுப்பு மாணவி ஸ்னேகல் தக்காரை பதவியேற்பு விழாவுக்கு அழைத்தார் கலாம். குடியரசுத் தலைவர் மாளிகையிலிருந்து அந்த மாணவிக்குத் தனியாக அழைப்பிதழ் அனுப்பப்பட்டது. கூடுதல் சிறப்பாக தன்னுடைய 'இக்னைட்டட் மைண்ட்ஸ்' நூலை அம்மாணவிக்கு சமர்ப்பித்திருந்தார் கலாம். ஒரு பள்ளி மாணவிக்கு இதைவிட வேறு என்ன கொடுப்பினை இருக்கமுடியும்?

கலாம் ராஷ்டிரபதி பவனுக்கு நுழைந்த பிறகு அந்த இடமே எப்போதும் ஜேஜே என்று இருக்கும்படி ஆகிவிட்டது. ஒவ்வொரு மாநிலமாகச் சுற்றி ஒவ்வொரு வருடமும் இரண்டு லட்சம் பள்ளி மாணவர்களைச் சந்தித்துள்ளார் கலாம். 'ராஷ்டிரபதி பவனை மக்கள் பவனாக மாற்றிவிட்டேன்' என்று தன் குடியரசுப் பதவிக் காலத்தின் இறுதி தினத்தன்று பேட்டி கொடுத்தார் கலாம்.

அதிகாரிகளின் அறிவுரைக்குப் பிறகு ஒவ்வொரு கடிதத்துக்கும் தனிக்கவனம் கொடுப்பதைக் கொஞ்சம் தளர்த்திக்கொண்டார். ஆனால் அகில் குப்தா என்கிற 12 ம் வகுப்பு மாணவரிடமிருந்து வந்த இமெயிலை கலாமால் தவிர்க்கமுடியவில்லை.

சிபிஎஸ்இ பிரிவில் 12ம் வகுப்பில் தேர்வு எழுதிய உத்தர பிரதேசத்தைச் சேர்ந்த அகில் குப்தாவுக்கு இயற்பியல் பாடத்தில் 13 சதவிகித மதிப்பெண்ணே கிடைத்தது. கணிதத்தில் 97% மதிப்பெண் கிடைத்திருக்கும்போது எப்படி இயற்பியலில் மட்டும் மட்டமான மதிப்பெண் கிடைக்கும் என்று வெதும்பினான் அகில். மறுகூட்டலுக்கு விண்ணப்பித்தும் சாதகமான பதில் கிடைக்க வில்லை. கலாம் இருக்கப் பயமேன் என்று நம்பிக்கையோடு கலாமுக்கு ஒரு இமெயில் தட்டினான் அகில் குப்தா.

மின்னஞ்சலிலேயே அகிலின் உணர்வுகளைப் புரிந்துகொண்ட கலாம் உடனே தன் அதிகாரிகளை முடுக்கிவிட்டார். இறுதியில் அகில் இயற்பியலில் 85% மதிப்பெண் பெற்றதாக அறிவிக்கப் பட்டது. சந்தோஷமாக அகில், பிட்ஸ் பிலானியில் மேற் படிப்புப் படிக்கச் சென்றான்.

கலாமை சந்திக்க எந்தத் தொழிலதிபர் வந்தாலும் கலாம் மறக்காமல் சொல்வது இதுதான் - நிறைய ஏழைக் குழந்தைகள் பொறியியல் படிப்புப் படிக்க உதவுங்கள். ஏழைக் குழந்தை களுக்கு தரமான கல்வி கிடைக்க அருள் புரியுங்கள் என்று அவர்களிடம் கோரிக்கை வைப்பார். கலாமே தங்களிடம் வேண்டுகோள் வைக்கிறாரே என்று அந்தப் பெரிய தலைகளும் வருடாவருடம் கலாமை மகிழ்விப்பதற்காகவே சில ஏழை மாணவர்களுக்கு இலவசக் கல்விக்கு ஏற்பாடுகள் செய்வார்கள்.

ஏதோ குடியரசுத் தலைவர் ஆனபிறகுதான் கலாமுக்கு குழந்தை கள்மீது ஈடுபாடு என்று எண்ணவேண்டியதில்லை.

டி.ஆர்.டி.எல்-லில் ஒருநாள் பிருத்வி ஏவுகணை தொடர்பாக ஒரு கூட்டம் நடந்தது. தாமதமாகக் கூட்டத்தில் கலந்துகொண்ட கலாம் அதுபற்றி விசாரிக்கிறார். மதிய உணவு நேரம் வந்தவுடன் கூட்டம் முடிவடைகிறது. அப்போதுதான் கலாம் அன்றைய செய்தித் தாளைப் பார்க்கிறார். அதில் பத்து வயது செகந்தராபாத் பள்ளிச் சிறுமி பிருத்வி ஏவுகணையின் மாடலை காகிதத்தில் வடிவமைத் ததை அந்தச் செய்தித்தாள் செய்தியாக வெளியிட்டிருந்தது. ‘ஆமாம் சார், அந்தப் பெண் பிருத்வி பற்றிய தகவல்களைக்

கேட்டு எனக்குக் கடிதம் எழுதினார்' என்று சொன்னார் பிருத்வி ப்ராஜக்ட் துணை இயக்குநர். 'அப்படியா, அந்தப் பெண்ணுக்குக் கடிதம் எல்லாம் வேண்டாம். நேரில் அழையுங்கள். பிருத்வியை நேரடியாகவே பார்த்துக்கொள்ளட்டும், டி.ஆர்.டி.எல்-லின் விருந்தினராகச் சில நாள்கள் இருக்கட்டும்' என்றார் கலாம்.

டி.ஆர்.டி.எல்-லுக்கு அருகே உள்ள இமரத் ஆய்வு மையத்துக்கு அந்தப் பெண் அழைக்கப்பட்டார். அவளால் இதை நம்பவே முடியவில்லை. அரசு வாகனம் ஒன்று அவள் வீட்டுக்குச் சென்று அழைத்து வந்தது. பிருத்வியை அந்தப் பெண் தொட்டுப் பார்த்து சிலிர்த்துக்கொண்டாள். விஞ்ஞானிகளுடன் மதிய உணவு சாப் பிட்ட பிறகு கலாம் அறைக்குச் சென்று அவரிடம் நீண்ட நேரம் பேசினாள். கலாம் குடியரசுத் தலைவர் ஆனபிறகு அந்தப் பெண் இச்சம்பவத்தை ஊர் முழுக்கப் பெருமையுடன் சொல்லிக் கொண்டாள்.

இந்தியா முழுக்கச் சுற்றுப்பயணம் செய்த கலாமின் நிகழ்ச்சி நிரலில் பள்ளிகளுக்கு செல்வதுதான் முதன்மையானதாக இருக்கும். எந்த ஊருக்குச் சென்றாலும் அங்குள்ள முக்கியமான பள்ளிகளுக்கு செல்வதை வழக்கமாகவே வைத்திருந்தார். மாணவர்களிடம் எப்போது பேசினாலும் புத்தகங்களின் அவசியத்தை வலியுறுத்துவார்.

'நான்கு புத்தகங்களை நான் அடிக்கடி வாசிப்பேன். 'The Light from many lamps', உலகின் மிக முக்கிய தத்துவியலாளர்கள், தலைவர்களின் சிந்தனைச் சொற்கள் அடங்கிய புத்தகம் அது. Man the unknown. Alexis Carrel எழுதியது. உடலையும் சிந்தனையையும் ஒருங்கிணைக்க வைக்க உதவும் இப்புத்தகம். மருத்துவம் படிக்க ஆசைப்படும் அத்தனை பேரும் இப்புத்த கத்தைப் படிக்கவேண்டும். அடுத்தது, திருக்குறள். மனிதனாகப் பிறந்த ஒவ்வொருவரும் படிக்கவேண்டும் என்று நான் பரிந் துரைக்கும் புத்தகம். நான்காவது, குரான். சிறந்த புத்தகங்கள் தான் நம்மைச் சரியான பாதையில் வழிநடத்திச் செல்லும். ஐன்ஸ்டீனுக்கு 12 வயதில் பரிசளிக்கப்பட்ட புத்தகம்தான் அவருக்குப் பல அற்புதங்களைக் கொண்டுவந்தது.

'அங்கிள் உங்களுக்குக் கடவுள் நம்பிக்கை உண்டா?'

'பூமி சூரியனைச் சுற்றுகிறது. சூரியன் பால்வீதியைச் சுற்றுகிறது. நாமிருக்கும் இந்தப் பால்வீதி பிரபஞ்சத்தில் மிகச்சிறிய பால்வீதி.

நீங்கள் இரவில் இதைப் பார்க்கலாம். நமது பால்வீதியில் சூரியனும் ஒரு சிறிய நட்சத்திரம். இதைவிடப் பெரிய ஏராளமான நட்சத்திரங்கள் உள்ளன. நம்முடைய நட்சத்திரத்தில் ஏராளமான கோள்கள் உள்ளன. அதில் செவ்வாயையும், வியாழனையும் ஒப்பிட்டுப் பார்த்தால் நாம் வாழும் பூமி மிகச்சிறியது. மேலே தெரியும் நட்சத்திரங்களைப் பார். இவற்றையெல்லாம் ஒருவர்தான் உருவாக்க முடியும். எனவே நான் ஆண்டவனை நம்புகிறேன்.'

கலாமால் அரசியல்வாதிகளுக்கு நேராக அவர்கள் லஞ்ச லாவண்யத்தில் ஈடுபடுவது பற்றிப் பேசமுடியாது. ஆனால் அவர் அக்கறை கொண்டது அடுத்த தலைமுறை பற்றி. லஞ்சம் என்கிற பேயை 2020 லாவது விரட்டவேண்டும் என்று அவர் ஒரு டெக்னிக்கைக் கையாண்டார்.

'இந்தியாவில் 100 கோடி மக்கள் வாழ்கின்றனர். 20 கோடி குடும்பங்கள் உள்ளன. சில லட்சம் பேர் மட்டும் சட்டத் திட்டங்களை மதிப்பதில்லை. இதை நாம் எப்படி தடுப்பது?

எல்லாக் குடும்பங்களிலும் குழந்தைகள் உண்டு. அதாவது நீங்கள் நினைத்தால் சட்டத்தை மதிக்காமல் செல்லும் உங்கள் பெற்றோரைத் திருத்தமுடியும். உங்களுடைய பெற்றோர் சரியான பாதையில்தான் நடக்கிறார்களா என்று பாருங்கள். அவர்கள் செல்லும் பாதை தவறானது என்று தெரிந்தால் உடனே அதற்கு உங்கள் எதிர்ப்பைத் தெரிவியுங்கள். குழந்தைகளே இதற்கு எதிர்ப்பு தெரிவிக்கும்போது தவறு செய்யும் பெற்றோர் யோசிப்பார்கள்.'

வெளிநாடுகளில் சென்று படிப்பது குறித்து?

இந்தியாவில் 30 லட்சம் இளைஞர்கள் இருக்கிறார்கள். ஆனால் 90000 மாணவர்கள் ஆஸ்திரேலியாவுக்கும் அமெரிக்காவுக்கும் படிக்கச் செல்கிறார்கள். அவர்கள் அங்கேயே இருந்துவிடக் கூடாது. எல்லோரும் இந்தியாவுக்குத் திரும்பி வரவேண்டும். இங்கு இல்லாத வளமா?

எல்லாம் பேசுவார். முடிக்கும்போது மாணவர்களிடம் பத்து உறுதிமொழிகளை வாங்கிக்கொள்வார். சிறுவர்கள் சத்தியம் செய்தால் அதை மீறப் பயப்படுவார்கள் இல்லையா, அந்த இடத்தில்தான் கொக்கி போடுவார் கலாம். எங்கே திருப்பிச் சொல்லுங்கள் பார்ப்போம் என்று இந்தப் பத்தையும் சொல்வார், உரக்கமாக.

★ நான் என் வாழ்க்கையில் நல்ல லட்சியத்தை மேற்கொள்வேன். நன்றாக உழைத்துப் படித்து என் வாழ்க்கை லட்சியத்தை அடைய முற்படுவேன்.

★ நான் ஜாதியின் பெயராலோ மதத்தின் பெயராலோ மொழியின் பெயராலோ எவ்வித பாகுபாடும் பாராட்டாது எல்லோரிடமும் சமமாக நடந்து கொள்வேன்.

★ நான் எனது விடுமுறை நாட்களில் எழுதப் படிக்கத் தெரியாத ஐந்து பேருக்காவது எழுதப்படிக்கச் சொல்லிக் கொடுப்பேன்.

★ என் வீட்டிலோ அல்லது பள்ளியிலோ குறைந்த பட்சம் ஐந்து செடிகளையாவது நட்டு வைத்து மரம் வளர உதவுவேன்.

★ மது, சூதாடுதல் மற்றும் போதைப் பழக்கங்களுக்கு ஆளாகி துயருரும் ஐந்து பேரையாவது மீட்டு அதிலிருந்து நல்வழிப்படுத்த முயற்சி செய்வேன். துயர்படும் ஐந்து பேரைச் சந்தித்து அவர்களுக்கு ஆறுதல் அளித்து அவர்களது துயரைத் துடைப்பேன்.

★ நான் வாழ்க்கையில் நேர்மையாக நடந்து கொண்டு மற்றவர்களுக்கு எடுத்துக்காட்டாக இருக்க முயல்வேன்.

★ என் தாய் மற்றும் தாய்நாட்டை நேசிப்பேன். பெண்குலத்துக்கு உரிய மரியாதையையும் கண்ணியத்தையும் அளிப்பேன்.

★ எல்லோருக்கும் அறிவு தீபத்தை ஏற்றி அணையா தீபமாகச் சுடர்விடச் செய்வேன்.

★ நான் உண்மையான தூய்மையான வாழ்க்கையை வாழ்வேன்.

★ ஊழலற்ற வெளிப்படையான எனது வாழ்க்கையின் மூலம் பிறருக்கு எடுத்துக்காட்டாக விளங்குவேன்'

வெளிநாடு சென்றாலும் விடமாட்டார். அங்குள்ள பள்ளிக்குச் செல்ல நேர்ந்தால் இந்த 10 உறுதிமொழிகளைக் கையில் எடுத்துக்கொள்வார்.

அத்தோடு முடிந்துவிடாது. அடுத்தது ஆசிரியர்கள் பக்கம் திரும்புவார்.

'மாணவர்களிடத்தில் அறிவையும் நல் ஒழுக்கத்தையும் ஆசிரியர்களால் மட்டுமே விதைக்க முடியும். சர்.சி.வி. ராமனின் கதை

ஒன்று சொல்கிறேன், கேளுங்கள். சர்.சி.வி.ராமனுக்கு 1954ம் ஆண்டு பாரத ரத்னா விருது அறிவிக்கப்பட்டது. குடியரசு தினத்துக்கு அடுத்த ஏதாவது ஒரு தினத்தில் இவ்விருதைப் பெற்றுக் கொள்ள அப்போதைய ஜனாதிபதி ராஜேந்திர பிரசாத், சர்.சி.வி. ராமனுக்குக் கடிதம் எழுதினார். அதற்கு ராமன் என்ன பதில் கடிதம் எழுதினார் தெரியுமா?

'ஐயா, ஜனவரி 31ம் தேதிக்குள் என் மாணவர்களின் ஆய்வு அறிக்கையை முடிக்க வேண்டியிருக்கிறது. ஆகவே என்னால் விழாவுக்கு வர இயலாத நிலையில் இருக்கிறேன்.'

இதுதான் ஆசிரியப் பணிக்குச் சரியான உதாரணம். நீங்கள் உங்கள் மாணவர்களுக்கு முக்கியத்துவம் கொடுக்கவேண்டும். இன்னொன்றையும் சொல்கிறேன் கேளுங்கள்.

நான் பின்லாந்து சென்றிருக்கிறேன். உலகிலேயே அந்த நாடுதான் கல்வியில் சிறந்து விளங்குகிறது. அங்கு யாரும் 3 வயதிலேயே குழந்தைகளைப் பள்ளிக்கு அனுப்புவதில்லை. 7 வயதில்தான் மாணவர்கள் முதல் வகுப்பில் சேர்கிறார்கள். 15 வயதுக்குட்பட்ட மாணவர்களின் வாசிப்புத் திறன், அறிவியல் மற்றும் கணிதத் திறன்கள் மதிப்பிடப்படுகின்றன.

ஏன் பின்லாந்து மட்டும் கல்வியில் முதலிடம் பிடித்துள்ளது? அங்கு மட்டும் எப்படி ஒரே சீராக திறமை பரவியிருக்கிறது? காரணம், ஆசிரியர்கள்தான். அங்கு தரமான ஆசிரியப் பயிற்சி அளிக்கப்படுகிறது. கல்வியில் பின்தங்கும் மாணவர்களை அவர்கள் விசேஷமாகக் கவனித்து கல்வி வளர்ச்சியில் முழுநிறைவை அடைகிறார்கள்.

என் ரோல்மாடல் என் ஆசிரியர்கள்தான். நான் படித்த ஒவ்வொரு பள்ளியிலும் மறக்க முடியாத ஆசிரியர்களைப் பெற்றவன். அவர்கள் இன்றி இந்தக் கலாம் இல்லை. எல்லா மாணவர் களுக்கும் ஆசிரியர்கள்தான் அவர்கள் ரோல்மாடல்களாக இருக்கவேண்டும். மாணவர்கள் தங்கள் வாழ்க்கையில் முதல் 17 வருடங்களை அதாவது 25,000 மணி நேரங்களை ஆசிரியரிடம் தான் செலவழிக்கிறார்கள். பிறகு ஆசிரியர் அன்றி வேறு யார் ரோல்மாடலாக இருக்கமுடியும்?'

எப்போதும் கலாம் பேசினாலும் மாணவர்கள் விடாமல் கைத் தட்டுவார்கள். ஆனால் எப்போதெல்லாம் இந்த ரோல்மாடல்

பற்றிப் பேசுகிறாரோ அப்போதெல்லாம் ஆசிரியர்கள் உணர்ச்சி வசப்பட்டுக் கைதட்டுவார்கள். 'ஆசிரியர் அன்றி வேறு யார் ரோல்மாடலாக இருக்கமுடியும்?' என்கிற வரிக்குக் கிட்டத் தட்ட எல்லா ஆசிரியர்களும் மிகவும் உணர்ச்சிவசப்பட்டு விடுவார்கள். விடுவாரா, அவர்களுக்கும் பத்து உறுதி மொழிகள் தயாராக வைத்திருப்பார் கலாம்.

1. கற்பித்தல்தான் என் ஆன்மா. எல்லாவற்றுக்கும் முதலாவ தாக நான் சொல்லிக் கொடுப்பதை விரும்புகிறேன்.
2. மாணவர்களை எதிர்காலத்தின் ஆற்றல் வளமாகக் கருதுவேன். நல்லதையே செய்வேன், நல்வழியிலேயே நடப்பேன்.
3. சராசரி மாணவரைக்கூட மிகச்சிறப்பாகப் படிக்கும் மாணவராக மாற்றும் ஆசிரியராக என்னைக் கருதுவேன்.
4. என் தாய், சகோதரி, தந்தை, சகோதரன் மீது எவ்வளவு அன்பும் அக்கறையும் வைப்பேனோ அதுபோலவே என் மாணவனையும் கருதுவேன்
5. என்னுடைய வாழ்க்கையே மாணவர்களுக்கு ஒரு பாடமாக அமையும் வகையில் நான் நடந்து காட்டுவேன்.
6. என்னுடைய மாணவர்களை நான் கேள்வி கேட்க ஊக்கப் படுத்துவேன். அதன் மூலம்தான் ஆராய்ச்சி மனப்பாங்கு அவர்களிடம் வளரும்.
7. எல்லா மாணவர்களையும் நான் சமமாக நடத்துவேன், மதம், ஜாதி, மொழி அடிப்படையில் எந்தப் பாகுபாடும் பார்க்க மாட்டேன் என்று உறுதியளிக்கிறேன்.
8. நான் என் திறமையை எப்போதும் வளர்த்துக் கொள்வேன். இதனால் என்னால் தரமான கல்வியை மாணவர்களுக்கு அளிக்க முடியும்.
9. என் மாணவனின் வெற்றி என் வெற்றியாகும். அதை நான் என் வெற்றிபோலக் கொண்டாடுவேன்.
10. நான் ஆசிரியராக இருப்பதை உணர்கிறேன். இந்தியாவின் வளர்ச்சியில் எனக்கும் பங்கு உண்டு என்பதை உணர்கிறேன்.

15. அக்னிச் சிறகுகள்

நாட்டின் புகழ்பெற்ற விஞ்ஞானி, குடியரசுத் தலைவர், அதுவும் இளைஞர்களின் கனவு நாயகன். இப்படிப்பட்ட ஒருவர் உச்சக்கட்டப் புகழில் இருக்கையில் அவருடைய ஒவ்வொரு அசைவும் பணம். இது கலாமின் நூல் விற்பனையில் பிரதி பலித்தது.

கலாமின் சுயசரிதையான 'Wings of Fire' 1999ல் வெளிவந்தது. கலாமுடன் டி.ஆர்.டி.ஓ.வில் பணி புரிந்த அருண் திவாரி ஆங்கிலத்தில் அதை எழுதி னார். ஆரம்பத்தில் அந்தப் புத்தகம் வருடத்துக்கு 25,000 காப்பிகள் விற்றுக்கொண்டிருந்தது. 2002க்குப் பிறகு புத்தகத்தின் விற்பனை தறிகெட்டுப் போனது. நான்கு, ஐந்து மடங்காக அதிகரித்தது. கலாம் ஜனாதிபதியான அந்த 2002- வருடத்தில் மட்டும் ஒண்ணே கால் லட்சம் புத்தகங்கள் ஆங்கிலத்தில் விற்றிருக்கின்றன. தமிழில் 60,000 பிரதிகளும், மலையாளத்தில் 40,000 பிரதிகளும் விற்றுத் தீர்ந்தன. இதற்கு முன்னால் ராதா கிருஷ்ணன், ஜாகீர் உசைன் போன்ற இந்திய குடியரசுத் தலைவர்களின் சுயசரிதைகள் வெளிவந்தாலும் கலாமின் புத்தகம் போல சமீபத்தில் எந்த ஒரு புத்தகமும் விற்கவில்லை. 2003க்குள் பதிப்பான அனைத்து

மொழிகளிலும் நான்கு லட்சம் காப்பிகள் விற்று காந்தியின் சத்திய சோதனைக்குப் பிறகு அதிகம் விற்ற நூல் என்கிற பெயர் பெற்றது.

முதலில் ஆங்கிலம், தமிழ், மலையாளம் ஆகிய மொழிகளில் வெளியிடப்பட்ட கலாமின் சுயசரிதை பிறகு 13 இந்திய மொழி களில் வெளியானது. சீன மொழியில் 'Huo Yi' என்ற பெயரில் மொழிபெயர்ப்பு செய்யப்பட்டுள்ளது. நாளடைவில் ப்ரெஞ்ச், அரபு மொழிகளிலும் கலாமின் சுயசரிதம் மொழிபெயர்க்கப் பட்டது.

அது என்ன அக்னிச் சிறகுகள்?

கலாம் பதில் - சிறுவர்கள், இளைஞர்களிடம் எப்போதும் உள்ளே அக்னி இருக்கவேண்டும். அதற்கு சிறகு முளைத்துப் பறக்கும் போது லட்சியம் ஈடேறும்.

இந்த நூலின் வெற்றியைத் தொடர்ந்து India 2020, Ignited Minds, India-my-dream, Envisioning an Empowered Nation: Technology for Societal Transformation, Children Ask Kalam போன்ற இந்தியா வளர்ச்சி குறித்த நூல்களையும் கலாம் எழுதினார்.

கலாம் பேர், புகழ், செல்வாக்கு இவற்றால் அதிகம் பாதிக்கப் படாதவராக இருந்தார் என்பதற்கு இன்னொரு உதாரணம் - புத்தக விற்பனையில் கிடைக்கும் ராயல்டி தொகையைத் தொண்டு நிறுவனங்களுக்கு வழங்கிவிடுகிறார். அதேபோல அரசிடமிருந்து தனக்குக் கிடைக்கும் ஓய்வுத் தொகையையும் அவர் தன் வங்கிக்கணக்கில் வைத்துக்கொள்வதில்லை. கருணை இல்லங்களுக்கு நன்கொடையாக அவை சென்று விடுகின்றன. சிறுவயதில் கணிதமேதை ராமானுஜர் வாழ்க் கையைப் படித்த பாதிப்பு!

•

வாஜ்பாயி கூடக் கவிதைகள் மட்டும்தான் எழுதினார். ஆனால் இந்திய அரசியல் சரித்திரத்திலேயே கலைகளின் காதலனாகத் தன்னை முன்னிறுத்திக்கொண்ட ஒரே தலைவர் அப்துல் கலாம்தான். இலக்கியவாதிகளும் விமர்சகர்களும் கலாமின் கவிதைகளையும் கலை ரசனைகளையும் விமர்சித்து வந்தாலும் தன் ரசனையை, தன் கலை அறிவை வெளிப்படுத்திக்கொள்ள கலாம் எப்போதும் தயங்கியதே கிடையாது.

அறிவியல் மற்றும் தொழில்நுட்பம் இரண்டும் தவிர கலாமை மிகவும் ஈர்க்கும் விஷயங்கள் இரண்டு. இசையும் கவிதையும். கலாமிடமுள்ள பெரும்பாலான புத்தகங்கள் இசை மற்றும் கவிதை தொடர்பானவைதான். மில்டன், வால்ட் விட்மேன், ரபிந்தர்நாத் தாகூர் என்று சகலக் கவிதைகளையும் தேடிப் பிடித்துப் படிக்கும் கலாம் சமூகத்தில் ஏற்படும் முக்கியமான சம்பவங்களின்போது உடனே பேனா, நோட்பேடை எடுத்துக் கொண்டு விடுவார். பொதுவாக யார் கவிதைகள் எழுதினாலும் அதன் தரம் பார்க்கும் பத்திரிகைகளும் கலாம் எழுதிய கவிதைகளைப் படித்துக்கூடப் பாராமல் உடனே அச்சுக்கு அனுப்பின. இதனால் கலாமின் கவிதைகள் அடிக்கடி பத்திரிகை களில் இடம்பிடிக்க ஆரம்பித்தன.

ராஷ்டிரபதி பவனில் பழுப்பேறிக் கிடந்த உள் அரங்கைத் துப்புரவாக்கி அதைக் கலைக்கூடமாக மாற்றினார் கலாம். இந்திர தனுஷ் என்று அதற்குப் பெயரிட்டு அதே பெயரில் அந்தக் கலைக்கூடத்தில் தொடர்ச்சியாகக் கலைநிகழ்ச்சிகளை நடத்தி னார். இதனால் நாட்டிலுள்ள அத்தனை முக்கியமான இசைக் கலைஞர்களும் ராஷ்டிரபதி பவனுக்குள் காலடி எடுத்து வைக்க இந்த ஏற்பாடு உதவியது. இதுதான் என்றில்லாமல் அனைத்து வகை இசைக்கலைஞர்களும் அழைக்கப்பட்டார்கள்.

அப்படியொரு நிகழ்ச்சியில் அன்று சிவமணிதான் ஹீரோ. சிவமணியின் அதிரடிகளை ரசித்த கலாம் திடீரென மேடையேறி தானும் டிரம்ஸ் வாசிக்க ஆசைப்படுவதாகக் கூறினார். பூங்காவில் இருந்த அத்தனை பார்வையாளர்களும் கை தட்டி கலாமை ஊக்குவித்தார்கள். சிவமணி கையிலிருந்த குச்சியை வாங்கி டிரம்ஸில் ரெண்டு தட்டு தட்டினார் கலாம்.

ஜனவரி 26, ஆகஸ்ட் 15 தேதிகளில் ஒவ்வொரு வருடமும் குடியரசுத் தலைவர் மாளிகையில் வளரும் கலைஞர்களின் ஓவியக்கண்காட்சி நடைபெறும்.

கலாம் குடியரசுத் தலைவராகித் தன் புது இல்லமான 329 ஏக்கர் ஏக்கர் பரப்பளவு கொண்ட ராஷ்டிரபதி பவனுக்குக் குடிபோன பிறகு நிறைய மாற்றங்களைக் கொண்டுவந்தார். ராஷ்டிரபதி பவனின் வரவேற்பு அறை அரசு அலுவலகம்போல களை இழந்து கிடந்ததைக் கண்டு முதல்வேலையாக அதை அழகு செய்தார் கலாம். புதிய தரைத்தளங்கள் மாற்றப்பட்டுச்

சுவர்களில் பெயிண்டிங்குகள் மாட்டப்பட்டன. பார்வையாளர்கள் அமர்வதற்கு சொகுசு சோஃபா வாங்கப்பட்டது. குழந்தைகள் கேலரி ஒன்றும் வடிவமைக்கப்பட்டது. 5 ஏக்கர் பரப்பளவு கொண்ட மிக அழகான மொஹல் பூங்காவில் மேலும் இரண்டு புதிய பூங்காக்கள் அமைக்கப்பட்டன. அவற்றில் ஒன்று மூலிகைச் செடிகள் கொண்ட பூங்காவாகவும் மற்றொன்று குழந்தைகளுக்கான பூங்காவாகவும் தயாரிக்கப்பட்டன. 127 வகையான ரோஜாக்கள் நடப்பட்டன. இந்த மாற்றங்கள் அனைத்தும் ராஷ்டிரபதி பவனுக்குத் தனியழகு கொடுத்தன.

உயிரியல் பூங்காவில் உள்ள மான்கள், மயில்கள், முயல்கள், வாத்துகள் போன்ற உயிரினங்கள் பார்வையாளர்களை மிகவும் கவர்ந்தன. ஒரு குடியரசுத் தலைவரின் மாளிகை நந்தவனம் போன்று உள்ளது என்று அத்தனை பேரும் பாராட்டினார்கள்.

மொஹல் தோட்டம் கிட்டத்தட்ட கலாமின் பர்சனல் அறையாக மாறிப்போனது. கலாமை சந்திக்க வருகிற அனைவரையும் மொஹல் தோட்டத்துக்கு அழைத்துச் சென்று உரையாடுவதை வழக்கமாகவே வைத்திருந்தார்.

கலாம் குடியரசுத் தலைவர் ஆனநாள் முதல் மாளிகைக்கு வருகை தருகிற மக்களின் எண்ணிக்கை மிகவும் அதிகமாகிப் போனது. சிலசமயம் தினம் 3,000 பேர், 6000 பேர் எல்லாம் சர்வசாதாரணமாகக் கலாமை பார்த்துவிட்டுப் போயிருக்கிறார்கள். இதனால் பார்வையாளர்களை வரவேற்பதிலிருந்து அவர்களை உபசரித்துப் பத்திரமாக வழி அனுப்புவதுவரை சவாலான வேலையாக இருந்தது. சிறு அசம்பாவிதம் நடந்தாலும் அது சர்வதேசப் பிரச்னை ஆகிவிடும். ஆனாலும் பார்வையாளர்களின் வருகைக்கு கலாம் ஒருபோதும் கடிவாளம் போட்டது கிடையாது. கலாம் பதவி வகித்த 5 வருடக் காலமும் ராஷ்டிரபதி பவன், மக்கள் பவனாகவே இருந்தது.

•

எழுத்தாளரை நேரில் சென்று சந்தித்த குடியரசுத் தலைவர் யாராவது இருப்பாரா? 2007, பிப்ரவரி 2ம் தேதியன்று கலாம், குஷ்வந்த் சிங் வீட்டுக்குச் சென்றார். அன்று குஷ்வந்த் சிங்கின் பிறந்தநாள். கலாமின் வருகை பற்றி குஷ்வந்த் சிங்குக்குத் தகவல் போனபோது, ‘யாரது போன்ல விளையாடறது’ என்று

போனை வைத்துவிட்டார் சிங். அடுத்தநாள்களில் காவலர்கள் சிங்கின் வீட்டுக்கு வந்து பாதுகாப்பு ஏற்பாடுகளைக் கவனித்த போதுதான் அவருக்கு உண்மை புரிந்தது. நான் உங்களுடைய சீக்கியர்கள் வரலாறு நூல்களைப் படித்திருக்கிறேன் என்று கலாம் சொன்னபோது உருகிப்போனார் சிங்.

•

இந்திய ஜனாதிபதிகள் பலரும் ஆன்மிகத் தாகம் கொண்டவர்கள். வெங்கட்ராமன் பலமுறை காஞ்சிபுரம் சென்று சங்கராச்சாரி யாரை வணங்கிவிட்டு வருவார். சங்கர் தயாள் சர்மா அடிக்கடி திருப்பதி செல்வார். அப்துல் கலாமும் காஞ்சி மடம் சென்றவர் தான். சாய்பாபா பிறந்தநாளுக்கு புட்டபர்த்தி சென்றுவந்தார். பிஜேபி அரசின் ஆதரவோடு அவருக்குப் பதவி கிடைத்ததும் கலாமின் தனிமனித வழிபாடும் கலாம் மீதான இடதுசாரிகளின் குற்றச்சாட்டை மெய்ப்பிப்பதாகவே அமைந்தது.

இசை மேதை எம்.எஸ் இறந்தபோது டெல்லியிலிருந்து சென்னை வந்து அவருக்கு இறுதி அஞ்சலி செலுத்தினார் கலாம்.

•

கலாம் திருச்சி கல்லூரியில் படித்தபோது அடிக்கடி அருகே உள்ள கிராமங்களுக்கு செல்வார். அப்போது ஒரு குடம் தண்ணீருக்காக மக்கள் கொளுத்தும் வெயிலில் தார் ரோட்டில் நடப்பதைப் பார்த்துத் தன் நண்பர் வெங்கட சுப்ரமண்யனிடம் புலம்புவார். 'ப்ச், இவங்க எல்லாம் இப்படியேதான் வாழ ணுமா? இதுக்கு தீர்வே இல்லையா?'

கலாமின் அடையாளங்கள் என்று போக்ரனையும் ராக்கெட் களையும் சொல்வார்கள். ஆனால் அவருக்கு இன்னொரு அடையாளம் உண்டு. புரா (A project to Provide Urban facilities in Rural Areas (PURA) என்கிற கிராமப்புற வளர்ச்சித் திட்டம்.

இதை முதலில் தொடங்கியவர் ஐஐடியின் முன்னாள் இயக்கு நரான பி.வி. இந்திரேசன். ஒருலட்ச மக்கள் தொகை கொண்ட கிராமங்களுக்கு அடிப்படை வசதிகளைப் பூர்த்தி செய்து அவர்களுக்கு 15 கிலோ மீட்டர் இடைவெளிக்குள் அனைத்து வசதிகளையும் ஏற்படுத்தித் தருவது. முக்கியமாகக் கல்வி, மருத்துவம், தொலை தொடர்பு துறை போன்ற நகர வசதிகளை கிராமத்துக்கும் வழங்கவேண்டும். இதற்கான திட்டத்தை

எடுத்துக்கொண்டு மத்திய அரசிடம் சமர்பித்தார் இந்திரேசன். கலாமின் பார்வைக்கு வந்த உடனே இத்திட்டம் உயிர் பெற்றது.

பெரும்பாலான நகரங்களில் 50 சதவீதத்துக்கும் மேல், குடிசைப் பகுதிகள் உள்ளன. புறநகர்ப்பகுதிகளில் வசிப்பவர்கள் வேலைக்குப் போய் வருவதிலேயே களைத்துச் சோர்ந்து விடுகிறார்கள். சாலை வளையங்கள் மூலம் கிராமத் தொகுப்புகளை இணைத்து ஒரு கிராமத்திலிருந்து இன்னொரு கிராமத்துக்குப் போக்குவரத்தை எளிதாக்கிக் கிராம வசதிகளைப் பெருக்க வேண்டும் என்பது புராவின் அடிப்படைகளில் ஒன்று. டெலி மெடிசன் மூலமாக கிராம மருத்துவமனைகளை நகர்ப்புற மருத்துவமனைகளோடு இணைத்து கிராம மருத்துவமனைகளின் தரத்தை உயர்த்துவது. இதன்மூலமாகக் கிராமங்களில் வறுமைக் கோட்டுக்குக் கீழே உள்ள 26 கோடி ஏழைகளின் வாழ்வுத் தரத்தை உயர்த்துவது.

கிராமம் வளம் பெற்றால் அங்குள்ள மக்களின் வாழ்வு வளம் பெறும். கூடவே வேலை வாய்ப்புகள் உயரும். நகரத்துக்கு இணையாக வாய்ப்புகள் கிடைக்கிறபோது கிராம மக்களின் வாழ்க்கைத் தரம் உயரும். இதனால் நகரங்களில் ஏற்படும் நெரிசல் குறையும். கிராம வாழ்க்கை சரியில்லை என்று யாரும் குறைபட்டு நகரத்துக்கு இடம்பெயர மாட்டார்கள்.

புராவின் கொள்கைகளை மத்திய அரசுக்கு எடுத்துரைத்தார் கலாம். கலாம் இத்தனை தூரம் சொல்லும்போது அரசு என்ன சொல்லும்? வாஜ்பாயி அரசு புராவுக்கு முழு ஒத்துழைப்புக் கொடுத்தது. குடியரசுத் தலைவரே கிராமப்புற வளர்ச்சியில் நிறைய அக்கறை காட்டும்போது மாநில அரசுகள் மட்டும் பிடிவாதமா பிடிக்கும்? கலாம் கைக்காட்டிய இடத்தில் தன் அதிகாரிகளை நிறுத்தின. கேட்ட நிதி உதவியைத் தந்தன.

முதலில் ஐந்து ஆண்டுகளுக்குள் 4000 புரா காம்ப்ளக்ஸ்கள் என்று திட்டமிடப்பட்டது. அதாவது ஒரு காம்ப்ளக்ஸ் என்பது குறைந்தது 20 கிராமங்களைக் கொண்டது. அல்லது ஒரு லட்சம் மக்கள் தொகை கொண்ட, அதிக வளர்ச்சி இல்லாத நகரங்கள். இறுதியில் 7000 காம்ப்ளக்ஸ்களை புரா திட்டம் வழியாக உருவாக்கப்பட்டன. அதாவது ஆறு லட்ச கிராமங்கள். ஒவ்வொரு கிராமத்துக்கும் கூடுதலாக 2000 வேலை வாய்ப்புகள் உருவாக்கப்பட்டன.

ஒவ்வொரு புரா காம்ப்ளக்ஸுக்கும் 100 கோடி பட்ஜெட். 3, 000 முதல் 10,000 புதிய வேலை வாய்ப்புகள். இதனால் ஒவ்வொரு மாநிலத்திலும் கணிசமான அளவுக்குக் கிராமங்கள் வசதி அடைந்தன.

2006ல் நேபாளப் பிரதமர் ஜி.பி.கொய்ராலா, கலாமை சந்திக்க வந்தார். 'நேபாளத்தில் சாலை வசதிகள்தான் மிகப்பிரச்னை. பல கிராமங்களில் சாலை வசதிகள் துண்டிக்கப்பட்டுள்ளன. இதைச் சரிசெய்வதற்குள் தாவு தீர்ந்து போய்விடுகிறது' என்றார் கலாமிடம். விடுவாரா கலாம். 'இதோ பாருங்கள். இந்தத் திட்டத்தின் பெயர் புரா. கிராமச் சாலைகளை நகரச் சாலையோடு இணைக்கும் திட்டம்....'

கொய்ராலா திரும்பிச் செல்லும்போது அவர் கையில் புரா திட்டக் கொள்கை மாதிரி வடிவம் இருந்தது.

முஷாரஃப் இந்தியாவுக்குச் சுற்றுப்பயணம் செய்தபோது கலாமை அவர் மாளிகையில் சந்தித்தார். எப்படியும் கலாமிடம் காஷ்மீர் பிரச்னையை எழுப்பப்போகிறார். இதைக் கலாம் எப்படிச் சமாளிக்கப் போகிறார் என்று பத்திரிகைகள் ஒருவித எதிர்பார்ப்புடன் இருந்தன.

ஆனால் கலாம் சாதுரியமாக முஷாரஃபிடம் புரா பற்றிப் பேசினார்.

'இந்தியாவைப் போன்று பாகிஸ்தானிலும் நிறைய கிராமங்கள் உள்ளன. அவற்றின் முன்னேற்றத்துக்கு நீங்கள் திட்டம் தீட்டும் விதமாக நாங்கள் பின்பற்றும் புராவின் மாதிரியை உங்களுக்குக் காண்பிக்கப்போகிறேன். நகரங்களில் கிடைக்கும் வசதிகளைக் கிராமங்களுக்கும் ஏற்படுத்தித் தருவதுதான் இதன் குறிக்கோள்.'

உடனே முஷாரஃபுக்கு புரா டாக்குமெண்டரி ஓடவிடப்பட்டது. கிளம்புகிறபோது முஷாரஃப் சொன்னார் - 'கலாம், உங்களைப் போன்ற ஒரு விஞ்ஞானியைக் குடியரசுத் தலைவராக அடைய இந்தியா மிகவும் கொடுத்து வைத்திருக்கிறது'

16. சலாம்!

2004 முதல் கலாம் ஒரே பின்பாட்டையே செல்லும் இடங்களிலெல்லாம் சொல்லி வந்தார்.

'2007ல் தான் குடியரசுத் தலைவர் பதவியில் இருந்து விலகியபிறகு மீண்டும் ஆசிரியப் பணிக்கே செல்வேன்.'

ஆனால் கலாமின் பதவிக்காலம் முடிந்தபோது மீண்டும் கலாமே அப்பதவியை அலங்கரிக்க வேண்டும் என்று ஒரு சாரார் விருப்பம் தெரிவித்தனர். மாணவர் சங்கங்கள் ஒன்றுசேர்ந்து, 'அரசியல் கட்சிகள் அனைத்தும் கூட்டாக மீண்டும் அப்துல் கலாமை வேட்பாளராக நிறுத்தாவிட்டால், ஜூலை 10ல் வேலை நிறுத்தம் என்று அறிவித்தன. ஆனால் கலாம் எதிர்பார்த்த ஒருமித்த கருத்துகள் இம்முறை உருவாகவில்லை.

பா.ஜ.க. தலைமையிலான தேசிய ஜனநாயகக் கூட்டணியும் ஜெயலலிதா உருவாக்கிய மூன்றாவது அணி மட்டுமே அப்துல் கலாமுக்கு இன்னொரு வாய்ப்பு தர வேண்டும் என்கிற கோரிக்கையை எழுப்பின. காங்கிரஸ் கலாமுக்கு அப்பால் சிந்தித்துக் கொண்டிருந்தது.

சென்றமுறை கலாமுக்கு ஆதரவு தெரிவித்த சிவ சேனா கட்சி இன்னொருமுறை அப்துல் கலாம் குடியரசுத் தலைவராகத் தேர்ந்தெடுக்கப்படுவதை விரும்பவில்லை. நாடாளுமன்றத் தாக்குதல் வழக்கில் மரண தண்டனை விதிக்கப்பட்டுள்ள அப்ஸல் குருவின் கருணை மனு மீது எவ்வித பதிலும் தராமல் கிடப்பில் வைத்துவிட்டார் அப்துல் கலாம். ஆகவே அவரை இன்னொருமுறை குடியரசுத் தலைவராகத் தேர்வு செய்ய ஆதரவளிக்க முடியாது என்று சொல்லிவிட்டது.

கட்சிகளால் ஏற்றுக்கொள்ளப்பட்ட எழுதப்படாத விதிமுறை ஒன்று உண்டு. எந்த நபருக்கும் இரண்டாம் முறை குடியரசுத் தலைவர் பதவியைக் கொடுக்கக்கூடாது. பொதுவாகக் குடியரசுத் துணைத் தலைவராக இருப்பவர் அடுத்த கட்டமாகக் குடியரசுத் தலைவராவார். பாஜக, துணை ஜனாதிபதியான பைரோன் சிங் ஷேகாவத்துக்கு ஆதரவு கொடுத்தது. ஆனால் அவரது ஆர்.எஸ்.எஸ். பின்னணி அவருடைய பலவீனமாகிப் போனது.

காங்கிரஸ் பிரதீபா பாட்டீல் பற்றி யோசித்துக்கொண்டிருக்கும் தகவல் வெளியே கசிந்தது. உடனே பத்திரிகைகள் பிரதீபா பற்றிய பயோடேட்டாவை அடித்துப்பிடித்து வாங்கின. மூன்றாவது அணி இந்தக் காய் நகர்த்தலைக் கடுமையாக எதிர்த்தது. சோனியாவின் இந்த முடிவு மிகப்பெரிய நகைச்சுவை என்று ஏளனம் செய்தது.

'குடியரசுத் தலைவர் பதவிக்குக் கலாமை விடவும் சிறந்த ஒரு மனிதர் கிடையாது என்பது உலகம் முழுக்க ஒப்புக்கொள்ளப்பட்ட உண்மை. என்.டி.ஏ, யு.பி.எ என்று இவ்விஷயத்தில் பாகுபாடு பாராமல் இருக்கவேண்டும். குறிப்பாக தி.மு.க. அதிக அக்கறை காட்டவேண்டும். ஏனென்றால் அவர் தமிழ்நாட்டைச் சேர்ந்தவர்' என்று அறிக்கை விடுத்தார் ஜெயலலிதா.

கம்யூனிஸ்ட் கட்சிகள் சபாநாயகர் சோம்நாத் சட் டர்ஜியை நிறுத்த விரும்பின. குடியரசுத் துணைத் தலைவராக இருப்பவரை குடியரசுத் தலைவர் பதவிக்கு நிறுத்துவது நீண்டகால சம்பிரதாய நடைமுறையாக இருந்துவந்தது. கே.ஆர். நாராயணன், சங்கர் தயாள் சர்மா, ஆர். வெங்கட்ராமன் போன்றவர்கள் இந்தமுறையில் குடியரசுத் தலைவர்களாக ஆனவர்களே.

குடியரசுத் தலைவர் தேர்தலில் நாடாளுமன்ற உறுப்பினர்களும் மாநிலங்களின் சட்டமன்ற உறுப்பினர்களும் வாக்களிக்கிறார் கள். இதனால் காங்கிரஸ் தனது சொந்தப் பலத்தை நம்பி

யாரையும் குடியரசுத் தலைவர் பதவிக்கு வேட்பாளராக நிறுத்தி வெற்றி பெறச் செய்ய முடியாது. இவையெல்லாம் மத்தியிலும் பெருவாரியான மாநிலங்களிலும் காங்கிரஸின் ஆதிக்கம் இருந்த போது சாத்தியமானது. இப்போது காங்கிரஸும் பாஜகவும் சேர்ந்து யாரை ஆதரிக்கிறார்களோ அவர்தான் குடியரசுத் தலைவர்.

குடியரசுத் தலைவர் அப்துல் கலாமை மீண்டும் குடியரசுத் தலைவராகத் தேர்ந்தெடுக்க வேண்டும் என்று கோடிக்கணக்கான கலாம் ரசிகர்கள் விரும்பினார்கள். இதுதொடர்பான கருத்துக் கணிப்புகளில் அப்துல் கலாமையே மீண்டும் தேர்ந்தெடுக்க வேண்டும் என்று பொதுமக்கள் கருத்துத் தெரிவித்திருந்தனர்.

பொதுவான கருத்து உருவானால் மட்டுமே தான் மீண்டும் குடியரசுத் தலைவர் தேர்தலில் நிற்பேன் என்று கருத்துத் தெரிவித்திருந்தார் கலாம். கருத்துவேறுபாடுகளால் குடியரசுத் தலைவர் பதவிக்கு எந்தக் களங்கமும் ஏற்பட்டுவிடக்கூடாது என்று தன் எண்ணங்களைத் தெரிவித்திருந்தார். ஆனால் அது சாத்தியமில்லாமல் போனது. இதனால் போட்டியிலிருந்து தான் விலகிக்கொள்வதாக அறிவித்துக் கொண்டார் கலாம்.

லஞ்சம், ஊழல் கறைபடியாத பல தலைவர்களைக் கொண்டுள்ள இடதுசாரி கட்சிகள் பல்வேறு ஊழல் குற்றச்சாட்டுகளுக்கு ஆளான பிரதிபா பாட்டீலை ஆதரித்தது அரசியல் வட்டாரத்தில் ஆச்சரிய அலைகளை எழுப்பியது.

அனைத்துக் கட்சிகளும் ஒருமனதோடு கடந்த குடியரசுத் தலைவர் தேர்தலில் அப்துல் கலாமை ஆதரித்தபொழுது, தோல்வி நிச்சயம் என்கிற நிலையிலும் லட்சுமி சேகாலை அப்துல் கலாமுக்கு எதிராக நிறுத்தினார்கள் இடது சாரிகள். ஆனால் பிரதீபா பாட்டில் விஷயத்தில் அவருக்கு எதிர்பார்த்ததைவிடவும் அதிக ஆதரவு பலம் கிடைத்தது.

ஆனால் இதிலுள்ள நகைமுரண் என்னவென்றால் கலாம் தன் வாழ்வில் தன்மீது சிறு துரும்பும் விழாது பார்த்துக்கொண்டவர். அடுத்தவர் கை நீட்டிக் குற்றம் சொல்வது போன்ற ஒரு பாதகத்தை அவர் ஒருபோதும் செய்தது கிடையாது. ஆனால் பிரதீபா பாட்டீல் ஊழல் வழக்கு முதல் கொலை முயற்சி வரை பல சர்ச்சைகளில் சிக்கினார். ஒரு பெரிய போராட்டத்துக்குப் பிறகே அவரால் நிம்மதியாகக் குடியரசுத் தலைவர் இருக்கையில் அமர முடிந்தது.

ஜூலை 24, 2007.

இறுதி நாளன்று மக்களவைக்கு அழைக்கப்பட்டார் கலாம். அன்று முழுக்க அவை கலாமின் புகழ் பாடியது. 'இளைஞர்களின் கனவு நாயகன் நீங்கள். லட்சக்கணக்கான பள்ளிச் சிறுவர்களை நீங்கள் சந்தித்து அவர்களுக்கு ஊக்கம் அளித்ததை இந்தத் தேசம் என்றுமே மறக்காது' என்றார் சோம்நாத் சேட்டர்ஜி. இறுதிமுறையாக அவையில் பேசிய கலாம், 'நான் பத்துமுறை இந்த அவையில் உரை நிகழ்த்தி இருக்கிறேன். இரண்டு பிரதமர்களுடன் பணியாற்றிய அனுபவம் என்றுமே நினைவு கூரத் தக்கது. தகுந்த பாதுகாப்பும் நல்ல கல்வி வளமும் உள்ள இந்தத் தேசம் வாழ மிகப் பாதுகாப்பானது என்று நினைக்கும்போது மிகவும் பெருமைப்படுகிறேன்' என்றார்.

பிரதீபா பாட்டீல் பதவியேற்பு விழாவின்போது மீண்டும் அதே வலது, இடது இருக்கை ப்ரோட்டோகால் அமல்படுத்தப்பட்டது. பிரதீபா பாட்டீல் இந்தியாவின் முதல் பெண் ஜனாதிபதியானார்.

இறுதி நாளன்று கலாம் கையில் இரண்டு சிறு பெட்டிகளும் ஒரு பை முழுக்கப் புத்தகங்களும் இருந்தன. புத்தகப் பையை உற்றுப் பார்த்தவர்களிடம் கலாம் சொன்னார், 'அவை என் சொந்தப் புத்தகங்கள்.'

கலாமை வழி அனுப்ப வந்த பலரும் கலாமிடம் பரிசுப் பொருள் கொடுக்க முன்வந்தனர். புன்னகையுடன் மறுத்துவிட்டார். என் தந்தை ஜைனுல்லாபுதீன் எனக்குக் கொடுத்த அறிவுரை, ஒரு போதும் பரிசுப் பொருளை வாங்காதே. அவர் வழியில் செல்பவன் நான். தவறாக எடுத்துக்கொள்ளாதீர்கள் நண்பர்களே!

'எதிர்காலத்தில், பிரதமர் பதவிக்குப் பொது வேட்பாளர் தேவை என்ற நிலை ஏற்பட்டால், பிரதமர் பதவியை ஏற்பீர்களா?' என்றொரு கேள்வியும் கேட்கப்பட்டது.

'இந்தக் கேள்வி உங்களுக்கு சுவாரசியமாக இருக்கலாம். ஆனால் எனக்குக் கற்பனையாகத் தோன்றுகிறது. 5 கல்வி நிறுவனங்களில் கற்பிக்க வேண்டிய வேலை இருக்கிறது. 2020-க்கு இந்தியாவைத் தயார்படுத்தவேண்டும் இல்லையா!'

பின்னிணைப்புகள்

பெற்ற முக்கிய விருதுகள் மற்றும் ஆதாரங்கள்

முக்கிய விருதுகள்

பத்ம பூஷன் விருது (1981)

பத்ம விபூஷன் (1990)

பாரத ரத்னா (1997)

எழுதிய புத்தகங்கள்

Wings of fire

2020- A Vision for the New Millennium

Envisioning an Empowered Nation

Ignited Minds

My Journey

Developments in Fluid Mechanics and Space Technology

The Life Tree

Mission India

Guiding Souls

Children Ask Kalam

Indomitable Spirit

Inspiring Thoughts

The Luminous Sparks

ஆதாரங்கள்

புத்தகங்கள்

Wings of fire - APJ Abdul Kalam with Arun Tiwari, Universities Press

President A.P.J. Abdul Kalam By Raj Pruthi, Anmol Publications

கலாம் காலங்கள் - பி.எம். நாயர் (தமிழில் : சுதாங்கன்), கண்ணதாசன் பதிப்பகம்

கலாம் என்பவர் யார்? - ஆர். ராமநாதன், சுரா புக்ஸ்

வெற்றித் திருமகன் அப்துல் கலாம் - நெல்லை சு.முத்து, வானதி பதிப்பகம்

விண்வெளி - என். ராமதுரை, கிழக்கு பதிப்பகம்

அணு - என். ராமதுரை, கிழக்கு பதிப்பகம்

இன்றைய விண்வெளி - மோகன் சுந்தரராஜன், நேஷனல் புக் டிரஸ்ட், இந்தியா.

123 - பத்ரி சேஷாத்ரி, மினிமேக்ஸ்

விக்ரம் சாராபாய் - சி. கணேசன், பிராடிஜி

தொடர்கள்

கல்வி மலர் கட்டுரைகள் - அப்துல் கலாம்

இளைஞர்கள் காலம் - அப்துல் கலாம் (எழுத்து - பொன்ராஜ்), நக்கீரன்

ஆவணப்படம்

A.P.J. Abdul Kalam, A little dream - பி. தனபால்

பேட்டிகள்

Frontline Dec. 13-26, 1997

Frontline Jun. 22 - 5, 2002

Frontline September 12 - 25, 1998

Frontline July 06 - 19, 2002

India Today August 2007

The Bombay Times, October 13, 1998

http://www.rediff.com/news/2008/aug/14idsld1.htm

http://www.rediff.com/news/2007/jul/26sld1.htm

http://www.rediff.com/news/1998/oct/13kalam.htm

http://www.thehindu.com/fline/fl1519/15190880.htm

http://members.rediff.com/aerofriends/53rd_agm_report.html

இணையத்தளங்கள்:

http://www.drdo.org/

http://www.isro.org/

http://www.defenceindia.com/

http://parliamentofindia.nic.in/

http://presidentofindia.nic.in/

http://www.abdulkalam.com/

http://www.vssc.gov.in/internet/

http://www.spacewar.com/

http://www.vigyanprasar.gov.in/index.asp

http://www.bharat-rakshak.com/SPACE/index.html

http://www.rediff.com/news/kalam04.htm

http://www.geocities.com/siafdu/kalam1.html

http://knowledge.wharton.upenn.edu/india/article.cfm?articleid=4276

http://www.hvk.org/articles/1098/0123.html

http://www.rediff.com/news/2002/jul/03specin.htm

http://www.rediff.com/news/2002/jul/25spec.htm

http://www.rediff.com/news/2002/jul/23spec.htm

http://www.rediff.com/news/2002/jul/15flip.htm

http://www.rediff.com/news/2002/jul/12spec.htm

http://www.rediff.com/news/2002/jul/11spec.htm

http://www.rediff.com/news/2002/jul/08spec.htm

http://www.rediff.com/news/2002/jul/05spec.htm

http://www.rediff.com/news/2002/jul/03spec1.htm

http://www.rediff.com/news/2002/jul/16spec.htm

http://www.rediff.com/news/2002/jul/17spec.htm

http://www.rediff.com/news/2002/jul/18spec.htm

http://www.rediff.com/news/2002/aug/12guj4.htm

http://www.rediff.com/news/2002/aug/12guj6.htm

http://www.rediff.com/news/2002/aug/12prez.htm

http://www.rediff.com/news/godhra.htm

http://www.rediff.com/news/pres2002.htm

http://www.rediff.com/news/bomb.htm

http://www.rediff.com/news/biharpoll05.html

http://www.rediff.com/news/2007/feb/13parl.htm

http://www.rediff.com/freedom/0510lak.htm

http://www.rediff.com/news/2002/jul/04inter.htm

http://specials.rediff.com/news/2008/aug/14idsld1.htm

http://in.rediff.com/news/2004/oct/15spec2.htm

http://in.rediff.com/news/2004/oct/15spec3.htm

http://specials.rediff.com/news/2004/oct/14sld.htm

http://getahead.rediff.com/slide-show/2009/jun/22/slide-show-1-dr-apj-abdul-kalam-on-sucess-and-entrepreneu rship.htm

http://www.rediff.com/news/2007/feb/13parl.htm

http://www.rediff.com/news/2004/oct/15spec2.htm

http://specials.rediff.com/news/2004/oct/12kalam-sug.htm

http://in.rediff.com/news/kalam04.htm

http://armedforces.nic.in/airforce/joiniaf-offr.htm

http://www.financialexpress.com/news/Kalam-Wants-Mission-To-Mars/42907/

http://www.hinduonnet.com/fline/fl1425/14251070.htm

http://www.hinduonnet.com/thehindu/thscrip/print.pl?file=20041119000107200.htm&date=fl2123/&prd=fline&

http://armedforces.nic.in/airforce/joiniaf-offr.htm

http://www.hinduonnet.com/fline/fl1425/14251070.htm

http://www.hinduonnet.com/fline/fl1913/19131240.htm

http://www.indianexpress.com/news/kalams-pura-plan-gets-a-push/13380/

http://www.blonnet.com/2004/02/07/stories/2004020701430400.htm

http://www.rediff.com/money/2006/jan/18spec.htm

http://timesofindia.indiatimes.com/India/Kalams-dream-gets-ammas-blessing/articleshow/204154.cms

http://timesofindia.indiatimes.com/Ahmedabad/Now_ Abdul_Kalam_is_professor_in_IIM_A/articleshow/3456775.cms

http://timesofindia.indiatimes.com/NEWS/Specials/I-will-go-with-two-small-suitcases-Kalam/articleshow/2218576.cms

http://timesofindia.indiatimes.com/NEWS/City/Thirupuram/IT-should-give-connectivity-to-villages-Kalam-/articleshow/4817117.cms

http://timesofindia.indiatimes.com/NEWS/India/articleshow/msid-1345677,curpg-1.cms

http://timesofindia.indiatimes.com/articleshow/12798261.cms

http://www.hinduonnet.com/fline/fl1913/19131240.htm

http://www.hinduonnet.com/thehindu/thscrip/print.pl?file=2007050404971000.htm&date=2007/05/04/&prd=th&

http://www.flonnet.com/fl2224/index.htm

http://www.hinduonnet.com/fline/fl1514/15140860.htm

http://www.hinduonnet.com/thehindu/thscrip/print.pl?file=20051118002005000.htm&date=fl2223/&prd =fline&

http://thoughtsintamil.blogspot.com/2008/11/blog-post_11.html

http://www.thehindu.com/2009/07/24/stories/2009072458540200.htm

http://www.flonnet.com/fl1514/fl151400.htm

http://www.flonnet.com/fl2226/stories/20051230002504600.htm

http://www.flonnet.com/fl1514/15140980.htm

http://www.flonnet.com/fl1514/15140860.htm

http://www.flonnet.com/fl1514/15140990.htm

http://www.flonnet.com/fl1514/15141010.htm

http://www.thehindu.com/2007/05/04/stories/2007050404971000.htm

http://www.thinnai.com/?module=displaystory&story_id=40210013&format=print

http://www.flonnet.com/fl2223/stories/20051118002005000.htm

http://www.hindu.com/2007/05/04/stories/2007050404971000.htm

http://www.nationmaster.com/encyclopedia/Nike-Apache

http://cities.expressindia.com/fullstory.php?newsid=138714

http://www.abdulkalam.com/kalam/jsp/display_hints.jsp?menuid=23&menuname=0

http://www.geocities.com/indian_space_story/index.html

http://www.geocities.com/siafdu/kalam.html

www.ingramcontent.com/pod-product-compliance
Lightning Source LLC
LaVergne TN
LVHW060438051026
849518LV00002B/509
* 9 7 8 8 1 8 4 9 3 2 3 7 9 *